ஏழு ராஜாக்களின் தேசம்

அபிநயா ஸ்ரீகாந்த்

*என்றும் அன்புடன்
அபிநயா ஸ்ரீகாந்த்*

யாவரும் பப்ளிஷர்ஸ்

ஏழு ராஜாக்களின் தேசம்
ஆசிரியர்: அபிநயா ஸ்ரீகாந்த் ©
முதல் பதிப்பு: ஜூன் 2019
வெளியீடு: யாவரும் பப்ளிஷர்ஸ்
தொடர்பு: 9042461472, 9841643380
editor@yaavarum.com, www.yaavarum.com
பக்கங்கள்: 248
விலை: ரூ. 275

Ezhu Rajakkalin Desam
by Abinaya Srikanth ©
First Edition: June 2019
Published by Yaavarum Publishers
Contact: 9042461472, 9841643380
editor@yaavarum.com, www.yaavarum.com
Designed by: Harisankar
Pages: 248
Price: 275

அபிநயா ஸ்ரீகாந்த்
(1989)

தூத்துக்குடி மாவட்டம் கோவில்பட்டியைச் சேர்ந்தவர். கணினிப் பொறியியலில் பட்டம் பெற்ற இவர் 'விப்ரோ' மென்பொருள் நிறுவனத்தில் பணிபுரிந்துள்ளார். இணையரின் வேலைநிமித்தமாக ஐக்கிய அரபு நாட்டில் இரண்டு வருடங்கள் வசிக்கும் வாய்ப்பைப் பெற்றார்.

தற்போது பழைய வண்ணாரப்பேட்டையில் வசித்து வரும் இவர் சென்னை வானொலி நிலையத்தில் சிறுவர்களுக்கான நிகழ்ச்சிகளைத் தொகுத்து வழங்குகின்றார். கலை, இலக்கிய ஆளுமைகளின் நேர்காணல்களை மதிமுகம் தொலைக்காட்சிக்காக நடத்தி வருகின்றார். பயணம், இலக்கியம், மொழிபெயர்ப்பில் ஆர்வம் உள்ளவர்.

ஏழு ராஜாக்களின் தேசம் இவருடைய முதல் புத்தகம்.

மின்னஞ்சல்:
abinayadurai@gmail.com

அணிந்துரை

'ஏழு ராஜாக்களின் தேசம்' – எடுத்தால் ஒரே மூச்சில் படித்துவிடுகிற புத்தகம் இல்லை. நூல் குறித்தான அறிமுகத்திற்கான சடங்காக இதைச் சொல்லவில்லை. அப்படி வாசித்தல் செய்தால் இந்நூலின் சிறப்பு தெரியாமலேயே போய்விடக் கூடும். ஓர் அத்தியாயத்தை வாசித்துவிட்டு மூடி வைத்துவிட வேண்டும். நேரம் கிடைக்கும் போதெல்லாம் அபி குறிப்பிட்டிருக்கும் அமீரகத்தின் சிறப்பு பற்றி வேறு சுவாரசியமான தகவல்கள் ஏதேனும் மிச்சமிருக்கிறதா என்று துழாவ வேண்டும். அதை முழுமையாக கிரகித்துக் கொண்டு அதன் பிறகு அடுத்த அத்தியாயத்துக்குள் சாவகாசமாக நுழையலாம். இப்படித்தான் வாசித்தேன். அடுத்தவர்களிடம் இப்படி வாசிக்கச் சொல்லித்தான் பரிந்துரையும் செய்வேன்.

கடுமையான உழைப்பில்லாமல் இவ்வளவு தகவல்களைச் சேகரித்து எழுதுவது சாத்தியமேயில்லை. அபிநயாவின் இந்த உழைப்புதான் ஆச்சரியமூட்டுகிறது.

ஒரு சிறந்த அந்நிய மொழித் திரைப்படத்தைப் பார்ப்பது அந்த தேசத்தின் பண்பாட்டையும், மக்களின் வாழ்க்கையையும் குறுக்குவெட்டாகப் புரிந்து கொள்வது என்பார்கள். அதுவே விரிவான தகவல்களுடன் கூடிய ஒரு புத்தகத்தை வாசிப்பது என்பது அந்த தேசத்தை முழுமையாகப் புரிந்து கொள்வது என்பதை ஏழு ராஜாக்களின் தேசம் கண்கூடாகக் காட்டுகிறது. நூலின் தொடக்கத்தில் அமீரகம் குறித்தான சிறு அறிமுகத்துக்குப் பிறகு நாம் அறிந்திராத அந்நாட்டின் இண்டு இடுக்குகளையெல்லாம் தோண்டி எடுத்துக் கொண்டு வந்து எழுத்தாக்கியிருக்கிறார் அபிநயா.

ஒவ்வொரு அத்தியாயத்திலும் துணை அத்தியாயங்கள்– ஒவ்வொரு துணை அத்தியாயத்திலும் ஒரு விரிவான தகவல். அருங்காட்சியகம், அங்கேயிருக்கும் செய்தி நிறுவனம், சாலைகள், பேருந்துகள் என எல்லாவற்றையும் குறித்தும் எழுதியிருக்கிறார். தகவல் சுரங்கம் என்று சொன்னால் அது வளமையான சொல்லாக இருக்கும். அப்படிச் சொல்லி அறிமுகப்படுத்தப்படுகிற பெரும்பாலான புத்தகங்கள் வறட்சியானவை. அதனால் தகவல் சுரங்கம் என்று குறிப்பிடத் தயக்கமாக இருக்கிறது. ஆனால் இந்த எழுத்துக்கள் அதைத் தாண்டிய சிறப்புகளைக் கொண்டது. வாசிக்கும் போது புரிந்து கொள்ள முடியும்.

அமீரகத்தின் அரசுக்கு இந்நூல் குறித்துத் தெரிந்தால் அவர்கள் நிச்சயமாகக் கொண்டாடித் தீர்த்துவிடுவார்கள். ஒரு தேசத்தின் சிறப்புகளை விரிவாகவும் துல்லியமாகவும் எழுத முடியுமா என்று யாராவது கேட்டால் இந்நூலை தாராளமாகச் சுட்டிக் காட்டலாம்.

எந்த முன்முடிவுமில்லாமல் இந்த நூலை வாசிக்கத் தொடங்க வேண்டும். முடிக்கும் போது ஒரு பிரம்மாண்டம் நம் மனக்கண்ணில் விரிந்திருக்கும். அந்த பிரமாண்டமே எழுத்தின் வெற்றி.

சிறப்பாக எழுதக் கூடியவர்களை அடையாளம் கண்டறிந்து களம் அமைத்துக் கொடுக்கும் யாவரும் பதிப்பகத்திற்கும் மனப்பூர்வமான பாராட்டுக்கள்.

அபிநயாவின் அறிமுகம் இந்த எழுத்தின் வழியாகவே கிடைத்தது. உங்களுக்கும் அப்படித்தான் என்றால் வாழ்த்துகள். ஒரு சிறந்த எழுத்தாளருடன் அறிமுகமாகியிருக்கிறோம். தொடர்ந்து எழுதட்டும். தொடர்ந்து வாசிப்போம்.

வாழ்த்துகள் அபி.

மிக்க அன்புடன்,
வா.மணிகண்டன்

அணிந்துரை

ராஜாளிப் பார்வையில் ஒரு பயணம்!

'எம் பெரிய பையன் துபாய்ல இருக்கான்', 'எல்லாம் துபாய் சம்பாத்தியம்', 'பாஸ்போர்ட் மட்டும் எடுத்துட்டா துபாய்க்கு வேலைக்குப் போயிருவேன் மச்சான்', 'எங்க வீட்டுக்காரரு துபாய்ல இருக்காரு. இன்னும் பிள்ளையைப் பாக்குறதுக்குக்கூட வரல!' — இதெல்லாம் நம் காதில் அடிக்கடி விழுந்த / விழுகின்ற இயல்பு வாழ்க்கை வசனங்கள். துபாய்க்கும், பிற அமீரக தேசங்களுக்கும் அங்கே சம்பாதிப்பதற்காகச் செல்லும் நம் மக்களுக்குமான பிணைப்பு என்பது விசேஷமானது.

பாஸ்போர்ட், விசா, விமானக்கட்டணம் இன்றி, துபாய் உள்ளிட்ட ஏழு ராஜாக்களின் தேசங்களையும், அதாவது ஏழு அமீரகங்களையும் சுற்றிக் காட்டுகிறது இந்தப் புத்தகம். நூலாசிரியர் அபிநயா ஸ்ரீகாந்த், எங்கு எங்கு வரலாறு தேவையோ அங்கெல்லாம் அதனைப் பரிமாறுகிறார். எங்கெல்லாம் எதற்கெல்லாம் கூடுதலாக வரலாற்றுத் தகவல்களைத் தர இயலுமோ அதையும் செவ்வனே செய்திருக்கிறார். ஆக, இது பயண நூல், அனுபவ நூல் மட்டுமல்ல. அமீரகங்களின் சரித்திரத்தையும் பேசும் நூல்.

உலகின் உயர்ந்த கட்டடமான புர்ஜ் கலீஃபா குறித்த பிரத்யேக அனுபவத் தகவல்களையும் பேசுகிறார். அதேசமயம் அங்குள்ள ரங்கநாதன் தெருவான மினா பஜாரில் சமோசா விற்கும் சாதாரணரைப் பற்றியும் பேசுகிறார். 'மிராக்கிள் கார்டனுக்கு அமீரகப் பேரங்காடியின் மெட்ரோ நிறுவனத்திலிருந்து 105ஆம் எண் கொண்ட பேருந்தில் ஏறிப் பயணமானோம்' என நல்லதொரு வழிகாட்டியாகவும் செயல்படுகிறார். பல இடங்களில் எதற்கு எவ்வளவு செலவாகும் என்று பட்ஜெட்டும் போட்டுக் கொடுக்கிறார். ஒட்டகப்பால் சாக்லேட்டும் சுவைக்கத் தருகிறார். எருதுச்சண்டையில் கிளம்பும் புழுதியையும் உணர வைக்கிறார். கூடவே, அங்கெல்லாம் நிலவும் உடைக்கட்டுப்பாட்டின் சங்கடங்கள் குறித்தும், இயல்பு வாழ்க்கையில் நிலவும் கட்டுப்பாடுகள் குறித்தும் எச்சரிக்கத் தவறவில்லை.

ஆங்காங்கே வரலாறு பேசுவதோடு மட்டுமன்றி, போகிற போக்கில் ஷார்ஜா கிரிக்கெட் மைதானத்தைச் சுற்றி நடந்த விளையாட்டு அரசியலையும் தொட்டுச் செல்கிறார். ஷார்ஜா சர்வதேச புத்தகக்காட்சி குறித்து இவர் எழுதியிருக்கும் விஷயங்கள் எல்லாம், ஒருமுறையாவது அதைக் கண்டுகளித்துவிட வேண்டுமென்ற ஆசையைத் தூண்டுகிறது. குறிப்பாக முசண்டம் கடற்பயணம் பகுதி பேராவலைத் தூண்டுகிறது. டெஸர்ட் சஃபாரி எனப்படும் பாலைவன திகில் பயணங்களின் நவீன வடிவம் குறித்து விவரித்திருக்கும் விஷயங்கள் ஒவ்வொன்றும் சுவாரசியமூட்டுகின்றன. வரைபடங்கள் எல்லாம் இல்லாத வரலாற்றுக் காலத்தில் இதே பாலைவனங்களை வெற்றிகரமாகக் கடந்த அந்நாள் பயணிகளின் திறமையையும் வலிமையையும் நினைத்துப் பார்க்க வேண்டியதிருக்கிறது. பதினான்காம் நூற்றாண்டுப் பயணியான இபன் பதூதாவின், வரலாற்று அனுபவங்களையும் இதில் அபிநயா ஸ்ரீகாந்த் சிறப்பாகவே பதிவு

செய்துள்ளார்.

ஒட்டகங்களுக்கு இருட்டில் கண்பார்வை குறைவு என்பதால், வெளிச்ச நேரத்திலேயே ஒட்டகச் சவாரிகளை முடித்துக் கொள்கிறார்கள் என்பது போன்ற நுட்பமான தகவல்களையும் இந்தப் புத்தகம் தருகிறது. புர்ஜ் அல் அராப் போன்ற துபாயின் தனித்துவமான கட்டடங்கள் உருவான விதம் குறித்த சுவாரசியமான தகவல்களும் இதில் கொட்டிக் கிடக்கின்றன. அமீரகங்களின் நூற்றாண்டுப் பழமையான கோட்டைகளின் வரலாறும் பதியப்பட்டிருக்கிறது. தங்கு தடையற்ற மொழிநடையும், வார்த்தை வளமும் அபிநயாவுக்கு இயல்பாகவே வாய்த்திருக்கிறது. அதுவே பல பக்கங்கள் தாண்டிய அலுப்பற்ற பயணத்தை நம் கைப்பிடித்து அழைத்துச் செல்கிறது.

வெறும் இடங்களைச் சுற்றிக் காட்டுவதோடு நில்லாமல், அந்தந்தப் பிரதேசங்களின் பழங்குடி மக்களின் வாழ்வியலையும் கலாச்சாரத்தையும் பதிவு செய்கிறார். அந்த மண்ணின் இலக்கியம், கவிதைகள் குறித்தும் சொல்கிறார். பொருளாதாரம், தொழில்கள், பிற துறை வளங்கள் குறித்து சிறு அறிமுகம் தருகிறார். ஸ்டஃப்ட் கேமல், லுகைமத், ஹலீம், குனாஃபா, சவர்மா, ஃபிலாபில், ஹம்மஸ், மந்தி பிரியாணி என்று அமீரக உணவுக் கலாசாரம் குறித்து விருந்தே பரிமாறுகிறார்.

மொத்தத்தில் இந்தப் புத்தகம் வார்த்தைச் சிறகுகளில் பறந்தபடி, ராஜாளிப் பார்வையில் அமீரங்கங்களைச் சுற்றி வந்த அனுபவத்தைத் தரவல்லது. நவீனமாகச் சொல்ல வேண்டுமென்றால், அமீரகங்கள் பற்றி எழுத்தால் அறிந்துகொள்ள, இந்தப் புத்தகத்துக்குள் ஸ்கை டைவிங் செய்யலாம். ஆம், மம்சார் கடற்கரையில் கிடைக்கும் ஏலக்காய் மணக்கும் ஃபீலிஸ் குங்குமப்பூ தேநீரின் இதமான சுவையை நான் உணர்ந்தேன்.

வாழ்த்துகள் அபிநயா ஸ்ரீகாந்த்.

– முகில்

ஏழு ராஜாக்களின் தேசம்

வாசிப்பின் நுகர்தலை முதன்முதலாய் எனக்கு அறிமுகப்படுத்தியது சிறுவர் கதைகளை வாசித்துக்காட்டிய பூபதி ஆச்சிதான். கூட்டுக் குடும்பச்சூழலில் வெகுஜனப் பத்திரிகைகள் குவிந்து இருந்ததால் சாப்பிடும்போது கூடப் புத்தகம் வாசிக்கும் அத்தைகள், கண்பார்வை மங்கினாலும் ஆர்வமாய்ப் புத்தகங்களைப் படிக்கும் ஆச்சிகள், காலை எழுந்தவுடன் செய்தித்தாள் படிக்கச் சண்டைபோடும் அப்பாவின் சகோதரர்களைப் பார்த்து வாசிப்பு வழக்கமாய் இருந்தது. சக மாணவர்களுக்கு மத்தியில் தகவல்களை வாரித்தெளிக்க நெருக்கமாய் இருந்ததால் புத்தகங்களின் மீதான காதலும் அதிகரித்திருந்தது. பள்ளி நூலகங்கள், வாசிப்பு பழக்கம் உள்ள உறவினர்களின் வீடுகள் என அடுக்கி வைத்திருக்கும் புத்தகங்களைக் கண்டாலே புதையலைப் பார்த்ததொரு மகிழ்ச்சி பீடித்துக்கொள்ளும். ஆர்வக்கோளாறாய்க் கவிதை என்ற பிரக்ஞையில் நான் எழுதியதைத் தமிழ் ஆசிரியரிடம் காண்பித்த பொழுது மிகநன்று என்று சிவப்பு மையில் திருத்திக்கொடுத்ததுதான் என் எழுத்தின் முதல் விதை. தமிழ் இலக்கியம் படிக்க வேண்டுமென்ற ஆசை நிராசையாகி, பொறியியல் படிப்பு, மென்பொருள் நிறுவனத்தில் வேலை எனப் பத்துவருடம் தமிழை எழுதிப் பார்க்கக்கூட முடியாத அழுத்தமான மனநிலை ஏற்பட்டிருந்தாலும் வாசிப்பைக் கைவிடவில்லை.

சிறுவயதிலிருந்தே எங்கள் கரிசல் நிலத்தின் அத்துவான வானத்தில் கோடுகிழித்துப் பறந்துபோகும் விமானங்களைப் பார்க்கும்போதெல்லாம் எப்பொழுது அதில் பயணம் போவோம், பெற்றோரைக்கூட்டிச் செல்வோம் என்கிற ஏக்கம் எனக்குள் எழுந்துகொண்டே இருக்கும். வெளிநாட்டுக்குச் சென்று திரும்பி வரும் நண்பர்கள் மற்றும் உறவினர்கள் மீது எப்பொழுதுமே இனம்புரியாத ஓர் ஈர்ப்பு உண்டு. 'சொல்லுங்கள் கேட்போம்' என்று அவர்களின் பயண அனுபவங்களை மிகுந்த சுவாரஸ்யத்தோடு கதையாகக் கேட்க ஆரம்பித்துவிடுவேன்.

அவை நீண்ட நேர்காணல்கள் போலவும் அமைந்திருக்கின்றன. அங்கு அவர்களின் வாழ்க்கை முறை, பார்வையிட்ட சுற்றுலாத்தளங்கள், அங்கு பிரசித்தி பெற்ற உணவுகள், அந்நாட்டின் முக்கிய விழாக்கள், கலாச்சாரங்கள், விதிமுறைகள் என அனைத்தையும் கேட்டுத் தெரிந்துகொள்ளும்போது நானே அந்த நாட்டைச் சுற்றி வந்தது போலான மகிழ்ச்சியை அடைந்திருக்கின்றேன்.

கடல் கடந்த தேசங்கள் குறித்த கனவுகள் என்னை அப்போது முதல் அலைக்கழிக்கத் துவங்கின. கணவரின் பணி நிமித்தமாய் அமீரகம் செல்லும் வாய்ப்பு கிடைத்திருந்தாலும் இல்லற வாழ்வின் பொறுப்புகளிலும் அழுத்தத்திலும் தொலைந்திருந்த என்னை, நானே மீட்டெடுக்கும் முயற்சியாய்த் தான் உணர்ந்தேன். பயணங்கள் பலவிதமான மனிதர்களை, உறவின் பிரிவுகளை, தனிமையின் தேவைகளை, இயற்கையுடனான உரையாடலை, வாழ்வின் தாத்பர்யத்தை, உடலின் மீதான அக்கறையை, மறந்திருந்த இயல்புகளைத் தூண்டி விடுகின்றன. எழுத்தின் மீதும்

வாசிப்பின் மீதும் இருந்த அளவு கடந்த பிரியம் அதிகரித்ததில் அமீரகத்தின் பங்கு அளப்பரியது. அயல்நாடு செல்ல வேண்டும் என்பது என்னைப் பொறுத்தவரை ஒரு கனவாக இருந்தது. அது நிறைவேறி விட்டது. ஆனால் அந்தக் கனவின் தருணங்களில் அமீரகத்தோடு நிறைவேறிய பந்தம், அமீரகத்தில் எல்லாத் திசைகளிலும் தெரியும் நிலவைப் போல எனக்கு உணர்த்தியிருக்கிறது. இதுதான் நான். சிறகுகளுக்குள் ஒளித்து வைத்திருக்கிற கனவுகளை மனம்விட்டுப் பேசுகிறபோது, படபடக்கிற என் காகிதங்களின் ஆன்மாவுக்குள் நான் கூடடைகிறேன்.

துபாயில் வாழ்ந்த இரண்டு ஆண்டு காலமும் ஒவ்வொரு வாரமும் எதாவது ஒரு புது இடத்திற்குச் சென்று ஐக்கிய அரபு அமீரகத்தின் பெரும்பாலான இடங்களைச் சுற்றி வந்திருக்கின்றேன். அந்தச் சுற்றுப்பயணத்தின் சுவாரசியங்கள் நிறைந்த தருணங்கள்தான் இந்த 'ஏழு இராஜாக்களின் தேசம்'. ஒரு பயணியின் மன உணர்வுகளோடும், கூடுதலாக வரலாற்றுச் சங்கிலிகளையும் பிணைத்து இந்த நூலை உருவாக்கி இருப்பதாக நம்புகிறேன். அமீரகத்தின் வெப்பமும் வெளிச்சமும் ஊடுருவாத இடங்களில் தேங்கி நிற்கும் ஒரு துளி ஈரத்தை எவ்வளவு பரவசத்துடன் அணுகுவோமோ அவ்வளவு அணுக்கமாகவே அமீரகம் என் நினைவினில் பதிந்து கிடக்கிறது.

கணவரின் பணி முடிந்து, இரண்டு ஆண்டுகளுக்குப் பின் நாங்கள் நாடு திரும்ப வேண்டிய சூழல் ஏற்பட்டபோது சொந்த ஊரை விட்டுப் புறப்படும்போது ஏற்படுகிற வாஞ்சையின் அழுத்தம் நெஞ்சமெல்லாம் பரவத் துவங்கி இருந்தது. நாடு திரும்பியும் அமீரகத்தின் வாழ்வை மறுபடியும் வாழ விரும்பி, எனது பயணங்களைக் கொஞ்சம் தேடல்களோடும் ஆய்வுகளோடும் சேர்த்து அசைபோட்டு எழுத ஆரம்பித்தேன். ஐக்கிய அரபு அமீரகத்தின் வாழ்க்கையைப் பயணக் கட்டுரையாய்க் கணவர் உருவாக்கித் தந்த வலைதளத்தில் எழுதியபோது அதீதமான வரவேற்பை நல்கிய நண்பர்களுக்கு மனமார்ந்த நன்றிகள். ஐக்கிய அரபு அமீரகத்தை முற்று முழுவதுமாகச் சுற்றிக்காட்டி என்னையும் என் எழுத்துச் செயல்பாடுகளையும் பொறுத்துக்கொள்ளும் என் கணவர் ஸ்ரீகாந்துக்கு அன்பின் முத்தங்கள். நான்கு வயதிலேயே தன் தாயின் விருப்பத்திற்குத் துணையாயிருக்கும் மகள் அமிர்தவாணிக்கு இறுக்கமான அணைப்பு. மருமகள் திறமைசாலி என்று சொல்வதில் பெருமை கொண்டு, ஒவ்வொரு முயற்சியிலும் துணை நிற்கும் தமிழ்செல்வி அத்தைக்கு மிகுந்த அன்புக்கடன் பட்டிருக்கின்றேன் . அன்பை மனதிலேயே தேக்கி வைத்துத் தன் ஆசீர்வாதத்தை எங்கிருந்தாலும் எப்போதும் எனக்கு கொடுத்துக்கொண்டிருக்கும் கருப்பசாமி மாமாவிற்கும் அதே அளவு பேரன்பு. புத்தக வெளியீட்டை ஒரு கனவாகக் கொண்டிருந்த எனக்கு அதைச் சாத்தியமாக்கிய பதிப்பாளர் ஜீவகரிகாலன் அவர்களுக்கும், என் எழுத்துக்களை மெருகேற்றிக் கொடுத்த கிருஷ்ண பிரபு அவர்களுக்கும் அளவில்லாத அன்பையும் நன்றியையும் உரித்தாக்குகின்றேன்.

அபிநயா ஸ்ரீகாந்த்,

சென்னை.

உள்ளே...

01	அமீரகம் – கனவு தேசம்	*13*
02	துபாய் பஸ் ஸ்டாண்ட்	*19*
03	பாலைவன உலா	*33*
04	ஓமன்–ஷார்ஜா எல்லையில்	*42*
05	ஒரு பயணியின் வழித்தடம்	*48*
06	துபாய் பற்றிய முதல் குறிப்பு	*59*
07	துபாயின் ஈ.சி.ஆர்...	*66*
08	உலகம் சுற்றலாம் வாங்க	*77*
09	உயரப் பறக்கும் உணவுக்கூடம்	*86*
10	அருங்காட்சியகங்கள்	*93*
11	மீனா பஜார் லீகோலேண்ட்	*101*
12	விண்ணை முட்டும் புர்ஜ் கலிஃபா	*113*
13	க்ரீக்	*121*
14	மிராக்கிள் கார்டனும் பட்டாம்பூச்சிகளும்	*127*
15	கூடாரங்களின் தலைவன்	*132*
16	ராஸ் அல் கைமா – உள்ளும் புறமும்...	*140*
17	அபுதாபி – மான்களின் தாயகம்	*148*
18	அபுதாபியில் ஒரு பிரார்த்தனை	*157*
19	மொட்டை மலையின் வெந்நீரூற்று	*165*
20	உம் அல் குவைம் – இரு சக்திகளின் தாய்	*178*
21	பாலை நிலத்தின் எருதுக்கட்டு	*186*
22	கடல் பனை எனும் சொர்க்கபுரி – அட்லாண்டிஸ்	*199*
23	இலக்கியமும் இலக்குகளும்	*204*
24	அஜ்மான் – சன்ஷைன் எமிரேட்	*214*
25	அமீரக உணவுகள்	*227*
26	அமீரக வாழ்வியலின் துளிகள்	*234*
27	மாய உலகம்	*238*

01 அமீரகம் - கனவு தேசம்

ஏசு கிறிஸ்துவின் பிறப்பை அடிப்படையாகக்கொண்டு உலக வரலாற்றை முன்பின்னாகப் பிரித்துப் பார்ப்பதுபோல ஐக்கிய அரபு அமீரகத்தின் இன்றைய நவீனப் பொருளாதார வரலாற்றை எண்ணெய் வளம் கண்டுபிடிப்பதற்கு முன், பின் என இரண்டு வகையாகப் பிரித்துக்கொள்ளலாம்.பேரீச்சை சாகுபடி, கோதுமைச் சாகுபடி, முத்துக்குளிப்பது, மீன் பிடிப்பது எனப் பாலைவன மணல் வெளியையும், அரபிக்கடலையும் சார்ந்திருந்த அவ்வளைகுடா தேசத்தை வறுமையும் பசியும் ஆட்டிப்படைத்த காலகட்டமும் இருந்தது. அபுதாபியிலிருந்து ஃபனியாக்கள்' புலம்பெயர்ந்து அமீரகத்தில் குடியேறிய பிறகே துபாயின் நவீனப் பொருளாதார வளர்ச்சியின் வரலாறு துவங்குகிறது.

'துபாய்' என்ற பெயருக்குப் பல அர்த்தங்கள் வழக்கில் உண்டு. அரபியப் பழமொழியில் 'தாபா துபாய்' என்று குறிப்பிடுகிறார்கள். இதற்கு 'நிறைய பணத்துடன் வந்த மனிதர்கள்' என்று பொருள் சொல்லுகிறார்கள். மாறாக, அறிஞர் ஃபெடல் ஹந்தால் தாபாவை 'ஊர்ந்து போதல்' என்று குறிப்பிடுகிறார். அது துபாயின் கிரீக் என்றழைக்கப்படும் உப நதியைக் குறிக்கும் சொல்லாகும். இன்னொரு சொல்லான 'சூக்' என்பது சந்தையைக் குறிப்பிட்டுச் சொல்லப்படுகிற பெயர். துபாயில் மனிதர்களுக்கு முன்பாக வெட்டுக்கிளிகளே அதிகளவு வசித்து வந்தன என்கின்றன நாட்டுப்புறக் கதைகள். 'அபுதாபி' என்ற சொல்லும்கூட 'ஃகசல்ஸ்' என்கிற மான்கள் வாழும் இடம் என்றே பொருள் தருகிறது. அபுதாபி, அழகான நாட்டு மான்களின் தாயகம். அதேநேரம் 'அபு' என்ற சொல்லுக்குச் செல்வச்செழிப்பு என்றும், தந்தை என்றும்கூடப் பொருள் கொள்கிறார்கள் அந்நாட்டினர்.

'அபத் அல் சாரக்' என்ற உருவ வழிபாட்டு நம்பிக்கையின் பயனாய் 'சரக்' என்ற வேர்ச் சொல்லிலிருந்து 'சார்ஜா' என்ற வார்த்தை புழக்கத்திற்கு வந்தது. துபாய்க்கும், அபுதாபிக்கும் கிழக்குப் பக்கத்தில் இருப்பதால், உஸ்பெக் மொழியில் கிழக்கைக் குறிக்கும் 'சார்க்' என்ற சொல்லே மருவி 'சார்ஜா' என்றானதாகவும் ஒரு வாதத்தை முன்வைப்போர் உண்டு. அத்ஜ்மான் என்பது ஐயாயிரத்திற்கும் மேற்பட்ட போர் வீரர்களைக்கொண்ட பழங்குடியின வம்சத்தைக் குறிப்பிடுகிறது. ஐக்கிய அரபு அமீரகத்திலேயே மிகவும் சிறிய

நிலப்பரப்பை உடைய அமீரகம் அஜ்மான். 'அத்ஜ்ம்' என்றால் அரபியர்கள் அல்லாத பாரசீகர்கள் வாழும் இடம் என்பதுதான் பொருள். உம் அல்குவைன் என்ற சொல்லுக்கு உள்ளூர் மொழியில் இரண்டு துவாரங்களின் இடம் என்று பொருள் இருந்தாலும், கவலையை மறந்து நிம்மதியாக இருக்க ஏதுவான இடம் என்பதைக் குறிக்கும் அர்த்தமும் அதற்குண்டு. இந்தப் பொருளுக்கேற்ப, தற்பொழுது அதிக உல்லாச விடுதிகளை இங்கே பார்க்கலாம். மக்களும் விடுமுறைக்குச் செல்ல உம் அல்குவைனையே பெரும்பாலும் தேர்ந்தெடுக்கிறார்கள்.

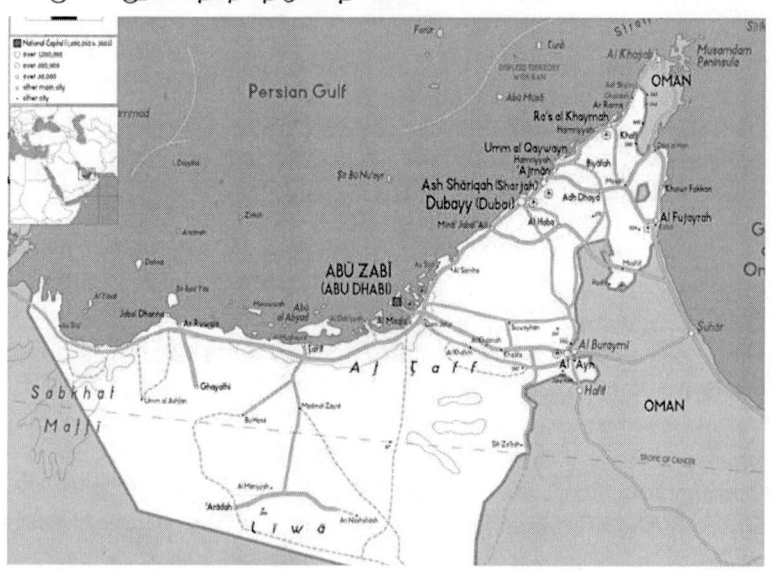

ஐக்கிய அரபு அமீரகத்தின் வரைபடம்

ஃபுஜைரா என்ற சொல் மலை நீரூற்றைக் குறிக்கிறது. இன்றைக்கும்கூடப் பல கிராமங்களுக்கு அங்கிருந்தே தண்ணீர் கிடைக்கிறது. உள்ளூர் பழங்குடியினத் தலைவன் அவனது தொப்பியை நட்டுவைத்த நிலத்திற்கு ராஸ் அல் கைமா என்ற அமீரகப் பெயரைக் குறிப்பதுடன், சாலமன் நாட்டுக்குப் போகின்ற வழியில் அரசி ஷீபா அந்நிலத்தில் தங்கியிருந்ததையும் செவிவழிக் கதைகளாகக் கூறுகின்றது. இப்படியாக அமீரகத்தின் ஒவ்வொரு திக்கிலும் அதன் ஊர்ப்பெயருக்கான காரணமும் கதைகளும் நிறையவே உண்டு.

எமிரேட்டிகள் என்று அழைக்கப்படுபவர்கள்தான் ஐக்கிய அரபு அமீரகத்தின் நிரந்தரக் குடியுரிமையைப் பெற்ற பூர்வகுடி மக்கள்.

ரோமானியர்களின் ஆதிக்கம் பாரசீக வளைகுடாவில் ஏற்படுவதற்கு முந்தைய காலத்தில் 'ஃபனியாஸ்' பழங்குடியைச் சேர்ந்த கூட்டணியருக்கு அபுதாபிதான் அடைக்கலப் பிரதேசம். அதேபோல, அல்பு ஃபளாசா கூட்டத்தைச் சேர்ந்த மக்களுக்கு துபாயும், அல் காச்மி (அல்லது அல் கவாசிம்) பழங்குடியின மக்களுக்கு ஷார்ஜாவும், ராஸ் அல் கைமாவும் தாயகமாக இருந்திருக்கின்றன. புஜைராவில் குடியேறிய சார்க்கியின வம்சத்தைச் சேர்ந்தவர்களும், அஜ்மானில் குடியேறிய அல் நெய்ம் குழுவினரும் அந்நாட்டின் மன்னர்களாக முடிசூட்டப்பட்டார்கள். இப்படி ஒவ்வொரு இடத்திலேயும் முதன்முதலாகக் குடியேறிய மக்களின் வம்சமும், குடும்ப வாரிசுரிமை கொண்டவர்களுமே அமீரகத்தின் மன்னர்களாக முடிசூட்டிக்கொள்ளத் தகுதியுள்ளவராகும் வரலாறு இன்று வரையிலும் தொடர்கிறது. (இம் மக்களின் உதிரத்தில் தெற்கு ஆசிய, ஆப்ரிக்கப் பூர்விக மக்களின் ஜீன்களும் பின்னிக் கிடக்கலாம் என்பது ஆய்வாளர்களின் யூகம்).

புஜைரா, ராஸ் அல் கைமா, அபுதாபி, அஜ்மான், உம் அல் குவைன், துபாய், ஷார்ஜா என்ற ஏழு அமீரகங்களின் கூட்டுக்கலவைதான் ஒட்டுமொத்த ஐக்கிய அரபு அமீரகம். ஒவ்வொரு அமீரகத்தையும் மேற்சொன்னபடி அதன் முதல் குடியேற்ற வம்சத்தின் தொடர்ச்சியில் வந்த வாரிசுகள் ஆட்சிசெய்கிறார்கள். அவர்களுக்கென்று தனித்தனிக் கொடிகள் கூட உண்டு. மணற் பாலையும், காட்டுப் புற்களும், பேரீச்சை சோலைகளுமாகப் பரந்திருந்த துபாய்தான் இன்றைக்கு மத்திய கிழக்கின் செல்வாக்கு மிக்க தேசம். (உலகைச்சுற்றி வளையவரும் வானூர்தி அனைத்தும் சங்கமிக்கிற தளமாகத் தன்னைக் கட்டியெழுப்பி இருக்கின்ற இதே பாரசீக வளைகுடா நாட்டில் ஒருகாலத்தில் கடந்து போகிற ஒவ்வொரு கப்பலும் கபளீகரம் செய்யப்பட்டுக்கொண்டிருந்த துன்பியல் சம்பவங்களும் நிகழ்ந்திருக்கிறது.) ஆனால் எண்ணெய் வளம் அது எல்லாவற்றையும் புரட்டிப் போட்டது.

பாலைவன மணற் படிமங்களின் மீது கம்பீரத் தோற்றத்துடன் உருவான துபாய் சாம்ராஜ்யம் தன் வணிக ரீதியான நிறுவனங்களின் பெருக்கத்தினாலும், வருகைதரு தொழில்நுட்பங்களின் அசாத்திய வளர்ச்சியினாலும் வெகு குறுகிய காலத்தில் சுற்றுலா, மருத்துவம், கட்டிடக்கலை, வேலைவாய்ப்பு என மென்மேலும் வளமெய்தியது. இதில் தென்னிந்தியர்கள் உட்பட அயல்தேசத் தொழிலாளர்களின் கடினமான உழைப்பு இருக்கிறது. ஐக்கிய அரபு அமீரகத்தின் பூர்வக்குடிகள் சொற்பமானவர்களே. குடியேறிகளாக வந்தவர்களின்

எண்ணிக்கைதான் மொத்த ஜனத்தொகையைக் காட்டிலும் அதிகம். இருந்தபோதும் அந்நாட்டின் குடிமக்களுக்குத் தேவையான அடிப்படை வசதிகள் அத்தனையையும் அபரிமிதமாகவே அரசாங்கம் செய்துகொடுத்திருக்கிறது. பிற தேசத்து மக்கள்பெறும் தனிமனிதச் சம்பாத்தியத்தைக் கணக்கிடும்போது, இருமடங்கு உயர்வான தொகையையே தன் சொந்த நாட்டின் குடிமக்களுக்கு வழங்குகிறது துபாய். பிறதேசங்களைச் சேர்ந்தவர்களும்கூட அரசாங்கத்திற்கு வருமான வரி செலுத்தத் தேவையில்லை. இந்தக் காரணத்திற்காகவே ஐக்கிய அரபு அமீரகத்தில் பணிபுரிய எல்லா நாட்டினரும் ஆர்வம் கொள்வார்கள். (2018ஆம் ஆண்டிலிருந்து சந்தையில் வாங்கும் ஒவ்வொரு பொருளுக்கும் வரி செலுத்தும் நடைமுறை வழக்கில் உள்ளது.)

மின்சாரம், தண்ணீர் என்று குடிமக்கள் செலுத்தும் கட்டணங்கள் அனைத்தும் ஏனையவர்களைக் காட்டிலும் குடிமக்களுக்குக் குறைவான திராம்களிலேயே கணக்கிடப்படும். குடிமக்களுக்குப் பெரும்பாலும் சொந்த வாகனப் பயன்பாடுதான். பொதுப் போக்குவரத்தைப் பயன்படுத்தும் தேவையோ, வெளியிடங்களுக்குச் செல்லும்போதும்கூடப் பொது வரிசைகளில் நிற்கவோ அதிகத்தேவை இருக்காது. அவர்களுக்கென்று தனிப்பாதைகளும், வழித்தடங்களும் அமைக்கப்பட்டிருக்கும். இப்படிச் சகலமும் சொந்தநாட்டுக் குடிமக்களின் முன்னுரிமையைக் கருத்தில்கொண்டு கட்டியெழுப்பப்பட்டிருக்கும் பிராந்தியக் கூட்டமைப்பான அமீரகத்தின் மைந்தர்கள், தாங்கள் உடுத்தும் ஆடைகளிலே தங்களைத் தனித்துவத்துடன் வெளிப்படுத்திக் கொள்கிறார்கள். இதனால் வெளியூர்வாசிகள்கூட எளிதில் இந்நாட்டின் கலாச்சார அணுகுமுறையை விரைவில் புரிந்துகொள்கிறார்கள்.

தொழில் மற்றும் வர்த்தகங்களில் யார் வேண்டுமானாலும் அங்கே முதலீடு செய்தாலும், ஆனால் அமீரகக் குடியுரிமை பெற்ற பங்குதாரர்களைச் சேர்த்துக்கொண்டுதான் எந்தத் தொழிலையும் துவங்க முடியும் என்பது அமீரகச் சட்டம். அதேசமயம் நகரத்தின் முக்கிய பகுதியில்லாமல் அதன் சுற்று வட்டாரங்களில் முதலீடு அல்லது வர்த்தகம் செய்வதில் இந்தக் கெடுபிடிகள் தளர்த்திக்கொள்ளப்படுகின்றன. அங்கே குடிமக்களைப் பங்குதாரராகச் சேர்த்துக்கொள்ளும் அவசியம் குறைவு. அமீரக நிரந்தரக் குடியுரிமையும் வெளிநாட்டவர் யாருக்கும் கிடைக்காது. அங்கே நீங்கள் நிலம் வாங்க வேண்டும் என்றாலும்கூட 99ஆண்டுகளுக்கு அதனைப் பயன்படுத்திக்கொள்ளும் உரிமையை

மட்டும்தான் பெறமுடியுமே தவிர சொந்த நிலத்தைப் பிறருக்கு விற்கும் பழக்கம் அங்கு இல்லை. ஒவ்வொரு அமீரகமும் வெவ்வேறு காலக்கட்டத்தில் ஆங்கிலேய காலனியாதிக்கத்திலிருந்து விடுதலை பெற்றிருந்தாலும் 1971 டிசம்பர் மாதம் 2ம் நாளில்தான் ஐக்கிய அரபு அமீரகம் என்ற 'ஏழு ராஜாக்களின் கனவு தேசம்' உதயமானது. (இராசல்கைமா மட்டும் கொஞ்சம் தாமதமாக பிப்ரவரி 10ம் தேதி 1972ல் இணைந்தது). தாங்கள் பெற்ற சுதந்திரத்தின் கனவுகளைத் தூரம் வைத்துவிட்டுத் தங்களுக்குள் ஒற்றுமையோடு இணைந்த நாளையே 'ஒருங்கிணைந்த நன்னாள்' எனக் கொண்டாடுகிறது மொத்த அமீரகமும்.

ஏழு தனித்தனி அமீரகங்களும் தங்கள் இயற்கை வளங்களைத் தங்களுக்குள்ளாகவே பிரித்துக்கொள்கின்றன. சப்த நிலத்திலும் அபுதாபிதான் பெரிய பரப்புளவுகொண்ட பிரதேசம். அபுதாபியின் அல் நஹியான் குடும்பத்தைச் சேர்ந்தவர்களே மன்னராகவும், ஐக்கிய அரபு அமீரகத்தின் ஜனாதிபதியாகவும் இருப்பார்கள். அதுபோல, துபாயைச் சேர்ந்த அல்மக்தூம் குடும்பத்தினர்கள் பிரதமராக இருப்பார்கள். தேசத்தின் அனைத்து முக்கியமான முடிவுகளும் வீட்டோ சக்தி பெற்ற இவர்களாலேயே எடுக்க முடியும். அபுதாபியில் அமைந்திருக்கும் ஒரு முக்கிய நகரம் அல்எய்ன். அபுதாபி, அல்எய்ன், துபாய் மூன்றும் சரியான தொலைவில் முக்கோண வடிவாக அமைந்திருப்பவை. அல்எய்ன் அமீரகத்தின் தாக சாந்திக்கான நீரைத் தருகிறது என்றால், அபுதாபி தன் எண்ணெய் மற்றும் இயற்கை எரிவாயுக்களின் வளத்தால் நாட்டின் செல்வக் கிடங்கை ஒளிர்விக்கச் செய்கின்றது.

இன்றைக்கு அமெரிக்க மற்றும் ஐரோப்பியர்களின் முக்கிய வணிக, சுற்றுலாத் தளமாக விளங்கும் துபாய் தொழின்முறையில் அவர்களுக்கு வருடத்திற்குப் பல கோடிகளைச் சம்பாதித்துத் தருகின்றது. இந்தியர், பாகிஸ்தானியர், வங்கதேசியர், ஈழ மற்றும் இலங்கைத் தமிழர், சிங்களர், பிலிப்பினோக்கள், சூடானியர், ஆப்ரிக்கர்கள் எனப் பல்வேறு நாட்டைச் சேர்ந்த இனக்குழுவினர் வாழும் தேசம் துபாய். அரபு மொழி அங்கே பூர்வ மொழியாய் இருந்தாலும் உருது, அரபு, ஆங்கிலம், இந்தி, மலையாளம், குறைந்தபட்சமாகத் தமிழ் என ஏதேனும் இரண்டிரண்டு மொழிகளை வைத்துக்கொண்டு வாழ்க்கையை ஓட்டிவிடலாம். அரபு மொழியின் அல் என்ற சொல்லுக்கும், ஆங்கிலத்தில் 'THE' என்ற சொல்லுக்கும் ஒரே அர்த்தம்தான் என்பதால் ஐக்கிய அரபு அமீரகத்தின் பெயர் பலகைகளில் எல்லா வார்த்தைகளுடனும் 'அல்' என்ற வார்த்தையைச் சேர்த்தே காணமுடியும்.

இஸ்லாமிய தேசமான துபாயில் சவுதியைப்போலக் கட்டுக் கோப்பான அல்லது இறுக்கமான மதக் கட்டுப்பாடுகள் கிடையாது. அமீரகத்தில் பெண்களுக்கென இடப்பட்டிருந்த கதவுகளின் தாழ்கள் மெல்ல மெல்லத் திறக்கத் துவங்கியுள்ளதை நீங்களே செய்திகளில் வாசித்திருப்பீர்கள். பிற மதத்தினரும் வழிபட கோவில்கள், குருத்வாராக்கள், தேவாலயங்கள், புத்த விஹார் எனப் பன்மைத் தன்மையைத் தமக்குள் ஏற்றுக்கொண்ட பூமியாக துபாய் தன் கலாசாரத் தன்மையிலும் நவீனப்பட்டு வந்திருக்கிறது. அமீரக நிரந்தரக் குடிமக்களில் ஆண்கள் வேற்று இன பெண்களைத் திருமணம் செய்துகொள்ள அனுமதி இருக்கிறது. ஆனால், பெண்கள் வேற்று மத ஆண்களைத் திருமணம் செய்துகொள்வது பாவச் செயலாகக் கருதப்படுகிறது. தேநீர்க் கெண்டிகள், கோப்பைகள், தண்ணீர்க் குடுவைகள், காபி தயாரிப்புக் கெண்டிகளின் உருவங்கள் பொறித்த சின்னங்கள் ஆகியவை அமீரக மக்களின் விருந்தோம்பல் பண்பை உணர்த்தும்.

அமீரக பெதோயின் பழங்குடியினர் வேட்டைக்குப் பயன்படுத்திய ராஜாளிப் பறவைகளின் நினைவாகவே அமீரகக் காவல் துறையினரின் சட்டைகள் மட்டுமல்லாமல் அரசு சின்னங்களிலும் அதன் உருவம் பொறிக்கப்பட்டிருக்கிறது. வரலாற்றின் அங்கமான தங்களது நினைவுகள் அனைத்தையும் போற்றுகிறவர்களாக நாட்டுமக்கள் உணர்வோடு இருக்கிறார்கள். அதற்கு வீதிமுழுக்க நிறைந்து நிற்கும் அருங்காட்சியகங்களும், காட்சிக்கூடங்களும், மக்களிடமுள்ள பண்டைய கலைப்பொருட்களும் சான்று. கடல் முத்துக்கள், மட்பாண்டங்கள், வரலாற்றுக்கால நாணயங்கள், ஆபரணங்கள், முத்து வியாபாரம் நடைபெற்ற காலத்தில் பயன்படுத்திய பண்டைய கருவிகள் எனத் தங்கள் பழமையின் சுவட்டை ஆதூரமாக வருடிக்கொண்டேயிருக்கிறது துபாய்.

கல்விக்கு முக்கியத்துவம் கொடுக்கும் பல வகையான பாடத் திட்டங்கள், நவீன கல்விக்கூடங்கள், மின்சாரம், எரிபொருள், கடல்நீர் பயன்பாடு, வேளாண்மை, நாட்டின் தற்சார்புப் பொருளாதாரத்தை ஊக்குவிக்கும் வளர்ச்சித் தேவைகள் என அங்குலம் அங்குலமாகத் தங்கள் மண்ணைச் செதுக்கிக் கட்டுவித்திருக்கிறார்கள் இம்மக்கள். அப்பேர்ப்பட்ட நகரத்தின் வீதிகளிலும், தெருக்களிலும், வானுயர்ந்த கட்டடங்களிலும், தாகம் அடர்ந்த மணற்பரப்புகளிலும் அலைந்து சுற்றிய என் பயணங்களைத்தான் அடுத்தடுத்த பக்கங்களில் எழுதியிருக்கிறேன்.

02 துபாய் பஸ் ஸ்டாண்ட்

“துபாய்ல எங்க இருந்தீங்க? ஷார்ஜாவா? அபுதாபியா? பஹ்ரைனா?'' என்ற நகைச்சுவை நடிகர் வடிவேலு பாணி கேள்வியை என்னுடைய நண்பர்களே என்னிடம் வேடிக்கையாகக் கேட்பதுண்டு. ஷார்ஜா, அபுதாபியாவது ஐக்கிய அரபு அமீரகத்தைச் சேர்ந்தவை. பஹ்ரைன் என்பது வளைகுடாவைச் சேர்ந்த தனிநாடு. மூன்றையும் ஒன்றாக துபாயில் இருக்கும் இடங்களாக நினைத்துக் கேள்வி கேட்கும்போது அழுவதா சிரிப்பதா என்று தெரியாது.

அதேபோல, “துபாயில் எங்கே இருந்தீங்க?” என்று கேட்கும்போதும் முகத்தை சீரியசாக வைத்துக்கொண்டு, துபாய் பஸ் ஸ்டாண்ட் பக்கத்திலா என்று கடிப்பார்கள். உண்மையில் ‘துபாய் பஸ் ஸ்டாண்ட்’ என்ற முகவரியை யாராவது உங்களுக்குச் சொன்னால் அவரைச் சந்தேகக் கண்கொண்டு பார்க்கவேண்டாம். ஏனென்றால், துபாயில் பேருந்துகளும், அதற்கான நிலையங்களும் இருக்கத்தான் செய்கின்றன. எங்கள் வீட்டுக்கு அருகே இருந்த பேருந்து நிலையம் அல் குபைபாவில் அமைந்திருந்தது. திரைப்படங்கள் வழியாக ஷார்ஜா, அபுதாபி, துபாய் போன்ற அமீரகங்களின் பெயர்கள் பரிட்சயமாகி இருந்தது. உம் அல் குவைன், ராஸ் அல் கைமா, புஜெய்ரா, அஜ்மான் போன்ற மற்ற அமீரகங்களின் பெயர்களை நினைவில் வைத்து உச்சரிப்பதற்கு ஆரம்ப நாட்களில் படாதபாடு பட்டிருக்கின்றேன்.

ஐக்கிய அரபு அமீரகத்தின் கிழக்குப் பகுதியில் அமைந்திருக்கும் ஷார்ஜாவின் பெயர்ச்சொல் ‘ஷாரிகா’ என்ற அரபு வார்த்தையில் இருந்து மருவியிருக்கலாம் என்று கருதப்படுகின்றது. அதனாலேயே சார்ஜா என்ற வார்த்தைக்கு உதயசூரியன் என்றும் சிலர் பொருள் கொள்வதுண்டு. அரேபிய வளைகுடாவையும் ஓமானியக் கடலையும் பார்த்தவாறு அமைந்திருக்கும் சார்ஜா 6000 வருட நாகரிகத்தைக் கொண்டது. கிரேக்க புவியியலாளரான டால்மி வரைந்த இரண்டாம் நூற்றாண்டைச் சேர்ந்த வரைபடத்தில் ஷார்ஜா குறிப்பிடப்பட்டுள்ளதே இதற்கு சாட்சி. அபுதாபி, துபாய்க்கு அடுத்ததாக ஐக்கிய அரபு அமீரகத்தின் பெரிய நிலப்பரப்பு சார்ஜாவினுடையதுதான். ஐக்கிய அரபு அமீரக நாடுகளுள் மற்ற ஆறு அமீரகத்துடன் தன் எல்லைகளைப் பகிர்ந்துகொண்டிருக்கும் ஒரே அமீரகமான ஷார்ஜா அதன் கிழக்குக் கரையோரத்தை 1507 ஆம் ஆண்டு போர்த்துகீசியர்கள் கைப்பற்றி இருந்தார்கள். 1600 ஆம்

வருடத்திலிருந்து அல் காசுமி வம்சக் குடும்பத்தினரே ஷார்ஜாவை ஆட்சி செய்து வருகின்றனர்.

22 அருங்காட்சியகங்களும் 600 மசூதிகளும் நிறைந்திருக்கும் ஷார்ஜாவில் 1972 ஆம் ஆண்டு எண்ணெய் வளம் கண்டுபிடிக்கப்பட்டு 1974 ஆம் ஆண்டு ஏற்றுமதி செய்யப்பட்டது. வளைகுடா மற்றும் மத்திய கிழக்குப் பகுதியின் முதல் கொள்கலன் (கண்டைனர்) நிலையம் 1975 ஆம் ஆண்டு ஷார்ஜாவின் காலித் துறைமுகத்தில்தான் நிறுவப்பட்டது. ஐக்கிய அரபு அமீரகத்தின் முதல் விமான நிலையம், நூலகம், பள்ளி, நகராட்சி என அனைத்தும் ஷார்ஜாவில்தான் தோன்றியிருக்கின்றன. ஐக்கிய அரபு அமீரகத்தின் முதல் பள்ளியான 'அல் இஸ்லா அல் தேய்மயா ' 1907 ஆம் ஆண்டு ஷார்ஜாவில்தான் அமைக்கப்பட்டது. ஐக்கிய அரபு அமீரகத்தின் முதல் நூலகமான 'அல் தய்மேயா' 1933ஆம் ஆண்டு ஷார்ஜாவில் நிறுவப்பட்டு இருக்கின்றது. 1942 ஆம் ஆண்டு பெண்களுக்குக் கல்வி அளித்ததன் வழி பெண்கல்விக்கு உரிமை கொடுத்த முதல் அமீரகம் என்ற பெருமையும் ஷார்ஜாவையே சேரும். மத்திய கிழக்கின் முதல் குறைந்த கட்டண விமானச் சேவை நிறுவனமான ஏர்அரேபியாவின் தலைமை நிறுவனம் 2003ம் ஆண்டு ஷார்ஜாவில்தான் நிறுவப்பட்டது. புவியியல் ரீதியாகவும், அரசியல் ரீதியாகவும் கலாச்சாரமற்றும் வர்த்தக உறவுகளை மேம்படுத்துவதற்காக 'சிஸ்டர் சிட்டீஸ்' ஒப்பந்தங்கள் போடப்படுவதுண்டு. அவ்வகையில் ஷார்ஜாவின் சகோதர நகரமாக ஸ்பெயினில் உள்ள கரனாடாவைக் குறிப்பிடலாம். துபாய்க்கு 32 நாடுகளுடன் உடன்படிக்கைகள் கையெழுத்திடப்பட்டுள்ளது. 1998 ஆம் ஆண்டு யுனெஸ்கோ ஷார்ஜாவை 'அரபு கலாச்சாரத்தின் பிரதிபலிப்பு' என்று பாராட்டியுள்ளது.

ராணி கட்டிய மசூதி

ஷார்ஜா ஆட்சியாளரின் மனைவி ஷீக்கா ஜவஹர் பிண்ட் முகம்மது அல் காஸ்மியின் உத்தரவின்படி 2005 ஆம் ஆண்டில் கட்டப்பட்டதுதான் அல்நூர் மசூதி. அரபு மொழியில் நூர் என்றால் 'ஒளி' என்று பொருள். துருக்கிய ஓட்டோமான் கட்டிடக்கலையின் தாக்கத்துடன் இஸ்தான்புல்லிலுள்ள சுல்தான் அஹ்மத் நீல மசூதி சாயலில் கட்டப்பட்டுள்ள பள்ளிவாசலில் ஒரே நேரத்தில் 2,200 பேர் பிரார்த்தனை செய்யலாம். பென்சில் போன்ற கூர்மையான 52 மீட்டர் உயர ஸ்தூபி, க்ளாஸ் பைபர் கான்க்ரீட்டால் கட்டப்பட்ட 34 குவிமாடங்கள் கொண்ட மசூதியில் பலவகையான வடிவியல்

அமைப்புகள் செதுக்கப்பட்டுள்ளன. எடை குறைவான மாடங்களைக் கொண்டு அடுக்கப்பட்டாலும் 100 டன் எடையுள்ள மத்திய குவிமாடத்தை இட்டாலி மற்றும் இந்தியாவிலிருந்து கொண்டுவரப்பட்ட 4 மார்பில் தூண்கள் தாங்கி நிற்கின்றன. அழகிய கையெழுத்துடனான குரான் வாசகங்கள் மசூதிகளின் வளைவுகளிலும் மெக்காவைப் பார்த்தபடி இருக்கும் மிராப்பிலும் பொறிக்கப்பட்டுள்ளன. புஹைரா கார்னிச்சின் காலித் உப்புநீர் ஏரிக்கு அருகே அமைந்துள்ள மசூதியின் கலை அழகைப் பார்வையிட அனைத்து மதத்தினருக்கும் அனுமதி உண்டு.

ஜெபல் ஃபாயா

கி.மு. 1,25,000 ஆண்டுகளுக்கு முன்பான மனித வாழ்வுக்கான முதன்மை ஆதாரங்கள் ஷார்ஜாவின் ஜெபல் ஃபாயாவில் கண்டுபிடிக்கப்பட்டுள்ளன. அல் மடம் அருகே உள்ள இத்தொல்பொருள் தளத்தில் ஐர்ன் ஏஜ், பிரான்ஸ் ஏஜ், நியோலித்திக் மற்றும் பேலியோலிதிக் ஏஜ்களில் பயன்படுத்தப்பட்ட ஆயுதங்களுடன், நாணய அச்சுக்கள், கிரேக்கக் கடவுளின் உருவம் பதித்த300க்கும் மேற்பட்ட நாணயங்களும்கண்டெடுக்கப்பட்டுள்ளன. இறந்தவர்களுடன் அவர்கள் பயன்படுத்திய மட்பாண்டங்கள், வாள்கள் மற்றும் நகைகள் புதைக்கப்படும் வழக்கத்தைக் கேள்விப்பட்டிருப்போம். ஆனால் இங்கோ அவர்கள் சவாரி செய்த குதிரைகளும், ஒட்டகங்களும் அவர்களுடனேயே புதைக்கப்பட்டு இருக்கின்றன. இந்தச் சடங்கிற்கு 'பலியா' என்று பெயர். தங்கக் கடிவாளங்களுடன் கிடைத்த ஒட்டகக் கூடுகளின் வாயில் காணப்பட்ட கரித்துண்டின் கார்பன் வெளியேற்றத்தை வைத்து அவை கிபி 74 முதல் கிபி 125 ஆம் காலத்தைச் சார்ந்தவை என்றும் யூகித்து இருக்கின்றார்கள். ஒட்டகங்களுக்கும் குதிரைகளுக்கும் தனிக் கல்லறைகள் இருப்பதால் ம்லய்ஹா தொல்பொருள் மையத்தைப் பார்வையிடப் பலரும் ஆர்வம் காட்டுவதுண்டு. அபுதாபியின் உம் அன்– நர் காலத்தைச் சேர்ந்த கேணி போன்ற அமைப்பிலான தண்ணீர் வடிகாலுடனான 200 ஆண்டுகள் பயன்படுத்தப்பட்ட கல்லறை அமைப்பு ஐக்கிய அரபு அமீரகத்தின் இரண்டாம் பெரிய கல்லறை ஆகும்.

மாவீரன் அலெக்ஸாண்டர் மற்றும் அவரது வழித் தோன்றல்களால் அச்சடிக்கப்பட்ட நாணயங்கள் கிழக்கு அரேபியா மற்றும் மெசபத்தோமியா பகுதிகளில் புழக்கத்தில் இருந்திருக்கும் என்று

கணிக்கப்பட்டுள்ளது. நாணயங்களில் பொறிக்கப்பட்டிருக்கும் அபியல் என்ற பெயர் கி.மு. இரண்டாம் நூற்றாண்டைச் சேர்ந்த தென் அரேபிய ஆட்சியாளரைக் குறிப்பிடுவதாகச் சிலர் கருதினாலும் ம்லய்ஹா பகுதியைத் தொடர்ச்சியாக ஆண்டு வந்த பெண் ஆட்சியாளர்களைக் குறிக்கும் சொல் என்றும் ஒரு கருத்து உலாவுகின்றது. ஆப்ரிக்க நிலப்பரப்பை அடுத்து உலகின் மிகப் பழமையான குடியேற்றமாகக் கருதப்படும் இத்தளத்தின் அகழ்வாராய்ச்சிப் பொருட்கள் ஷார்ஜாவின் ம்லய்ஹா தொல்பொருள் மையத்தில் காட்சிப்படுத்தப்பட்டுள்ளன. மணற் குன்றுகள், கற்கள், உயரமான மலையுச்சிகள் நிரம்பிய மலைப்பகுதியில் மலையேற்றம் செய்வதுடன் பரந்து விரிந்த பாலைவனத்தில் ட்யூன் பேஷிங் மற்றும் பேரா கிளைடிங் செய்யவும் சுற்றுலாப் பயணியர்களுக்கு வாய்ப்பு அளிக்கப்படுகின்றது.

அல் கலீஜ் செய்தித்தாள்

ஐக்கிய அரபு அமீரகத்தின் பிரபல அரபு மொழிப் பத்திரிகையான அல் கலீஜ் தினசரிச் செய்தித்தாள் தர் அல் கலீஜ் என்பவரால் 1970 ஆம் ஆண்டு ஷார்ஜாவில் தொடங்கப்பட்டது. கலீஜ் என்றால் ஆங்கிலத்தில் 'வளைகுடா' என்று பொருள். இதே நிறுவனக் குழுமத்தினால் நிர்வகிக்கப்படும் 'கல்ஃப் டுடே' ஆங்கில நாளிதழுக்கும் ஷார்ஜாதான் தலைமையகம். 1972 ஆம் ஆண்டு நிதிப் பற்றாக்குறையால் மூடப்பட்ட நிறுவனம் தற்பொழுது பாரசீக வளைகுடா மற்றும் அரபு மாநிலங்களில் மிக முக்கியமான தினசரி நாளிதழ். 1982 ஆம் ஆண்டு பெய்ரூட்டில் நடந்த இஸ்ரேல் ஆக்கிரமிப்பின்போது அந்நாட்டில் தைரியமாக உள்நுழைந்து யாசர் அராபத்தைப் பேட்டி எடுத்த எகிப்து நாட்டைச் சேர்ந்த அரபுப் பத்திரிகையாளரான அட்லி பார்சுதான் இச்செய்தித்தாளின் துணைத் தலைவர். அதிகபட்சமாக ஒரு வருடத்தில் 60,000 பிரதிகள் விற்பனை செய்யப்படும் நாளிதழ் 1990களில் புதிய அச்சிடும் கருவிகளைக் கொள்முதல் செய்து பக்கங்களை அதிகரித்ததுடன் நிர்வாகத்தின் எண்ணிக்கையையும் அதிகரித்து மற்ற வெளியீடுகளையும் அச்சிட்டு வருகின்றது.

அல் எஸ்லா ஸ்கூல் ம்யூசியம்

1940 ஆம் ஆண்டு ஏற்பட்ட முத்து வணிக வீழ்ச்சியால்

அல் எஸ்லா பள்ளியின் நிதிநிலை மிகவும் பாதிக்கப்பட்டது. ஷார்ஜாவின் அன்றைய ஆட்சியாளர் அல்காசுமி உதவிசெய்ததை அடுத்துப் பள்ளியின் பெயர் அல் எஸ்லா அல் காஸ்மி என்று அழைக்கப்பட்டது. மற்ற பள்ளிகளின் வரவால் 1950 ஆம் ஆண்டு இந்தப் பள்ளிக்கான சேர்க்கை குறைய 1990 ஆம் ஆண்டு அருங்காட்சியகமாக மாற்றப்பட்டது. 1950களில் பெண்கல்விக்கு வித்திட்ட பெருமை இப்பள்ளியையே சேரும். மதத்தைத் தாண்டி சிறுவர்களுக்குக் கணிதம், வரலாறு, பூகோலம், வானவியல், இலக்கியம் என்று கற்றுக்கொடுக்கப் பல அரபுநாடுகளிலிருந்தும் ஆசிரியர்களை அழைத்து வந்தனர். இப்பள்ளியின் முக்கிய மாணவர்கள் என்று ஷார்ஜாவின் மன்னர் ஷேக் சுல்தான் பின் சக்கர் அல் காஷ்மி அவர்களைக் குறிப்பிட்டுச்சொல்லலாம்.

ஷார்ஜா கார் கிளப் & மியூசியம்

2008ம் ஆண்டு திறக்கப்பட்ட ஷார்ஜா கிளாசிக் கார் கிளப் மற்றும் அருங்காட்சியகம் 2013ஆம் ஆண்டு புனரமைக்கப்பட்டது. 5 பகுதிகளாகப் பிரிக்கப்பட்டிருக்கும் கண்காட்சியில் ஆட்டோமொபைல் தொழிற்துறையின் வரலாற்று நிலைகளைப் பதிவு செய்திருக்கின்றார்கள். 20ஆம் நூற்றாண்டின் ஆரம்பத்தில் வடிவமைக்கப்பட்ட நூற்றுக்கணக்கான கிளாசிக் கார்களை கார் பிரியர்கள் தேடிவந்து பார்த்துச் செல்கின்றனர். விமான நிலையச் சாலையில் அமைந்திருக்கும் அருங்காட்சியகத்தில் நிச்சயம் பார்க்க வேண்டிய கார்களுள் விண்டேஜ் மெர்சிடிஸ் பென்ஸ் 600ம் அவைகளில் ஒன்று.

அல் மஹாட்டா மியூசியம் – மகத்தா கோட்டை

வளைகுடா பகுதியின் முதல் விமான நிலையமான அல் மஹாட்டா 1932 ஆம் ஆண்டு ஷார்ஜாவில் கட்டப்பட்டது. பிரிட்டனிலிருந்து தூரக் கிழக்கு நாடுகளுக்குச் செல்லும் வழியில் தனது விமானங்களை நிறுத்துவதற்கு அனுமதியளிக்குமாறு பிரிட்டிஷ் கம்பெனி இம்பீரியல் ஏர்வேஸ் நிறுவனம் ஷார்ஜா ஆட்சியாளரைக் கேட்டுக்கொண்டது. உப்புப் பாறைகள் கொண்ட கடினமான நிலத்தின் மீது ஒரு சிறிய ரன்வேயைக் கட்டமைத்து பிரிட்டிஷ் விமானங்கள் தரையிறங்க ஷேக் சுல்தான் பிங் ஸ்கர் உதவி செய்தார். அதன் அருகிலேயே பயணிகள் மற்றும் பிரிட்டன் குழுவினர் தங்குவதற்கு மகத்தா கோட்டையை ஏற்பாடும் செய்துகொடுத்தார். இந்த மகத்தா கோட்டையே பின்னாளில் ஷார்ஜாவின் விமான நிலையமாக 1977ஆம் ஆண்டுவரை

செயல்பட்டு வந்தது. அதற்கு முன்பு மத்திய கிழக்கின் ஒரே விமான நிலையம் எகிப்தில்தான் செயல்பட்டுக்கொண்டிருந்தது. வளைகுடா நாடுகளுக்கும் இந்தியாவிற்கும் இடையே வர்த்தகத்தை எளிதாக்கிய பெருமை அல் மஹாட்டா விமான நிலையத்தையே சாரும். துபாயின் சர்வதேச விமானநிலையம் பயன்பாட்டுக்கு வந்தபின், அல் மஹாட்டா விமான நிலையம் பயன்பாட்டில் இல்லை. ஷார்ஜாவின் ஆட்சியாளர் டாக்டர் ஷேக் சுல்தான் பின் முகமது அல் காசுமி அவர்கள் விமான நிலையத்தை அருங்காட்சியகமாக மாற்ற முடிவு செய்தார். பயன்படுத்தப்பட்ட நான்கு முழுமையான அசல் ப்ராபெல்லர் விமானங்கள்,பைலட்களின் பழமையான கவச உடைகள் கொண்டு 2000 ஆம் ஆண்டில் திறக்கப்பட்ட அருங்காட்சியகத்தைக் கட்டணமில்லாமல் பார்த்து வரலாம்.

ஈரடுக்குப் பேருந்துகள்

துபாயிலிருந்து ஷார்ஜாவுக்குக் குறைந்த செலவில் பயணிக்கும் பேருந்துகள் பெரும்பாலும் இரண்டு அடுக்குகள் கொண்டவை. அதனாலேயே நம்மவர்களுக்கு துபாய் பேருந்துகளைக் கண்டதும் குழந்தைத்தனம் வந்து ஒட்டிக்கொண்டுவிடும். ஈரடுக்குப் பேருந்துப் பயணத்திற்காகத் தங்கள் சொந்த வாகனத்தை நிறுத்திவிட்டு, தங்கள் குடும்பத்தினரோடு துபாய் கோவில்களுக்குச் செல்லும் இந்தியப் பெற்றோர்கள் ஷார்ஜாவில் அதிகம். ஷார்ஜாவில் வீட்டு வாடகை சற்றுக் குறைவு என்பதால் அதிகளவு மக்கள் அங்கே குடியேறி வசிக்கின்றார்கள். அதனாலேயே சார்ஜாவின் சாலைகள் பெரும்பாலும் போக்குவரத்து நெரிசலுடனேயே காணப்படும். ஐக்கிய அரபு அமீரகத்தின் மூன்றாவது அதிக ஜனத்தொகை கொண்ட பிராந்தியமும் ஷார்ஜாதான். 2015 ஆம் ஆண்டின் கணக்கின்படி 14 லட்சம் மக்களைக்கொண்ட ஷார்ஜாவில் தமிழர்களின் எண்ணிக்கை அதிகம். பேருந்துகளில் பயணிக்கும்போது, மக்களின் பேச்சுக்கிடையே அங்கங்கு தமிழ்ச்சொற்கள் ஊடாகப் புகுந்து விளையாடும். அந்நியதேசம்தானே நம் தாய்மொழி மற்றவருக்குப் புரியவாபோகிறது என்கின்ற தைரியத்தில் சத்தமாய்ப் பேசினால் நம் கதைகள் மற்றவருக்குப் பொழுதுபோக்காகிவிடும்.

சார்ஜா சாலைகள்

அரபிய தீபகற்பத்தின் பாரசீக வளைகுடாவின் தெற்குக் கடற்கரையோரத்தில் இருக்கும் ஷார்ஜா துபாயைவிடப் பெரியது

என்றாலும் ஷார்ஜாவின் கல்பா, கோர்பக்கான், டிப்பா பகுதிகளை வேறு அமீரகங்கள் சூழ்ந்திருக்கின்றன. சார்ஜாவின் சாலைகளில் பயணம் செய்யும்பொழுது, சாலையோரப் பதாகைகளில் அல்லது வானொலியில் போக்குவரத்து நெரிசல் குறித்த செய்திகளில் வரும் ஈ–311, ஈ–11 போன்ற சாலைகளின் பெயர்கள் பலருக்குக் குழப்பம் தருபவை. ஈ என்பது எமிரேட்ஸ் அதாவது மற்ற அமீரகத்துக்குப் போவதற்கான பாதைகளையும், எஸ் என்பது ஷார்ஜாவிற்குள்ளேயே இருக்கும் பாதையின் குறியீடுகள். எஸ்–12 குறியீட்டுக்கு 'மல்லிஹா சாலை' என்று பெயர் சூட்டியிருப்பதைக் கண்டபோது, அட நம்ம ஊர்த் தமிழ்ப் பெயர் மாதிரி இருக்கே என்று முகத்தில் தானாக ஒரு புன்னகை அரும்பியது. இந்தச் சாலையோரப் பேருந்து, டிராம் மற்றும் மெட்ரோ வாகனங்களின் வரவிற்காக ஷார்ஜா மக்கள் வழி மேல் விழி வைத்துக் காத்திருக்கிறார்கள்.

ரோலா சதுக்கம்

ரோலா சதுக்கம் ஷார்ஜா நகரின் மையப்பகுதியில் அமைந்துள்ள மிகவும் புகழ்பெற்ற பகுதி. ரோலா சதுக்கத்தைச் சுற்றி பல வணிக நிறுவனங்களும், தமிழ் ஜும்ஆ பள்ளிகளும், அனைத்து முக்கிய வங்கிகளின் 'பேங்க் ஸ்ட்ரீட்' பகுதியும் அமைந்திருக்கின்றன. எப்போதுமே ஜனத்திரளால் நிரம்பி வழியும் ஒரு சுறுசுறுப்பான இடம் இது. சரியாகச் சொன்னால் சென்னைக்கு தி.நகர் எப்படியோ அப்படி ஷார்ஜாவிற்கு ரோலா. இங்குள்ள நூற்றுக்கணக்கான கடைகளில் கிடைக்காத பொருட்களே இல்லை. சொல்லப்போனால் ஷார்ஜாவில் தமிழ்த் திரைப்படங்களுக்கான திரையரங்கம் என்பது ரோலாவில்தான் உள்ளது. அபரிமிதமாகத் தமிழர்கள் வசிக்கும் பகுதி இது என்பதால் நம் ஊரின் உணவுகள் கிடைக்கும் தமிழ் உணவகங்களும் இங்கு அதிகம் தென்படும். ஒவ்வொரு வாரமும் வெள்ளி மற்றும் விடுமுறை தினங்களில் ஷார்ஜாவில் வசிக்கும் இந்தியர்களும் பிற வெளிநாட்டினரும் தங்கள் நண்பர்களையும் உறவினர்களையும் சந்தித்துக்கொள்ள வேடந்தாங்கலில் பறவைகள் கூடுவதுபோல் ரோலா சதுக்கத்தில் ஒன்று கூடுவார்கள். இந்தச் சதுக்கம் ஒரு பழமையான ஆலமரத்தை மையமாகக்கொண்டு உருவாக்கப்பட்டிருக்கிறது. ஆலமரம் இப்பொழுது இல்லை என்றாலும் அதன் கிளைகளைப் போன்ற தோற்றத்தோடு 22 மில்லியன் திர்ஹாம் செலவில் கட்டமைக்கப்பட்ட சதுக்கத்தை ஷார்ஜா நிர்வாகம் தங்களுடைய 43வது தேசிய தினத்தில் திறந்து வைத்தது. ரோலா என்றால் 'ஆலமரம்' என்று பொருள்.

ரோலா சதுக்கம்

ஷார்ஜா மரிடைம் மியூசியம்

ஏழாயிரம் ஆண்டுகள் பழமையான முத்து, ஆழ்கடல் உயிரினங்கள் மற்றும் கடற்படைத் தளவாடங்களின் காட்சிசாலையான 'ஷார்ஜா மரிடைம் மியூசியம்' மகத்தா கோட்டைக்கு அருகிலேயே அமைந்துள்ளது. ஐக்கிய அரபு அமீரகத்தின் மற்ற நீர்வாழ் உயிரினக் காட்சிசாலைகளைக் காட்டிலும் இங்கு நுழைவுக்கட்டணம் குறைவு. தங்களுடைய பாரம்பரிய மீன்பிடி முறைகள், முத்துக்குளிப்பு, கப்பல்கட்டும் தொழில்களின் மாதிரிகளைக் கொண்டு வடிவமைக்கப்பட்டிருக்கும் இந்த அருங்காட்சியகம் அமீரக மக்களின் கடல் ஆளுமையைச் சிறப்பித்துச் சொல்லும் காலங்கடந்த ஆவணங்களாக அறியப்படுகின்றன. இங்குதான் உலகின் பழமையான முத்துகளில் ஒன்று என நம்பப்படும் ஏழு ஆயிரம் ஆண்டுகள் முன்பு விளைந்து ஷார்ஜாவில் ஒரு கடலோரக் கல்லறை தளத்தில் தொல்பொருள் ஆராய்ச்சியாளர்களால் கண்டுபிடிக்கப்பட்ட பழம்பெரும் முத்து காட்சிக்கு வைக்கப்பட்டுள்ளது. ஆழ்கடலில் வாழும் பெரிய மீன்களின் பொம்மை மாதிரிகளைத் தத்ரூபமாக அந்தரத்தில் மிதக்கவிட்டிருக்கிறார்கள். இதன் மினியேச்சர் வடிவங்கள் மியூசியத்தின் வெளியே விற்பனைக்கு வைக்கப்பட்டிருந்தாலும் அதன் விலை பயத்தை ஏற்படுத்தும்.

எமிரேட்ஸின் கண்

அல்கஸ்பா என்றதும் நினைவுக்கு வரக்கூடியது 'எமிரேட்ஸ்

ஐ' எனப்படும் இராட்சத சக்கரம்தான். 'இலண்டன் ஐ' என்றழைக்கப்படும் ஃபெர்ரிஸ் ராட்சத சக்கரத்தைக் காட்டிலும் இதன் உயரம் பாதிதான் என்றாலும், 'ஐ ஆஃப் எமிரேட்ஸி'ன் பிரம்மாண்டம் ஆளை அசத்தும். ஜெய்ன்ட் சக்கரத்தின் குளிரூட்டப்பட்ட கேபினில் ஏறி அமர்ந்து நீண்ட காத்திருப்பிற்குப் பிறகு, மிக மெதுவாக ஒவ்வொரு சுற்றும் சுற்றப்பட்டதால் ஒட்டுமொத்த அமீரகத்தின் அழகையும் நிதானமாக ரசிக்க முடிந்தது. மயிர்க்கூச்செரியும் இந்த இராட்டினச் சுற்றுக்குத் துணையாக சாகச மனநிலைகொண்ட நண்பர்கள் கிடைத்தவர்கள் பாக்கியவான்கள். கடந்த 13 வருடங்களாக என்போன்ற பல பயணிகளுக்குப் பறவைக் கோணப் பார்வையில் அமீரகத்தை ரசிக்க உதவியாய் இருந்த இந்த 'எமிரேஸின் கண்' தற்போது, அல்ஜஸீராவில் அமைந்துள்ள அல் மொன்டாசா பூங்காவிற்குக் கொண்டுசெல்லப்படவிருக்கிறது.

அல்கசபாவில் அமைந்துள்ள அரசாங்கக் கட்டடங்கள் ஒளித் திருவிழாவில் வண்ணக் கதிர்களுடன் பிரகாசித்துக் கொண்டிருந்தன. மயிர்க்கூச்செரியும் ரங்க ராட்டினங்கள் பயணம் செய்யத் தூண்ட, சாகச விரும்பிகளான 'நண்பர்கள்' கிடைத்தவர்கள் அதிர்ஷ்டசாலிகளாகத் தெரிந்தார்கள்.அல்கசபாவின் பொருட்காட்சி அமைப்பில் செயற்கையாக நீரோடை ஏற்பாடுசெய்து அதில், படகுச் சவாரியும் விட்டுக்கொண்டிருந்தார்கள். குச்சியில் சுற்றப்பட்ட உருளைக்கிழங்கு வருவலின் செய்முறை, சுவைகளை வித்தியாசப்படுத்தத் தூவப்படும் மசாலாப் பொடிகளுக்காகவே வியாபாரம் பட்டையைக் கிளப்பியது. தரையிலிருந்து வரும் சிறு சிறு நீரூற்றின்மேல் படுத்து, உட்கார்ந்து எனக் குழந்தைகளின் சேட்டைகள் உச்சத்தைத் தொட, இரவு நேரத் தண்ணீர் விளையாட்டை பிலிப்பினோ தாதிமார்களைத் துணைக்கு வைத்துக்கொண்டு அமீரக அம்மாக்கள் ரசித்துக் கொண்டிருந்தார்கள்.

பிலிப்பினோ தாதிகள்

ஒடுங்கிய தேகமும், அழுந்திய மூக்குமாகக் காணும் இடமெல்லாம் தென்படும் பிலிப்பினோ தாதிமார்கள் வேலைக்காக ஆண்டுதோறும் துபாயில் வந்து குவிகிறார்கள். அமீரகம் வெளியிட்ட புள்ளிவிபரக் கணக்குப்படி இரண்டு மில்லியன் பிலிப்பினோக்கள் அந்நாட்டில் பணிபுரிகிறார்கள். இவர்கள் மீது நிகழ்த்தப்பட்ட வன்முறைக்குப் பிறகு பிலிப்பைன்ஸ் பணியாளர்களை அமர்த்துவது தொடர்பான தடையை துபாய் அரசாங்கம் மேற்கொண்டது. பின்னர், ஷேக் சபா அல்–கலீல் அல் கையெழுத்திட்ட, இரு நாடுகளுக்கும் இடையிலான உள்நாட்டுத் தொழிலாளர்களின் வேலைவாய்ப்பு ஒப்பந்தத்தின்

வாயிலாக அந்தத் தடை நீக்கப்பட்டது. பிலிப்பினோக்கள், கிறிஸ்துமஸ் காலங்களில் துபாயிலுள்ள தேவாலயக் கொண்டாட்டங்களில் கலந்துகொள்வதோடு, நம்முடைய வீடுகளுக்கும் வருகைதந்து, வேதாகமப் பாடல்களைப் பாடி, பரிசுப் பொருட்களைப் பெற்றுச்செல்வார்கள். அதேசமயம், நீண்டகாலமாக அமீரகத்திலே பணிபுரியத் துவங்கிய, பிலிப்பினோக்கள் இஸ்லாத்தைத் தங்கள் வாழ்வியல் நெறியாக ஏற்றுக்கொண்ட மதமாற்றங்களும் அங்கங்கு நிகழ்கின்றன.

கொடிக்கம்பம்

ஷார்ஜாவில் மெட்ரோ கிடையாது என்பதால் வாடகை மோட்டார் வண்டிப் பயணம்தான். அல்கசாபாவிலிருந்து ஒரு வாடகை வண்டியில் அல்மஜாஸ் நீரூற்று நடனப் பூங்காவிற்குப் பிரயாணம் செய்யும் வழியில்தான் உலகிலேயே உயரமான (7வது) ஃப்ளாக் போல் (flag pole) கொடிக்கம்பத்தைப் பார்வையிட்டோம். தள்ளியிருந்து பார்த்ததை விட அருகிலிருந்து பார்த்தபொழுதுதான் அதன் தாக்கத்தை உணர முடிந்தது. ராஸ் அல் கைமாவும், ஷார்ஜாவும் ஒரே குடும்பத்திலுள்ள இரு பிரிவினர்களால் ஆட்சி செய்யப்படுவதால் வெள்ளைப் பின்புலத்தில் ஒரு நீண்ட செவ்வகச் சிவப்புக் கொடியை ஒற்றுமையாய்ப் பகிர்ந்துகொண்டிருந்தார்கள்.

வாடகை வண்டி அல்மஜாஸ் பூங்காவில் எங்களை இறக்கிவிட்டது. ஷார்ஜாவில் வாடகை வண்டியின் குறைந்தபட்சக் கட்டணத்தொகை 11 திராம்கள். நாணயச் சில்லறைகளை அங்கு ஃபில்ஸ் என அழைக்கிறார்கள். அல் மஜாஸ் பூங்காவில் பாடலுக்கு ஏற்ப நீரூற்று நடனமும் ஒளிக்கதிர் நிகழ்ச்சியும் அன்று சிறிதுநேரம் தாமதமாகவே தொடங்கும் என்று அறிவித்திருந்தார்கள். ஒரு சில நாட்களில் இரத்து செய்யப்பட்ட அறிவிப்பையும் தெரிந்துகொண்டோம். எங்கள் நல்லநேரம் அன்று எந்தத் தடங்கலும் இல்லாமல் நீரூற்று நடனம் தொடங்கியது. நீரூற்றின்மேல் அரசர்களின் புகைப்படத்தைப் பிரதிபலிக்கும் வகையில் லேசர் கற்றைகளைப் பாய்ச்சக் கூட்டம் ஆரவாரம் செய்தது.

லைட்டிங் ஃபெஸ்டிவல்

18ஆம் நூற்றாண்டிலிருந்து ஷார்ஜாவை அல்காஸ்மி மன்னர் குடும்பம் (ஹவாய்லா பழங்குடியினர்) ஆட்சி செய்வதால் ஷார்ஜா பல்கலைக்கழகத்திற்கு 'அல் காஸ்மி' என்று அவர்கள் பெயரையே சூட்டியிருக்கிறார்கள். ஒளித் திருவிழா காலங்களில்

அல் காஸ்மி பல்கலைக்கழகம் மற்றும் அரசாங்கக் கட்டடங்களின் மீது விதவிதமான அசையும் வண்ண லேசர் கதிர்கள் பாய ஊரே பிரம்மாண்டமாய் மிளிர்கிறது. ஒளி, ஒலியின் வழி சொல்லப்படுபவை கதைகளாகவோ, வரலாறாகவோ கூட இருந்தாலும் தீபாவளி நெருங்கும் நாட்களில் நாம் கொண்டாடுகிற தீபத் திருவிழாவின் சாயல் அதில் தெரியும்.

தமிழ்த் திருநாளில் சூரியனை வணங்குவதுபோல இந்தத் தீபத் திருநாளில் எல்லோரும் ஒளியை வணங்குகிறார்கள். உலகம் முழுவதும் வெவ்வேறு பெயர்களில் கொண்டாடப்படும் ஒளித்திருவிழா தாய்லாந்து தலைநகர் பாங்காக்கிலும், சீனா, நெதர்லாந்து மற்றும் இங்கிலாந்து போன்ற ஐரோப்பிய நாடுகளிலும் தீபத் திருவிழாக்கள் கொண்டாடப்படுகின்றன. அந்தந்த நகரங்களின் வரலாற்றினை அடிப்படையாக்கொண்டு உருவான இந்தத் திருவிழா கடந்த 2004ஆம் ஆண்டுமுதல் அமீரகத்திலும், 'துபாய் ஒளித்திருவிழா' என்ற பெயரில் களைகட்டுகிறது. சொல்லப்போனால், அமீரகத்தின் முதல் கல்ச்சுரல் ஃபெஸ்டிவல் என்று ஷார்ஜா ஒளித் திருவிழாவை வர்ணிக்கலாம். துபாய்க் கலாச்சார மற்றும் அறிவியல் மையம் முன்னின்று இந்தத் திருவிழாவினை ஒருங்கிணைக்கிறது. ஒவ்வொரு ஆண்டும் பிப்ரவரி மாதம் நடக்கும் ஒளித் திருவிழாவைப் பார்வையிடும் ஏழு லட்சம் மக்களுள் வெளிநாட்டுப் பயணிகளும் ஏராளமானோர் அடக்கம். மசூதிகள் உட்பட இருபதுக்கும் மேற்பட்ட இடங்களில் இருபதுக்கும் அதிகமான தொழில்நுட்பக் கலைஞர்களால் அரங்கேற்றப்படுகின்றது.

பாகிஸ்தான் ஹோம்கிரவுண்ட்

இந்தியாவிற்கும் பாகிஸ்தானுக்கும் இடையிலான பல பரபரப்பான போட்டிகள் நடைபெற்று, பல ஆசிய இரசிகர்களைக் கவர்ந்து இழுத்ததே ஷார்ஜா கிரிக்கெட் மைதானம் கொண்டாடப்படுவதற்கான காரணம். 1981ஆம் ஆண்டு தொடங்கப்பட்ட கிரிக்கெட் மைதானத்தில் 27,000 இரசிகர்கள் விளையாட்டை இரசிக்கலாம். 1990களில் கசிந்த கிரிக்கெட் சூதாட்டத் தகவல்களால் இம்மைதானத்தில் நடத்தப்படும் போட்டிகளின் எண்ணிக்கை குறைந்தாலும் பாதுகாப்புக் காரணம் கருதி பாகிஸ்தானின் பல மேட்சுகள் இங்கே நடப்பதால் அந்நாட்டின் ஹோம் கிரவுண்டாக இது செயல்படுகின்றது.

கிரிக்கெட் ரசிகர்கள் ஷார்ஜா கிரிக்கெட் மைதானத்தில் நடந்த ஒருநாள் போட்டிகளின் கோல்டன் நினைவலைகளை ஒருபோதும்

மறக்கமாட்டார்கள். ஒரு காலக்கட்டத்தில் ஈ.எஸ்பி.என் மட்டுமே ஸ்போர்ட்ஸ் சேனலாக இருந்தது. ஸ்டார் ஸ்போர்ஸ் துவங்கப்பட்ட நேரம் ஷார்ஜா ஒன்டே மேட்சுகள் பல தரப்பு கிரிக்கெட் ரசிகர்களையும் சென்றடைந்து கொண்டிருந்தது. கிரிக்கெட் போட்டியால் டிவி சேனலும், கூடவே ஷார்ஜா மைதானமும் பிரபலமாக, ஷார்ஜா கிரிக்கெட் மேட்சுகளுக்கான இந்திய ஒளிபரப்பு உரிமைக்காக ஈ.எஸ்.பி.என் மற்றும் ஸ்டார் ஸ்போர்ட்ஸ் நிறுவனங்கள் இரண்டும் மல்லுக்கு நின்றன. ஆனால், அவ்விருவர்களைத் தவிர வேறு போட்டியாளர்கள் இல்லாத சூழலில் 'ஈ.எஸ்.பி.என். ஸ்டார்' என்று ஒரே கம்பெனியாக்கி, அடிமாட்டு விலைக்கு ஒளிபரப்பு உரிமை கோரியது.

நொந்துபோன ஷார்ஜா ஆர்கனைசர் புகாதிர் அந்த ஆற்றாமையில் துவங்கியதுதான் 'டென் ஸ்போர்ட்ஸ்' விளையாட்டுச் சேனல். கொசுவர்த்திச் சுருள் தானாகச் சுழல்வதுபோலப் பழைய கிரிகெட் ஆர்வங்கள் துளிர்த்தெழுகின்றன. எந்த விளையாட்டு அரங்கத்திற்கும் இல்லாத பெருமையாக 218க்கும் மேற்பட்ட ஒருநாள் போட்டிகளும், நான்கு 5 நாள் தொடர்ப்போட்டிகளும் விளையாடப்பட்டுள்ளன. இப்போது ஷார்ஜா மைதானத்தில் கிரிக்கெட் போட்டிகள் நடக்கிறதோ இல்லையோ விருது வழங்கும் நிகழ்ச்சிகள் அடிக்கடி நடைபெறத் தொடங்கிவிட்டன. இந்தியத் திரையுலகப் பிரபலங்கள், குறிப்பாகத் தமிழ், மலையாள, தெலுங்கு நடிகர் நடிகைகள் எனப் பலரும் அந்நிகழ்ச்சிகளில் பங்கேற்கிறார்கள். மீடியா பார்ட்னர்களாகப் பொறுப்பேற்கும் துபாய் தமிழ் வானொலிகள் தங்கள் நேரலையில் கேள்விகள் கேட்டு நிகழ்ச்சிகளுக்கான டிக்கெட்டுகளைப் பரிசளிக்கிறார்கள்.

சென்ட்ரல் சோக் (ப்ளூ சூக்)

சூக் அல் மர்காசி என்ற இயற்பெயரைப் பெற்றிருந்தாலும், 'ப்ளூ சோக்' என்றே மக்கள் அழைக்கிறார்கள். சூக் என்றால் சந்தை என்பது பொருள். நீல நிறத்திலான இரண்டு இரயில்களின் அமைப்பில் கட்டப்பட்டுள்ள இந்த வணிகக் கட்டிடம் அல்காஸ்மி மன்னரின் யோசனைப்படி, 1978இல் ஆங்கிலேயரான மைக்கேல் லைல் என்பவரால் வடிவமைக்கப்பட்டது. அரபுக் கட்டடக் கலையுடன் தோற்றமளிக்கும் இந்தப் பாரம்பரியச் சந்தை காலித் உப்புநீர் ஏரி அருகே 600 கடைகளுடன் இயங்குகிறது. தற்போது சந்தையின் உள்ளே முழுவதும் குளிர்சாதன வசதி செய்யப்பட்டிருந்தாலும், ஆரம்பக் காலங்களில் பிராண வாயுத் தேவைகளுக்காகவும் குளிர்ச்சிக்காவும்

இருபது காற்று கோபுரங்களையும் முன்னேற்பாடாக இணைத்துக் கட்டியிருக்கிறார்கள். ப்ளூ சூக்கின் சாளரங்கள் வழியாக, அல் நூர் மசூதி, அல் மஜாஸ் பூங்கா, அல் ஜசீரா பூங்கா, அல்நூர் தீவு ஆகியவற்றைப் பார்த்து ரசித்தோம். நம்முடைய அண்ணாசாலை 'ஸ்பென்ஸர் ப்ளாஸா' போல ப்ளூ சூக் தனது பரபரப்புத் தன்மையை இழந்திருந்தாலும் அமீரகத்தின் பணமான ஐந்து திராம் நோட்டில் இடம்பெற்று தன் நீங்கா புகழைக் தக்கவைத்துக் கொண்டுவருகிறது.

சென்ட்ரல் சோக் (ப்ளூ சூக்)

ஷார்ஜா சர்வதேசப் புத்தகத் திருவிழா
(ஷார்ஜா புக் ஃபெஸ்டிவல்)

அமீரகத்திற்குள் இணைவதற்கு முன் பலவிதமான அஞ்சல் தலைகளை ஷார்ஜா அரசாங்கம் வெளியிட்டிருக்கிறது. அங்கு நடத்தப்படும் உலகின் மூன்றாவது மிகப்பெரிய சர்வதேசப் புத்தகக் கண்காட்சிக்கு 1982இல் இருந்து வாசகர்கள், பேச்சாளர்கள், படைப்பாளர்கள், பதிப்பாளர்கள் வருகைதரு சிறப்பு விருந்தினராகத் தமிழ்நாட்டிலிருந்து அழைக்கப்பட்டு கௌரவிக்கப்படுகிறார்கள். பாடலாசிரியர் வைரமுத்து, எழுத்தாளர் எஸ்.ராமகிருஷ்ணன் ஆகியோர் சமீப ஆண்டுகளில் சிறப்பு விருந்தினராக வரவேற்கப்பட்டிருக்கிறார்கள். தமிழ்ப் புத்தகங்களை அதிகமாக வாசிக்கச் செய்வதற்கான முயற்சிகள் மேற்கொள்ளப்பட்டு வருகிறது. அதேநேரம் பணியின் பொருட்டுத் தமிழகத்திலிருந்து அமீரகம் சென்று அங்குள்ள வாழ்க்கையை எழுதுகிற பல எழுத்தாளர்கள் உருவாகியிருக்கிறார்கள். குறிப்பிடத்தக்கவர்களாக,' தூக்கம் விற்ற

காசுகள்' எழுதிய ரசிகவ் ஞானியார், 'கூழாங்கற்கள்', 'சுமையா', 'மணல் பூத்த காடு' நூலாசிரியரான கனவுப் பிரியன்(முகம்மது யூசுப்) போன்றோர் அமீரகத்தின் புதியதலைமுறை தமிழ் எழுத்தாளர்கள்.

அறுபதுக்கும் மேற்பட்ட நாடுகள் பங்கேற்கும் புத்தகத் திருவிழாவில் சுமார் 1800 பதிப்பாளர்கள் கலந்துகொண்டு 210 மொழிகளிலான புத்தகங்களைப் பத்து நாட்கள் நிகழ்வில் விற்பனைக்குக் காட்சிப்படுத்துகின்றார்கள். 2018ஆம் ஆண்டு தமிழுக்கான முதல் அரங்கம் அமைக்கப்பட்டது அமீரகத் தமிழ் மக்களுக்குப் புத்துணர்ச்சியை ஏற்படுத்தியது. நடிகர் கமலஹாசன் தனது முதல் புத்தகமான விஸ்வரூபத்தை 2013ஆம் ஆண்டு இங்குதான் வெளியிட்டார். சசி தரூர், ரஸ்கின் பாண்ட், அருந்ததி ராய், ஏ.பி.ஜே. அப்துல்கலாம், ஜெஃப்ரி ஆர்ச்சர், சாரு நிவேதிதா, பெருமாள் முருகன், கே.வி.ஷைலஜா திரைக்கலைஞர்கள் அனுபம் கோர்,பிரகாஷ் ராஜ், நந்திதா தாஸ், போன்று பல பிரபலங்கள் இவ்விழாவில் பங்கேற்று இருக்கின்றார்கள்.

பல்வேறு தேசத்தின் வேறுவேறு முகங்கள் கொண்ட பறவைகள் சங்கமிக்கும் இடம்போலக் காட்சியளிக்கும் ஷார்ஜாவின் விமான நிலையத்தின் புறத்தோற்றமே அதன் அகவாழ்வைப் பிரதிபலிக்கும் கண்முன் சாட்சியாய் இருந்தது. இந்தியா, இங்கிலாந்து, ஜோர்டான், பங்களாதேஷ், பாகிஸ்தான், சௌதி அரேபியா, எகிப்து என்று பலநாட்டின் விமானங்கள் சங்கமிக்கும் இடமாக ஷார்ஜா இருக்கிறது. இன்னும் சொல்லப்போனால், தமிழ்நாட்டின் திருச்சி, மதுரை போன்ற நகரங்களில் இருந்தே ஷார்ஜாவுக்குக் குறைந்த கட்டணத்தில் விமானச் சேவை இருக்கின்றது. இதன் காரணமாக துபாய் சென்று அங்கிருந்து மற்ற அமீரகப் பிராந்தியங்களுக்கும் செல்லும் நிலைமை ஷார்ஜாவாசிகளுக்கு இல்லை. ஐக்கிய அரபு அமீரகத்தின் கலாச்சாரத் தலைநகரமாக, உலகச் சுகாதார அமைப்பின், தேர்ந்தெடுக்கப்பட்ட சிறந்த நகரமாகக் கொண்டாடப்படும் ஷார்ஜாவைப் பன்முகத்தன்மை கொண்ட ஒருமித்த பிரதேசம் என மெச்சிக்கொள்ளலாம்.

03 பாலைவன உலா

ஐக்கிய அரபு அமீரகம் வந்து பாலைவன உலாவையும், பெல்லி நடன நங்கைகளின் இடுப்பாட்டத்தையும், ஒட்டகச் சவாரியையும், வெப்பக் காற்று பலூன் சவாரியையும், பார்பிக்யூ உணவுப் பதார்த்தங்களையும் உண்டு களித்து அனுபவிக்காமல் திரும்பிச் செல்பவர்களை அதிர்ஷ்டமற்றவர்கள் என்றே சொல்லலாம். ஒரு நாளின் மதியப் பொழுதில் ஆரம்பிக்கும் இந்த டெஸர்ட் சஃபாரி, பிரத்யேகமான வாகனப் பயணத்திலிருந்து துவங்குகிறது. எங்களது பாலைவனப் பயணத்தின்போது, டோயாடோ லேண்ட் க்ரூசர் வாகனம் 'ஹோம் பிக்கப்' செய்ய வீட்டு வாசலுக்கே வந்து நின்றது. இந்த வசதியைப் பல நிறுவனங்கள் வழங்குகின்றன. 50 முதல் 120 திராம் வரைக்குமான டாரிஃப்களில் உங்களுக்கான பயணத்தைத் தேர்வு செய்துகொள்ள இயலும்.

ஆறு முதல் ஒன்பது இருக்கைகள் கொண்ட பயணத்தில் நம்முடன் வேறு பிரயாணிகளும் இணைந்துகொள்வது சமயங்களில் நல்ல அனுபவமாகவும் அமைந்துவிடும். டியூன் பேஷிங் பயணத்தின்போது நமக்கு அமையும் வாகன இருக்கை வசதி மிக முக்கியம். நம் ஊரின் பேருந்துப் பயணங்கள்போலப் பாலைவன உலாவிலும் பின்னிருக்கைகள் எச்சரிக்கைக்கு உரியன. தான் தேர்வு செய்த இருக்கைகள் கிடைக்காமல் போனால் பயணத்திட்டத்தையே ரத்து செய்பவர்கள்கூட உண்டு. நகரங்களிலிருந்து பாலைவன உலா செல்வதற்கான இடங்களைச் சென்றடைய குறைந்தது ஒருமணிநேர நீ...ண்ட பயணத்தை அனுபவிக்க வேண்டியிருக்கும். மணற்பாதைகள் தென்படத் துவங்கியதுமே வாகனங்களின் சக்கரங்களில் இருந்த காற்றின் அழுத்தத்தைக் குறைத்துக்கொள்வார்கள். திக்கும் தெரியாத திசையும் தெரியாத மணல்மேடுகள் நிறைந்த பாலைவனச் சவாரியில் சீட்பெல்ட் என்பது எவ்வளவு பெரிய ஆபத்பாந்தவன் என்பதை நேரடி அனுபவத்தில் உணர்ந்திருக்கிறேன். உயரமான மலையில் இருந்து வாகனத்தோடு குப்புறக் கவிழ்ந்து பள்ளத்தில் உருள்வது போன்ற பல அதிர்ச்சி வைத்தியங்களைத் தாங்கிக்கொள்ள நெஞ்சில் நிறைய துணிவுவேண்டும்.

மரியானும் ராஜாளியும்

ஒரு மணற்குன்றின் மேல் வாகனத்தை நிறுத்தி, மொத்தப்

பாலைவனத்தின் அழகை ரசிக்க, ஓட்டுநர்கள் சிறிது அவகாசம் கொடுப்பார்கள். கண்ணிற்கு எட்டிய தூரம் வரை யாருமே இல்லாத பாலைவனத்தில் புகைப்படங்கள் எடுத்துக்கொள்ள கிடைக்கும் குறைந்தநேர அவகாசம் மிரட்டலானது. நம்மை இப்படியே இவர்களெல்லாம் விட்டுவிட்டுச் சென்றுவிட்டால், தவித்த வாய்க்குத் தண்ணீர் கூட இல்லாமல் மாட்டிக்கொள்வோமோ என்ற 'மரியான்' நிலையெல்லாம் மனதுக்குள் எழுந்து அடங்கும். இவ்வளவு மணற்பாங்கான ஆளரவமற்ற திடலில் இவர்களுக்கு மட்டும் எப்படிச் சரியான பாதை தெரிகிறது என்று வாகன ஓட்டுநர்கள் குறித்து வியப்பே எழும்.

அந்தப் பயணத்தில் ஒரு சிறிய நான்கு சக்கரத் திறந்த வாகனத்தில் அரபியர் ஒருவர் தன் தோள்மீது எடை மிகுந்த ராஜாளிப் பறவையுடன் எங்கள் வாகனத்தை நெருங்கினார். அதனோடு புகைப்படங்கள் எடுத்துக்கொள்ள பலருக்கும் ஆர்வம் எழுந்தது. ஒரு புகைப்படத்திற்கு 10 திராம்கள் என்று வசூல் வேட்டையும் நிகழ்ந்தது. அராபியரின் கைகளிலுள்ள கட்டையில் பறவைகள் பாந்தமாய்வந்து அமர்ந்தது. கொத்திவிடுமோ என்ற பயத்தைத் தவிர்க்க முடியவில்லை. இன்றுள்ள நவீனக் கருவிகள் பயன்பாட்டில் இல்லாத காலத்தில் பாலைவனத்தின் நீண்ட தொலைவைக் கடக்கவும், வேட்டை இரைகளை அடையாளம் கண்டுகொள்ளவும் இவ்வகை ராஜாளிகளைப் பயிற்றுவித்துப் பழக்கத் துவங்கினார்கள். நன்கு பழக்கப்படுத்தப்பட்ட விசுவாசமான ராஜாளிக்கு ஐம்பதாயிரம் தினார் வரைக்கும் விலை நிர்ணயிக்கப்படுகிறது. சாகசப் பயணம் முடித்த பின் வண்டி மணல்புழுதியுடன் காட்சியளித்தது. 100 முதல் 120 திராம்களில் பதிவு செய்த பாலைவன உலாவில், சற்று நீண்ட நேர மணல்மேடு சவாரி, தரமான உணவு, சற்று அதிக எண்ணிக்கையில் பொழுதுபோக்கு என நிகழ்ச்சிகள் இருந்தன. ஒருவேளை, சக பிரயாணிகளை ஹோம் பிக்கப் செய்வதில் அதிகநேரம் செலவாகிப் போனால் டியூன் பேஷிங் துவங்கி பொழுதுபோக்கு அம்சங்கள் வரை சரியாக அனுபவிக்கமுடியாமல் ஒட்டுமொத்த டெஸர்ட் சவாரியும் பாழாகிவிடும்.

பாலைவன வேடிக்கைகள்

பாலைவன மண்ணில் நம் வாகனம் சிக்கிக்கொள்ளும் வாய்ப்பு குறைவு என்றாலும் ஏலேலோ அய்லசா என்று பாடி தங்களது வண்டிகளைப் பாலைவன மண்ணிலிருந்து மீட்டவர்களின் அனுபவக் கதைகள் திகிலானது. சில சமயங்களில் ஒட்டகச் சவாரி

சிறிய வட்டமாய் முடிந்துவிட்டதாகப் பலரும் வருத்தப்படுவதுண்டு. அப்படி விரும்புபவர்கள் பிரத்யேக கேமல் ஸஃபாரியைப் பதிவு செய்துகொள்ளலாம். சுற்றுப்புறச்சூழல் நாசமாகிறது, சுற்றுலாப் பயணிகளுக்கு உடல் உபாதைகள் எதுவும் ஏற்பட்டு விடக்கூடாது, குழந்தைகள், வயதானவர்கள், பயணிகள் ஆகியோரின் பாதுகாப்பைக் கருத்தில்கொண்டு சில டிராவல் ஏஜென்சிக்களே டியூன் பேசிங்கைக் கைவிடுவதுண்டு. கண்டிசன்ஸ் அப்ளை போலப் பல எச்சரிக்கைகள் இருந்தாலும் ட்யூன் பேசிங்கை அனுபவித்தே ஆக வேண்டும்

மேய்ச்சலை ஊக்குவிப்பதுடன் விலங்குகளின் பாதுகாப்பைக் கருத்தில்கொள்ளும் துபாய் பாலைவனப் பாதுகாப்பு அமைப்பு, பாலைவனத்தில் விலங்குகளுக்கு உணவு வழங்கும் இடங்களை அமைத்துக் குறிப்பிட்ட நாட்களில் வேறு இடத்திற்கு மாற்றிவிடுவார்கள். அதனால் நம் அதிர்ஷ்டத்தைப் பொறுத்துப் பாலைநிலத்தில் சுற்றித்திரியும் விலங்குகளைப் பார்வையிட முடியும். மாலை நேரத்தை ஒதுக்க இயலாதவர்கள் காலை நடத்தப்படும் டெசர்ட் ஸஃபாரிகளில் பங்கெடுப்பதுண்டு. அவர்களுக்குக் காலை உணவு, குவாட் பைக் சவாரி, ஒட்டகப் பயணம் போன்ற அனைத்துச் சவாரிகளுக்கும் ஏற்பாடு செய்யப்படுவதுடன் ஒரு பெதோயின் கதை சொல்லியிடம் கதை கேட்கும் வாய்ப்பும் அமைவதுண்டு.

ஒட்டகச் சவாரி

டியூன்பேஷிங் முடிந்ததும் சுற்றுலாப் பயணிகளுக்கென ஒதுக்கப்பட்டிருந்த பாலைவன முகாமில் களைப்பாறினோம். பெத்தோயின் பழங்குடிகளின் வேட்டைக் கால ஓய்வுக்கான குடில்களைப் போல முகாம் வடிவமைக்கப்பட்டிருந்தது. முகாமின் வாசலிலேயே ஒட்டகச் சவாரிக்காக ஒட்டகங்களும் வழிநடத்துநர்களும் எங்களுக்காகக் காத்திருந்தார்கள். நீண்ட வரிசையில் இரண்டிரண்டு பேராக ஒட்டகத்தின் மீதேறி அமர பயண ஏற்பாட்டாளர் உதவிகளைச் செய்தார். குதிரைகளைப் போல ஒட்டகச் சவாரி அவ்வளவு இணக்கமானதல்ல. வலமும் இடமும் முன்னும் பின்னுமாக ஆடி அசைந்து அவை நடக்கும்போது எங்கே ஒட்டகத்தின் முதுகிலிருந்து கீழேவிழுந்து விடுவோமோ என்ற பதற்றம் கடைசி வரைக்கும் இருந்தது. அந்தி மறையும் நேரத்தில் துவங்கும் ஒட்டகச் சவாரி பாலைவனத்தின் முழு அழகையும் தரிசிக்கச் சரியான தருணம். பொங்கும் சூரிய ஒளி வெள்ளத்தில் பாலைவன மணற்மேடுகள் உலோகத்தை உருக்கி ஊற்றியது போலக் காட்சியளிக்க ஒட்டகத்தின் முதுகில் அமர்ந்தபடி சூரிய

அஸ்தமனத்தைக் கண்டு மகிழ்ந்தேன். நம் ஊர்ப்பக்கம் வீதிகளுக்கு வரும் யானையில் ஐந்து வினாடிகள் ஏற்றி அழகு காட்டுகிற பாகன்களைப் போலவும் குறைந்தபட்சமாக ஒட்டகங்களில் அமர்ந்து புகைப்படம் எடுத்துக்கொண்டு இறங்குபவர்களும் உண்டு. மனிதர்களைப் போன்று ஒட்டகங்களுக்கும் இருட்டில் கண்பார்வை சிரமம் என்பதால் வெளிச்ச நேரத்திலேயே ஒட்டகச் சவாரிகளை முடித்துக்கொள்கின்றார்கள்.

பாலை கேளிக்கைகள்

குவாட் பைக்கிங் சவாரிக்குச் செல்ல எல்லா வயதினருமே தயாராவார்கள். அதேபோல, மணற்திட்டுகளின் மேலிருந்து கீழ்நோக்கிச் செல்லும் 'சேன்ட் போர்டிங்' சவாரி கடல் அலைகளின் மீது சர்ஃபிங் செய்வது போல இருக்கும். நான்கு சக்கரப் பந்தய வண்டியை ஓட்ட ஒரு நபருக்கு 100 திராம்கள். சிறுவர்களுக்கென ஊஞ்சல், சீசா, சறுக்குகள் என்று விளையாட்டுத் திடலும் அமைத்திருக்கிறார்கள். அராபிய பாரம்பரிய உடையினை அணிந்து பார்க்கத் தனி கூடாரங்கள் இருக்கும். கட்டணத்தின்படி உடையைக் கச்சிதமாக உடுத்தி, அலங்காரம் செய்துகொண்டு புகைப்படம் எடுத்துத்தரத் தயாராக இருப்பார்கள். மருதாணி போட்டுக்கொள்ளப் பெண்கள் கூட்டம் அலைமோதும். நுட்பமான சித்திர வடிவங்களுக்குக் கட்டணம் வசூலிக்கப்பட்டாலும் அமெரிக்க, இங்கிலாந்து பெண்கள் பெருவிருப்பத்தோடு மெஹந்தி வரையத் தங்கள் கைகளை நீட்டிக்கொண்டு காத்திருப்பார்கள். தேநீர், காபி, தண்ணீர், குளிர்பானங்கள், திண்பண்டங்கள் கட்டுப்பாடில்லாமல் விநியோகிக்கப்படும். வட்டமான அரங்கத்தைச் சுற்றி சொகுசுத் தலையணைகள், மெத்தைகள், மேசைகள் அலங்கரிக்க, முக்கியமான பிரமுகர்களுக்குச் சற்று உயரமான அரங்கங்கள் கொடுக்கப்பட்டிருக்கும்.

பாலை முகாம்கள்

சேண்ட் ஆர்ட்

இந்த வகை மணற்கலை 20 ஆம் நூற்றாண்டின் ஆரம்பத்தில் ஜோர்டானில் உள்ள பெட்ரா நகரத்தில் தோன்றியது. பெட்ரா மலைகளில் காணப்பட்ட பல வண்ண மணல் மற்றும் பாறைகளின் தாக்கத்தால் உருவாக்கப்பட்ட கலை 1940 களின் பிற்பகுதியில், ஒட்டகக் கலை வடிவங்களால் பிரபலமடைந்தன. அலங்கார நோக்கங்களுக்காக மட்டுமில்லாமல் அமீரகத்தின் நினைவுகளைச் சுமந்து செல்ல விரும்புபவர்கள் ஆர்வத்துடன் தங்கள் விருப்பத்திற்கு ஏற்றவாறு பெயரைக் குறிப்பிட்டு வண்ண மணல்களை ஓவியமாக்கிக் கண்ணாடிக் குடுவைக்குள் கஸ்டமைஸ் செய்து வாங்கிச் செல்கின்றனர். கண்ணாடிக் குடுவையினுள் சலித்த மண்ணை நிரப்பிக் குச்சியினால் வண்ண எழுத்துக்களும், படங்களும் வரைந்து தந்துகொண்டிருந்தார்கள். நுட்பமான கலையைக் கண் இமைக்காமல் பார்த்தோம்.

மணல் ஓவியங்கள்

ஷிஷா

ஹுக்கா புகைப்பது அரபு சமூகத்தினரின் பாரம்பரியமிக்க கலாச்சாரத்தின் ஒரு பகுதி. அவர்கள் ஹுக்காவை ஷிஷா என்றும் அழைக்கின்றார்கள். புகையிலை மற்றும் நிகோடின் பாதிப்புகள் இல்லாத மூலிகை ஷிஷாக்களைச் சட்டப்பூர்வமாக எடுத்துக்கொள்வதற்காகவே தனியாக ஷிஷா பார்கள் நகர் முழுவதும் காணப்படுகின்றன. டெஸர்ட் சபாரியில் பாலினப் பாகுபாடில்லாமல் அனைவருமே ஷிஷாவை ஒரு கை பார்ப்பதைக் கவனிக்க முடிந்தது. ஷிஷாவை அரபு உலகம் நர்கீலா, அர்கீலா என்று விதவிதமாக அழைக்கின்றது. வெவ்வேறு வாசனையில் கிடைக்கும் ஷிஷாவைப் பற்றவைத்து, அதன் புகையைத் தண்ணீர்க் குடுவையின் வழியாக உள்ளிழுத்து வெளிவிடும் துபாய் ஷேக்குகளைப் பழைய திரைப்படங்களின் வழியாகக் கண்டிருப்பீர்கள். ஷிஷா புகைப்பதனால் தீங்கோ போதையோ ஏற்படாது என்பது பலரது நம்பிக்கையாக இருந்தாலும் இதுவும் சிகரெட் புகைப்பதற்குச் சமம்தான் என்று உலகச் சுகாதார ஆராய்ச்சி நிறுவனம் சான்றுகளை அடுக்குகிறது. குழந்தைகளுக்கும், கருவுற்ற தாய்மார்களுக்கும் ஷிஷா பார்களில் அனுமதியில்லை என்பது போன்ற உத்தரவுகள் பிறப்பிக்கப்பட்டுள்ளன. இருந்தும் பக்கத்தில் உள்ளவர்கள் வட்டவட்டமாய்ப் புகைவிடுவதை வேடிக்கை பார்க்க நன்றாகத்தான் இருந்தது.

தனுரா நடனம்

தனுரா என்றால் பாவாடை என்று அர்த்தம். இச்சொல் ஆட்டத்தில் முக்கிய பங்கு வகிக்கும் பல வண்ண நிறப்பாவாடையைக் குறிப்பதுடன், நிறத்திற்கு ஏற்ப ஒவ்வொரு சூஃபி பரம்பரையைக் குறிப்பிடுகிறது. இருட்ட ஆரம்பித்ததும் கலை நிகழ்ச்சிகள் ஒவ்வொன்றாக ஆரம்பமானது. இரண்டு தனுரா நடனக்காரர்கள் சர்க்கஸ் கூடாரம் போன்ற கனமான பெரிய பாவாடையை அணிந்து சுழன்று சுழன்று இசைக்கேற்ப நடனமாடத் துவங்கினார்கள். அவர்கள் கைகளில் ஏந்தியிருந்த அலங்கரிக்கப்பட்ட பறைகளைச் சுழற்சியின் மைய ஈர்ப்பு விசைக்குத் தக்க விதவிதமாக ஏந்திப் பிடித்து நடனமாட, வண்ணமயமான ஒளி அவர்களது உடைகளில் பட்டுப் பிரதிபலித்தது. தனுரா நடனத்தின் ஆதிவேர் துருக்கியின் கொன்யாவிலிருந்து துளிர்த்தது. துருக்கி நாட்டின் மத்திய அனடோலியா பிராந்தியத்தில் அங்காராவின் தென்பகுதி நகரில் இந்த கொன்யா அமைந்துள்ளது. எகிப்திய நடனக் கலையாக

இன்று அறியப்படும் தனுரா துருக்கிய சூஃபிய நடனங்களின் நவீனக் குழந்தை. சூஃபி தத்துவங்களைக் கவிதைமொழியில் தந்த ரூமியின் காலகட்டமான 12ஆம் நூற்றாண்டிலே தனுரா நடனம் வழிபாட்டுக்கான முறைமைகளோடு ஆடப்பட்டிருக்கிறது.

தனுரா நடனம்

தமிழ்த் தொன்மங்களில் வரும் மாயோன் கோவர்த்தன மலையைத் தூக்கித் தன் விரலினால் உயர்த்திப் பிடித்து ஆநிரைகளையும், ஜனங்களையும் காக்கிற வடிவம்போல தனுரா பாவாடையினைக் குடை போல ஏந்தி, பிரபஞ்சத்தின் சுழற்சி விதிகளையும், சூரியக் கோள்களின் இருப்புகளையும், வாழ்க்கையின் தத்துவங்களையும் தனுரா நடனமாக அரங்கேற்றம் செய்கிறார்கள். தொடர்ச்சியாக முப்பது நிமிடங்களுக்குமேல் சுழன்று ஆடியபோதும் எவ்விதக் களைப்பையும் தங்கள் உடல்மொழியில் காட்டாமல், ஆடுகிற வாக்கிலே தனுரா பாவாடைகளை அந்தரத்தில் சுழற்றி, தாய் தன் குழந்தையை ஏந்தி மகிழ்ந்து, உச்சிமுகர்வதுபோலப் பறைகளைத் துணியில் சுற்றி ஏந்தி ஆட்டத்தை முடிக்கும்போது ஒட்டுமொத்தப் பார்வையாளர்களுக்கும் உற்சாகம் பீடித்துக்கொண்டது. விஸ்வரூபம் படத்தில் 'சிங்கில் கிஸ்கே லவ்வா' என்ற பாடலில் இடம்பெறுவது இந்த வகை நடனம்தான். முகாமிற்கு ஏற்பக் கலை நிகழ்ச்சிகள் மாறுபட்டன. உயர்ந்த கட்டைக் கால்களுடன், கைகளில் நடப்பவர்களும், நெருப்பைக் கைகளில் ஏந்தி வேடிக்கை காண்பிப்பவர்களும் பயணிகளைப் பொழுதுபோக்கிக்

கொண்டிருந்தார்கள். மேடையில் நடனமாடிய அவர்களை அண்ணார்ந்து பார்ப்பதற்கே கழுத்து வலித்தது. தீக்கலைஞர்கள் லாவகமாகக் கையாண்டாலும் நமக்குத்தான் அச்சம் வருகிறது.

பாலைவன பார்பிக்யு

கலை நிகழ்ச்சிகளுக்குப் பின் உணவு இடைவேளை அறிவிக்கப்பட்டது. பழங்கள், காய்கறிகள், சைவ, அசைவ உணவுப் பதார்த்தங்கள் குவிக்கப்பட்டிருந்தன. அரபுப் பாலைவனம் என்றதுமே பார்பிக்யு நினைவு வருமளவுக்குப் பழகியிருந்ததால் 'பார்பிக்யு' கரி அடுப்பின் முன்னால் கூட்டம் ஏகபோகமாக இருந்தது. நமது கிராமங்களில் ஆற்றில் மீன்களைப் பிடித்ததும் கரையிலே வைத்து, விறகுகள் கூட்டிச் சுட்டுத் தின்னும் பழக்கத்தை ஒத்தது இந்த பார்பிக்யு எனும் பாலைவனச் சமையல். நெருப்புக் கங்குகளின் மீது வைக்கப்பட்ட இரும்பு கிரில் தட்டுக்களில், மசாலா தடவிய இறைச்சியைச் சுட்டு, மயோனஸ் தொட்டுச் சாப்பிடும்போது அடங்கும் பசியும் பெறுகும் ருசியும் அசைவப் பிரியர்களின் நாவை அடிமை ஆக்கிவிடும். டெஸர்ட் பயணத்தில் கலந்துகொள்ளும் அனைத்து தேசத்தவர்களையும் திருப்திப்படுத்த வேண்டும் என்பதால் பலவிதமான உணவு வகைகளைப் பயண ஏற்பாட்டாளர்கள் பரிமாறினார்கள். இதனால் உலகின் பலவித ருசியினையும் ஒரே இடத்தில் உண்டு மகிழ வாய்ப்பும் எதிர்பாராத விதமாகக் கிட்டியது.

இடுப்பு நடனம்

உணவுக்குப் பிறகு, எல்லோரும் எதிர்பார்த்த பெல்லி டான்ஸ் ஆரம்பமானது. இசை, நடனமாடும் பெண்களின் உடல் அசைவு ஆகியவற்றால் உந்தப்பட்டு ஆண்களும் பெண்களும் உடன் எழுந்து ஆட ஆரம்பித்தார்கள். இசையும், நடனமும் அந்தச் சூழலும் அவர்களைக் கிளர்ச்சியுறச் செய்யும்படியிருந்தது. உடலின் ஒவ்வொரு பகுதியையும் தனித்தனியே இசைக்கேற்றார் போல அசைத்து சிரித்து நடனமாடிய 'பெல்லி' நங்கைகளுக்குக் கடினமான உணவுக் கட்டுப்பாடும், தீவிர உடற்பயிற்சியும் எவ்வளவு முக்கியம் என்பது பார்க்கும்போதே தெரிந்தது.

பெல்லி நடனத்தைக் கலையாய்ப் பார்ப்பதைவிடக் கவர்ச்சியாகக் கருதுவதே பெரும்பான்மையானவர்களின் வழக்கம். உண்மையில், இன்று ஆபாச நடனமாக முத்திரை குத்தப்பட்டிருக்கும் பெல்லி நடனம், சில ஆயிரம் ஆண்டுகளுக்கு முன்பு அரேபியத் தொன்மங்களின் வழிபாட்டு நடனமாக இருந்திருக்கிறது. தன் சிசுவை ஈன்று புறந்தள்ளும் தாய் பிரசவப் பொழுதில் கொடுக்கும்

வயிற்றழுத்தம், வலி பொறுத்தல் ஆகியவை இந்த நடனத்தின் மூலம் பெண்களுக்குக் கற்பிக்கப்பட்டது என்பார் அராபிய நடனக் கலைஞரான பாராப் பிர்தௌஸ். நான் அவன் இல்லை, நண்பன் போன்ற வெகுசில தமிழ்த் திரைப்படங்களில் இந்த நடன நங்கைகளின் இடுப்பாட்டம் நமக்கு அறிமுகம் ஆகியிருந்தாலும் நேரில் காணும்போது வியப்பாகத்தான் இருந்தது.

அலெக்ஸாண்டர் (கி.மு. 356–323) காலத்தைச் சேர்ந்த உலகின் பழமையான நடனமாகக் கருதப்படும் பெல்லி நடனம் எகிப்து மற்றும் கிரேக்கத்தினரின் கருவுறுதல் சடங்குகளில் முக்கியப் பங்கு வகித்ததற்குப் பண்டைய எகிப்தியக் கல்லறைகளில் காணப்படும் ஓவியங்களே சாட்சி. ஆரம்பக் காலங்களில் வயிற்றுத் தசையை வலுப்படுத்த மற்றும் சுய ஹிப்னாஸிஸ் செய்துகொள்ள பெண்களுக்குப் பெண்களால் கற்றுத்தரப்பட்டதே பெல்லி டான்ஸ். 600 முதல் 5000 கண்ணைப் பறிக்கும் ஆடைகள் வைத்திருக்கும் நடனமங்கைகள் இடுப்பை விட மேல் தொடைகள், முழங்கால்களை லாவகமாக நகர்த்தும் முறைதான் அவர்கள் ஆட்டத்தின் இரகசியம் என்று கூறினார்கள்.

பலூன் பறத்தல்

பாலைவனத்தில் ஒட்டகப் பண்ணை, வெப்பக் காற்று பலூன் சவாரி முகாம், பயிற்சியாளரின் உதவியோடு வானிலிருந்து குதித்து, பராகூட் மூலம் தரையிறங்கும் ஸ்கை டைவிங் முகாம் என்று வேடிக்கைகளுக்குப் பஞ்சமே இல்லை. வெப்பக் காற்று பலூன் சவாரிக் கட்டணம், பயணம் செய்யும் நபர்களின் எண்ணிக்கையைப் பொருத்து மாறுபடக் கூடியது. குறைந்த பட்சம் 600 திராம்கள். காலை உணவு, அழைத்துப் போகும் செலவு ஆகியவற்றைச் சேர்த்தால் அதிகபட்சமாக 800 திராம்கள். ஸ்கை டைவிங் குறைந்த பட்சம் 2100 திராம்கள்.

ஸ்கை டைவிங் செய்வதற்கு உடல் எடை குறிப்பிட்ட அளவுக்குள் இருக்க வேண்டும். கட்டணத்திற்குப் பணம் இரண்டாவது பட்சம்தான். பாலைவனத்தைப் பின்புலமாகக் கொண்டு செய்யப்படும் சாகச சவாரிகளுக்கான தளம் இங்கு இருந்தாலும், துபாயின் பிரசித்திபெற்ற பனைமரத் தீவை மையமாகக்கொண்டு சவாரி செய்ய விரும்புபவர்கள் அட்லாண்டிஸ் பக்கம் சென்றுவிடுகிறார்கள். ஒட்டுமொத்தமாகப் பாலைவன உலாவிற்கென்று முதல்நாள் நண்பகலிருந்து மறுநாள் அதிகாலைவரை ஒதுக்கினால் பொழுதுபோக்கு அம்சங்களுடன் இரவைப் பாலைவனத்தில் செலவழிப்பதுடன், அதிகாலையின் பாலை வெப்பக் காற்று பலூன் சவாரியுடன், விடுமுறை தினங்களைக் கொண்டாட்டமாக அனுபவிக்க முடியும்.

04 ஓமன்-ஷார்ஜா எல்லையில்

ஓமன்

ஐக்கிய அரபு அமீரகமும் வடக்கு ஓமன் எல்லையும் கைகோர்க்கும் அல்அசர் மலைத்தொடருக்கு நடுவே, ஹோர்மஸ் ஜலசந்தியில் சுகமாக வீசும் காற்றில் நாம் காதல் பாடல்கள் பாடி ஆடக்கூடிய முசண்டம், அமீரகத்தின் மிக முக்கியமான சுற்றுலா இடங்களில் ஒன்று.'நான் அவன் இல்லை' படத்தில் 'ஏனெனக்கு மயக்கம்..ஏனெனக்கு நடுக்கம்' என்ற பாடலில் வரும் கருமலைகள் இவைதான். மூன்று பக்கம் நீராலும் ஒரு பக்கம் நிலத்தாலும் சூழப்பட்ட தீபகற்பம், உலகின் பரபரப்பான நீர் வழியான ஹார்முஸ் ஜலசந்தியைப் பார்த்தபடி அமைந்திருக்கின்றது. கரையோரப் பகுதிகளின் கரடுமுரடான மலைகள், பாறைகள் மற்றும் கழிமுகங்களுக்கு வழி செய்திருப்பதால் 'தி நோர்வே ஆஃப் தி ஈஸ்ட்', 'நார்வே ஆஃப் அரேபியா', 'நார்வே ஆஃப் ஓமன்' என்று பல பட்டப்பெயர்களால் அழைக்கப்படுகிறது.

கடலால் சூழப்பட்ட முசண்டத்திற்குப் 'பெண்களின் மலை' என்ற பொருளில் பெயர்சூட்டப்பட்டிருக்கிறது. ஆண்கள் நீண்டகால மீன்பிடி அல்லது வர்த்தகப் பயணங்களை மேற்கொள்ளும்பொழுது, கொள்ளையர்கள் மற்றும் எதிரிப் பழங்குடியினரிடம் இருந்து தங்களைப் பாதுகாத்துக்கொள்ள உள்ளூர் பெண்கள் இந்த மலைப்பகுதியின் குகைகளுக்குள் தங்கியிருந்ததே இம்மலைக்கான பெயர்க்காரணம். முசண்டத்தின் 2087 மீட்டர் உயர மலைத்தொடரான ஜெபல் ஹரீம் வசந்தகாலங்களில் ஜெரேனியம், மினியேச்சர் ஐரிஸ் பூக்களால் நிறைந்திருக்கின்றன. ஒரு மௌண்டைன் டிரைவ் போய் வந்தால் பல மில்லியன் வருடங்களுக்கு முந்தய படிமங்களுடன் சே இனத்தவர்களின் பெதோயின் கிராமத்தையும் பார்த்து வர முடியும்.

பெட்ரோகலிஃப்

சுமார் 20 இலட்சம் ஆண்டுகளிலிருந்து கி.மு 400 வரையிலான தொல்பழங்கால ஆண்டுகளில் உருவாக்கப்பட்ட பாறைச் செதுக்கல்களை இங்கு அதிகமாகக் காண முடியும். எழுத்துக்களைப் பயன்படுத்துவதற்கு முந்தைய காலத்தில் கருத்துப் பரிமாற்றத்திற்கு இம்முறையைப் பயன்படுத்தியுள்ளார்கள். பாட்டிலில் உள்ள

தண்ணீரைப் பாறையில் ஊற்றச் செதுக்கல்கள் எடுப்பாய்த் தெரியும். உலகின் பல பகுதிகளில் காணப்படும் பாறைச் செதுக்கல்கள் மக்களின் வாழ்க்கை முறையையும், வேட்டை முறைகளையும் வெளிப்படுத்தி உள்ளன. கூர்மையான வெண்கல, இரும்பு, கற்கருவிகளால் பாறைகள் மீது புள்ளிகளால் செதுக்கப்பட்டிருக்கும் உருவங்கள் பவளப் பாறைகளிலிருந்து தயாரிக்கப்படும் வெள்ளை நிறமிகளால் ஹைலட் செய்யப்பட்டுள்ளன. பெரும்பாலும் விலங்குகளின் மேல் சவாரி செய்யும் மனிதன், தன் உடல்பலத்தைப் பிரதிபலிக்கும் மனிதன், குச்சி மனிதர்கள், கசல் மான்கள், யானை, சிறுத்தை போன்ற உருவங்களைப் பார்க்க மிக அழகாக இருக்கும். இதன் காலக்கட்டத்தைக் கண்டுபிடிப்பது சற்று சிரமம்தான். இஸ்லாம் மார்க்கம் உயிரினங்களின் படங்களை உருவாக்குவதற்குத் தடை செய்திருப்பதால் இவை இஸ்லாமிய காலகட்டத்திற்கு முந்தையதாக இருக்கும் என்று கருதப்படுகின்றது.

முப்பதாயிரம் மக்கள் மட்டுமே இருக்கும் முசண்டம் நகரத்தின் வடபிராந்தியத் தலைநகரமான கசாபாவும், கிழக்குக் கடற்கரையில் ஒரு சிறிய துறைமுக நகரமான டிப்பாவும் குறிப்பிடத்தக்க நகரங்கள். சார்ஜாவின் கட்டுப்பாட்டில் உள்ள டிப்பா முசண்டம் பகுதிக்கு அமீரக விசா பெற்ற அனைத்துச் சுற்றுலாவாசிகளுக்கும் அனுமதி உண்டு. அதுவே, அமீரகத்தின் அருகாமை நாடான ஓமனின் கட்டுப்பாட்டில் உள்ள 'கசாபா முசண்டம்' பகுதிக்கு ஐக்கிய அரபு அமீரகத்தின் தற்காலிகக் குடியுரிமை உள்ளவர்களுக்கு மட்டும்தான் அனுமதி உண்டு. இந்த விபரம் பலபேருக்குத் தெரியாமல் முசண்டம் ஓமன் கட்டுப்பாட்டில் உள்ள பிராந்தியம் என்றும், அங்குசெல்ல நமக்கு அனுமதி கிடைக்காது எனக் கருதியும் நல்வாய்ப்பைத் தவறவிட்டுவிடுகிறார்கள்.

முன்பே சொன்னதுபோல, எத்தனை வருடங்கள் ஐக்கிய அரபு அமீரகத்தில் தங்கியிருந்தாலும், தொழில் செய்தாலும் மற்ற நாட்டினவருக்கு நிரந்தரக் குடியுரிமை கிடைக்காது. 99 வருட குத்தகையாய் நிலம் வாங்கியவர்களுக்கு 99 வருடத்திற்குத் தற்காலிகக் குடியுரிமை வழங்கப்படும். அமீரகத்தில் பணிபுரிபவர்கள் தங்கள் தற்காலிக ஐக்கிய அரபு நாட்டுக் குடியுரிமையை அலுவலகத்தின் உதவியுடன் அடிக்கடி புதுப்பித்துக்கொள்வார்கள். குறைவான நாட்கள் அமீரகச் சுற்றுலாவிற்குத் திட்டமிட்டிருந்தாலும்கூட பாஸ்போர்ட் மற்றும் தேவையான ஆவணங்களைச் சுற்றுலா அலுவலகத்தில் கொடுத்து, முசண்டம் செல்வதற்கான விசாவைப் பெறமுடியும்.

டிப்பா முசண்டம்

மலைகளினூடே பயணம் செய்யும் டிப்பா முசண்டத்தின் வளைந்து நெளிந்த பாதைகள், கடற்கரையை ஒட்டிய கருநிற மலையின் பிரம்மாண்டம், அலையில்லாத கடலினுள் செல்லும் பெரிய, சிறிய சொகுசுப் படகுப் பிரயாணம், துள்ளும் டால்ஃபின்கள் என ஒரு முழுநாளையே ரம்மியமாக அனுபவிக்க டிப்பா முசண்டம் தகுதியான இடம். அருமையான காலநிலையில் ஒரு தனிநபரின் பயண அனுபவத்திற்கு 225 திராம்கள் செலவாகும். பிரயாண ஏற்பாடுகளைச் சுற்றுலா நிறுவனங்களே கவனித்துக்கொள்கின்றன. சொந்த வாகனம் வைத்திருப்பவர்களிடம் போக்குவரத்துக்கான செலவைக் கழித்துக்கொண்டு மீதமுள்ள தொகையினைக் கட்டணமாகப் பெற்றுக்கொள்கிறார்கள்.

கருநிற மாமலைகள்

நீண்ட சிற்றுந்துப் பயணம் முடிந்து டிப்பா முசண்டத்திற்குள் நுழைந்தால் தூசு படிந்த சரளைக்கற்கள் பதித்த சாலை மண்புழுதியுடன் எங்களை வரவேற்றது. விசா, பாஸ்போர்ட் ஆவணங்களைச் சரிபார்த்துவிட்டு ஓமனின் எல்லையான ஷார்ஜாவின் கட்டுப்பாட்டில் இருக்கும் முசண்டத்திற்குள் அனுமதித்தார்கள். வண்டிகளின் எண்ணிக்கை குறைவாக இருப்பின், குறைந்தபட்சம் அரை மணி நேரத்தில் பரிசோதனைகளை முடித்து எளிதில் உள்ளே நுழைந்துவிடலாம். அதுவே பண்டிகை மற்றும் விடுமுறை நாட்கள் எனில் அதிகபட்சமாக நான்கு மணி நேரம் கூட வரிசையில் நிற்கவேண்டிவரும்.

கடத்தல் வணிகம்

ஈரானிய வணிகர்கள் கசாபா துறைமுகத்தின் வழியாக ஆடு, கால்நடைகள், மசாலா சாமான்கள் மற்றும் விவசாயப் பொருட்களை விற்று, அதற்குப் பதிலாகத் தங்களுக்குத் தேவையான மின்னணு சாதனங்களைப் பெற்றுக்கொள்கிறார்கள். இந்தக் கொடுக்கல் வாங்கள் ஈரானிய அரசுத் தரப்புக்குச் சட்டவிரோதமாக இருந்தாலும் சுதந்திர வர்த்தக மண்டலத்தை அமைத்திருக்கும் ஓமன் அரசு இதனைப் பெரிய பிரச்சனையாகக் கருதுவதில்லை. என்றாலும், மீனவர்களுக்கும், பெதோயின் கிராம மக்களுக்கும் இலவச மின்சாரமும், குடிதண்ணீர் வசதியும் செய்து கொடுத்து, ஈரானியர்கள் கசாபா நகரத்திற்குள் குடி ஏறாமல் ஓமன் அரசு கண்காணிப்பதால் கடற்கரையோரங்களிலே மனித வசிப்பிடங்களைப் பார்க்க முடிந்தது. கும்சாரி கிராமத்தில் மக்கள் பேசும் கும்சாரி மொழி இரானிய மொழியை ஒட்டி அமைந்துள்ளது.

துபாய் மக்களுக்கான தொலைத்தொடர்புச் சேவையை அரசின் எட்டிசலாட், தனியாரின் du நிறுவனங்கள் வழங்கிக் கொண்டிருக்கின்றன. ஓமன் எல்லை வந்துவிட்டோம் என்பதை ஓமனிய அரசின் ஓமன்டெல் வரவேற்புக் குறுஞ்செய்திகளால் சிணுங்கும் அலைபேசிகளை வைத்துத் தெரிந்துகொண்டோம். ஓமன் எல்லை வந்துவிட்டோம் என்றவுடன் பலருக்கும் அங்கு வசிக்கும் உறவினர்களின் ஞாபகங்கள் வரலாம். எனக்கு மஸ்கட்டில் வேலை பார்த்த டாக்டர் மாமாவும், தற்பொழுது வேலை செய்து கொண்டிருக்கும் டாக்டர் அத்தையும் ஞாபகத்திற்கு வந்தார்கள்.

படகுப் பிரயாணம்

சிற்றுந்திலிருந்து இறங்கி வரிசையாக நிற்க வைக்கப்பட்டிருக்கும் படகுகளை அதிரடியாகத் தாவிப் பிரியமானவர்களின் கையைப் பிடித்து எங்களுக்கான படகுக்குப் போய்ச் சேர்ந்தோம். இரண்டு அடுக்குப் படகில் அமீரகப் பாரம்பரிய மஜ்லிஸ் வகை மெத்தைத் தலையணையுடன் பயணத்தைச் சொகுசாக ஏற்பாடு செய்திருந்தார்கள். ஆசிய, ஆப்ரிக்க, ஐரோப்பியர்களுடனான பயணத்தைக் காற்றின் வரவேற்பு முத்தத்துடன் ஆரம்பித்தோம். எங்கு உட்காரலாம் என்று யோசிக்க, கடலுக்குள் படகு வேறுவேறு திசையில் பயணம்செய்ய வெயில் கண்ணாமூச்சி ஆட்டம் ஆடியது. படகின் மேல் அடுக்கில் கடற்கரைகளில் போடப்பட்டிருக்கும் சாய்வுப் படுக்கையில் படுத்து, இயற்கையின் அழகை இரசித்து,

உடலைத் தழுவும் குளிர்க் காற்றுடன் பயணம் செய்தோம். நல்ல சீதோஷ்ண நிலையில் குளிர்ந்த காற்று கடற்பயணத்தை இனிமை ஆக்கியது. நிலையான காற்றும் நீண்ட கடற்கரையும் பட்டம் விடுவதற்கான வாய்ப்பை ஏற்படுத்தித் தந்தன.

முசண்டம் படகுச்சவாரி

பெரிய படகிலிருந்து சிறுசிறு குழுக்களாகப் பிரித்து, குறும்படகுகளில் பாதுகாப்பு உடையுடன் சற்றுத் தொலைவிலிருக்கும் குகைப் பாறைகளின் உள்ளே அழைத்துச் சென்றார்கள். சுண்ணாம்புக் குகைகள், பறவைக்கூடுகள், வெவ்வேறு காலத்தின் தண்ணீரின் அளவுகளைப் பாறைகள் தனக்குள் பதித்திருந்தது. நீச்சல் தெரிந்தவர்கள், சாகச விரும்பிகள் 'பனானா ரைட்' எனும் வாழைப்பழ வடிவ மிதவைப் படகுகளில் அழைத்துச் செல்லப்பட்டார்கள். கடல்நீர் கண்ணாடி போலப் பளிச்சென்று இருந்ததால் தரைகீழ் மணற்குவியலும், மீன்களும், கல், பவளப்பாறைகளும் தெளிவாகக் காட்சியளித்தது.

சுவாசக் கட்டுப்பாடும், நீச்சலும் தெரிந்தவர்கள் ஸ்நார்க்ளிங் செய்து கடலடி உலகின் அபூர்வங்களை ரசித்தார்கள். அந்தமான், செசல்ஸ், மொரிசியஷ் போன்ற கடல்சார் தீவுக்கூட்டங்களுக்குச் சுற்றுலா செல்பவர்களின் அனுபவங்களுக்குச் சற்றும் குறைவில்லாதது முசண்டம் கடற்பிரயாணம். எங்களுடைய பயணத்தில் டால்ஃபின்களின் வருகை மிகவும் அரிதாக இருந்தது. டிப்பாவில் ஒரு டால்ஃபினைக்கூடப் பார்க்க முடியாமல் ஏமாற்றம் ஏற்பட்டது. அதுவே கசாபா முசண்டம் பகுதியில் துள்ளிக் குதிக்கும் டால்ஃபின்களைப் பார்ப்பதுடன் அவற்றுக்கு உணவளிக்கவும் வாய்ப்பு அதிகம். கண்ணாடி அரங்கத்திற்குள்ளும் நீச்சல்குளங்களிலும் மட்டுமே பார்த்துப் பழகிய டால்ஃபின்களை, கடலுக்கு மத்தியிலே சுதந்திரமாகக் காண்பது சிலிர்ப்பாய் இருக்கும்.

பல வண்ண நிறத்தில் உடலை மறைக்கும் பாவாடை, சட்டை போன்று அணிந்திருந்த போரா சமூகத்து இஸ்லாமியப் பெண்கள், பேச்சு, உணவு, செய்கைகளில் மலையாள வாசனை தூக்கலாக ஒலிக்கும் கேரள தேசத்தவர்கள், வங்காளிகள், ஆப்ரிக்க தேசத்தவர்கள், கல்யாணமான புதுமணத் தம்பதிகள் என எங்களுடைய படகு கலவையான மனிதர்களைக் கொண்டிருந்ததால் வேடிக்கைகளுக்குப் பஞ்சமிருக்கவில்லை. தீவுகளின் நெருக்கத்தில் சென்று, செங்குத்தான மலைகளில் ஏறி... என அனைத்துச் சாகசங்களையும் புகைப்படம் எடுக்க யாரும் மறக்கவில்லை.

மதிய நேரம் வந்தவுடன் சுடச்சுட சுவையான இந்திய சைவ அசைவ உணவுகளைத் தயாராக வைத்திருந்தார்கள். குளித்தவர்கள் அனைவருமே கூடுதலாக உண்டு சிறிது நேரம் ஓய்வெடுத்தார்கள். மீன்பிடிப்பதற்குத் தேவையான தூண்டிலையும், இரையையும் கொடுத்தார்கள். முதல்முறையாக மீன்பிடிப்பவர்கள் அனைவருமே மிகுந்த ஆர்வமாய் ஆயத்தமானோம். தூண்டிலை ஆழமாக இறக்க மீன் நிதானமாக இரையைத் தின்றுவிட்டுப் போய்விட்டது. நன்றாக இறக்கிய தூண்டிலை மேலே கொண்டுவரவே வெகுநேரமானது. படகைச் செலுத்திய இளைஞர்கள் பேசிய மொழியை முதலில் இந்தி என்றே நினைத்தோம். பிறகே, அது வங்காளம் என்பதைப் புரிந்துகொண்டோம். படகின் கீழ்த்தட்டில் அதன் முழுக்கட்டுப்பாடு இருந்தாலும் மேலடுக்கில் படகின் திசையைத் தீர்மானிக்கும் நேவிகேட்டர் கருவியும் சில எந்திரங்களும் மாத்திரமே தென்பட்டன. அதன் அருகில் நின்றபடி, படகையே தாங்கள்தான் இயக்குவதுபோலப் பலரும் படம் எடுத்துக்கொண்டார்கள். நானும் தான்.

வடநாட்டுக் குடும்பங்கள் கார்ட்ஸ், சதுரங்கம் என்று நிறைய விளையாட்டுக்களை விளையாடிக் கொண்டிருந்தார்கள். சில சுற்றுலா நிறுவனங்கள் சுற்றுலாப் பயணிகளின் விருப்பத்திற்கு ஏற்றார் போல் இரவு தங்குவதற்கான கூடார வசதி, உணவு, பொழுதுபோக்கு நிகழ்ச்சிகள் என்று சகல வசதிகளையும் செய்துத் தருவதுண்டு. திரும்பும் வழியில் சுங்க அதிகாரிகள் ஆவணங்களைச் சரிபார்த்த பின்னர், சுற்றுலா வண்டிகளுக்கான வரிசையில் சென்று துபாயை நோக்கிப் பயணமானோம். வழியெங்கும் காரிருள் சூழ்ந்திருந்தாலும், தெரு விளக்கின் வெளிச்சம் பரவாத இடங்களிலும் வாகனம் இரைந்து சென்றது. அந்த ஆள்நடமாட்டமில்லா சாலை உள்ளுக்குள் அச்சத்தை விதைத்தாலும், பயணத்தின் இனிமையைத் தொந்தரவு செய்யவில்லை.

47 அபிநயா ஸ்ரீகாந்த்

05 ஒரு பயணியின் வழித்தடம்

ஒரு பயணியின் வரலாற்றுத் தடங்களைக் கருப்பொருளாகக் கொண்டு உலகிலேயே உருவாக்கப்பட்ட முதல் பேரங்காடி 'இபன் பதூதா பேரங்காடி'. துபாய் நாட்டின் கடைக்கோடிப் பகுதியான ஜெபல்அலி கிராமத்தில் அமைந்திருக்கும் இதன் தனித்துவம் வரலாற்று முக்கியத்துவம் வாய்ந்தது. அது சரி, யார் அந்த இபன் பதூதா? பதிமூன்றாம் நூற்றாண்டில் இளைஞனாய் தன் வாழ்நாளில் 29 ஆண்டுகளைப் பயணத்திலே செலவிட்டு, ஒரு லட்சத்து 20 ஆயிரம் கிலோ மீட்டர் தொலைவினைக் கடந்து, 44 நாடுகளைக் கண்டறிந்த மொராக்கோ தேசத்துப் பயணிதான் இவர். ஒரு கணக்குக்குச் சொன்னால் மார்க்கோ போலோவைவிட மும்மடங்கு அதிகமான தூரத்தை உலகம் முழுக்கப் பயணம் செய்து கடந்தவர்.

இந்தியா, எகிப்து, சீனம், அண்டலூசியா, துனீசியா, பெர்சியா என அவர் பயணித்த நாடுகளில் முக்கிய ஆறு தேசங்களில் அவர் கண்ட, அனுபவித்த சம்பவ நிகழ்வுகளின் குறிப்புகளைக் கொண்டு இப்பேரங்காடியை உருவாக்கி இருக்கிறார்கள். ஆறு தேசங்களின் கலாசாரப் பண்பாட்டு அம்சங்களின் பிரம்மாண்ட வெளியாக இவ்வங்காடி அமைந்திருக்கின்றது என்றாலும் மிகையில்லை. பதூதா மாலில் (பேரங்காடி) எந்நேரமும் மக்கள் கூட்டம் அலைபாய்ந்தபடி இருக்கிறது. 4500 வாகனங்களை நிறுத்தி வைத்திருக்கும் இடத்தில் எங்களுடைய வாகனத்தைக் கண்டுபிடித்துச் செல்வதற்கே பெரிய சாமர்த்தியம் தேவைப்பட்டது.

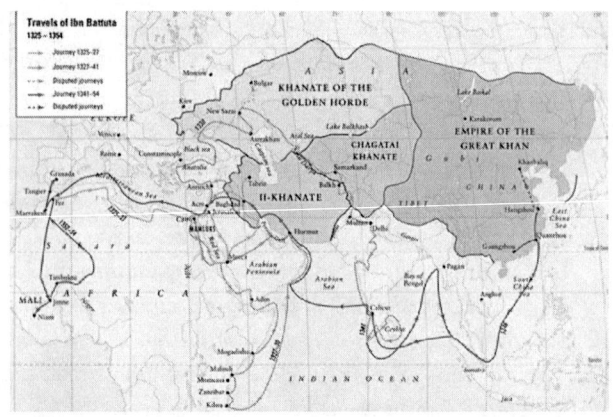

இபன் பதூதாவின் வழித்தடங்கள்

நுழைவாயில்

பேரங்காடிக்குள் நுழைவதற்கு முன் அதன் வாயிலில் கண்ணாடியிலான எகிப்திய கூர்க்கோபுரங்களும், அதைச் சுற்றிப் பேரீச்சை மரங்களும், அதன் மிதமான வாசனையும் எங்களை வரவேற்றது. மரத்திலிருந்து உதிர்ந்து தரையில் சிதறிக் கிடந்த பேரீச்சைக் கனிகளைக் கைகளில் அள்ளிக்கொள்ள தடையேதும் விதிக்கப்படவில்லை. உலகின் அதி உச்சமான வெப்பநிலையில் விளைவதால் பேரீச்சைக் கனிகள் அழுகுவதில்லை. உலகம் முழுக்கச் சந்தைப்படுத்தப்படும் அந்த 'அழுகாத கனி'யின் இனிப்பும் துவர்ப்பும் கலந்த காய்ச்சுவை வித்தியாசமாக இருக்கும். அனைத்து அங்காடிகளிலும் பேரீச்சைக் காய்களை வாங்கி சுவைத்துப் பார்க்கலாம்.

எகிப்து அரங்கு

எகிப்தியச் சித்திர எழுத்துக்களால் அலங்கரிக்கப்பட்ட சுவர்கள் சூழ, அதையொட்டிய நீண்ட வரிசைத் தூண்களுக்கிடையே, மூடப்பட்ட நடைபாதையின் வழியாக அமைந்திருக்கிறது அங்காடியின் முதல் அரங்கம். அங்கிருந்த கூரான வளைவுகளும், கம்பீரமான விளக்குகளையும் அண்ணார்ந்து பார்த்தபோது, 'மம்மி' வரிசைத் திரைப்படங்களும், எகிப்திய பிரமீடுகளுக்குள் காணப்படும் சித்திரங்களும் மனதிற்குள் வந்து சென்றன. இபன் பதூதா மாலின் முதலாவதாக அமைந்துள்ள எகிப்து அரங்கத்தினுள் காணப்பட்ட பிரமீடுகள், பேரோக்கள், கோயில்கள் அனைத்தும் எகிப்தின் பண்டைய வரலாற்றை ஆவணம் செய்ததுபோல இருந்தன.வரலாற்று நோக்கில் எகிப்தியர்கள் குமரிக் கண்டத்திலிருந்து பல்லாயிரம் ஆண்டுகளுக்கு முன்பு தோன்றியவர்கள் என்ற வாதம் ஒருபக்கம் இருப்பதாலும், எகிப்தியர்களின் விஞ்ஞான அறிவிலும், உடை, மொழியின் எழுத்து வடிவம், நாகரீக மாற்றங்களில் தமிழர்களுக்கும் எகிப்தியர்களுக்கும் இடையேயான சில ஒற்றுமைகளை அந்தச் சூழல் பிரதிபலிப்பதாக அமைந்திருக்கின்றது.

இபன் பதூதா குறிப்புகளில் எகிப்து

எகிப்தின் கெய்ரோ குறித்து இபன் எழுதியுள்ள குறிப்புகளின்படி, அரபு மொழியைப் பேசும் சுமார் 6,00,000 மக்கள் வாழ்ந்த நெரிசல்மிக்க நகரமாகக் கெய்ரோ அமைந்திருக்கிறது. குறுகிய அதன் தெருக்களில் ஆயிரக்கணக்கான கடைகளும், நடைபாதை மருந்து விற்பனையாளர்களும், வியாபாரிகளும், அமீர்களினால்

கட்டப்பட்ட பள்ளிவாசல்களும், கல்லூரி, மருத்துவமனைகள், மடங்கள் என நெருக்கம் மிக்கதாக அமைந்திருக்கின்றன. தண்ணீர் மற்றும் பொருள்களை எடுத்துச் செல்ல 12 ஆயிரம் ஒட்டகங்களும், 30 ஆயிரம் கழுதைகளும், கோவேறு கழுதைகளும் இருந்திருக்கின்றன. நைல் நதியில் சுல்தானுக்குச் சொந்தமான 36 ஆயிரம் படகுகள் சூழ்ந்திருக்க அந்தக் காட்சிகளை இபன் பதிவு செய்திருக்கிறார். அதுமட்டுமில்லாமல் கெய்ரோவின் மருத்துவமனைகளின் அமைப்பு, நோயாளிகள் தங்கும் அறை, ஓய்வறை, நூலகம், மருந்தகம் என அனைத்தையும் நேர்த்தியாகப் பதிவு செய்திருக்கிறார். பணக்காரர் ஏழை எனப் பாகுபாடு இல்லாமல் இலவசமாகச் சிகிச்சை அளிக்கப்பட்டு, மருத்துவமனையின் தின வருமானம் ஆயிரம் தினாருக்கும் மேல் இருந்திருக்கின்றது என்ற புள்ளிவிபரங்கள் உட்பட ஒரு பயணியின் பார்வையில் அவர் எழுதியிருக்கும் விதத்தை அடிப்படையாகக் கொண்டே எகிப்திய அரங்கு வடிவமைக்கப்பட்டிருக்கிறது.

இந்தியப் பிரயாணம்

இபன் மேற்கொண்ட நீண்ட கடற்பயணத்தின்போது ஒருமுறை அவரது கப்பலானது புயல் சீற்றத்தில் சிக்கிக் கொண்டதால் இந்தியாவின் மலபார்க் கடற்கரைப் பகுதியில் தஞ்சம் அடைந்திருக்கிறார். அப்போது தென்னிந்திய மக்களின் வாழ்க்கை முறைகளை அறிந்துகொள்ளும் வாய்ப்பும் அவருக்குக் கிடைத்திருக்கிறது. அதுமட்டுமில்லை, இன்றைய இராமநாதபுரம் மாவட்டத்திலுள்ள பெரியபட்டினம் கடற்கரைத் துறைமுகத்தில் மூன்று மாதங்கள் தங்கியிருந்து தென்னிந்திய வாழ்க்கை முறையைப் பயிலவும் தொடங்கியிருக்கிறார். இபன் வருகையைக் கேள்விப்பட்டு, அச்சமயம் இந்திய ஆட்சியாளராக இருந்த இஸ்லாமிய மன்னர் முகமது–பின்–துக்ளக் தனது நட்பினை வெளிப்படுத்தும் விதமாக இபின் பதூதாவிற்கு நீதிபதி பதவி அளித்து, ஆண்டுக்கு ஐயாயிரம் தினார் ஊதியமும் வழங்கியதாக ஒரு வரலாற்றுச் செய்தி உள்ளது. அன்றைய காலகட்டத்தில் ஒரு சராசரிக் குடும்பத்தின் மாத வருமானம் ஐந்து தினார்கள்தான். அவைமட்டுமின்றி, நகரத்தைச் சுற்றியுள்ள சில கிராமங்களில் வரி வசூல் செய்துகொள்வதற்கும் உரிமைகளை வழங்கி இபன் பதூதாவைக் கௌரவித்திருக்கிறார் துக்ளக்.

துக்ளக் ஆட்சியில்

இபன் பதூதா ஏழாண்டுக் காலம் துக்ளக்கின் கீழ் அரசியல்

பணியில் இருந்தார். முகமது பின் துக்ளக்கின் நிர்வாகச் சீர்கேடு இந்தியாவை நிலைகுலையச் செய்தபோது, மொத்த நீதி நிர்வாகமும் இபின் பதூதா வசம் வந்திருக்கிறது. இபன் இஸ்லாமியச் சட்டங்களை இந்தியாவில் இயற்றவேண்டும் என்பதில் தீவிரமாக இருந்தார். குறிப்பாகப் பெண்களுக்கு எதிரான குற்றங்களுக்குக் கடுமையான தண்டனைகளை அளிக்க முற்பட்டார். இபன் பதூதாவின் காலத்தில் இந்தியாவில் சாதாரண மக்கள் தொடர்ந்து வரியாலும் அதிகார நெருக்கடியாலும் கசக்கிப் பிழியப்பட்டது குறித்துத் தன் குறிப்பேடுகளில் எழுதி வைத்திருக்கிறார். இத்தனைக்கும் அவர் துக்ளக் குடும்பத்தோடு மண உறவு செய்துகொண்டவர். அரச விசுவாசம் தாண்டிக் குடும்ப நெருக்கம் கொண்டிருந்தபோதும் அவர் தன் பயணக் குறிப்புகளில் பல நெருக்கடியான சூழ்நிலைகளையும் கூட விமர்சனப் போக்கில் பதிவு செய்திருக்கின்றார்.

துக்ளக் மன்னரின் எதிரிகளில் ஒருவரான ஒரு சூபி தத்துவவாதிக்கும் இபின் பதூதாவிற்கும் தொடர்பு இருந்தது கண்டு துக்ளக் அதிர்ச்சி அடைந்திருக்கிறார். எங்கே விசாரணையின்றி துக்ளக் தன்னையும் கொன்றுவிடக் கூடுமோ என்று அஞ்சிய இபின் பதூதா ஒரு வார காலம் உண்ணா நோன்பு இருந்து, பகலும் இரவும் பிரார்த்தனை செய்தபடி இருந்திருக்கிறார். எதிர்பார்த்தது போலவே மன்னரிடமிருந்து அழைப்பு வர, தான் திரும்பவும் ஹஜ் பயணம் மேற்கொள்ள இருப்பதாக இபன் பதூதா தெரிவித்தார். ஆனால், துக்ளக் அதை மறுத்து அவரை சீனாவிற்கான தூதுவராக நியமித்து, தேவையான பொருட்களும் வேலையாட்களும் கொடுத்து அனுப்பி வைத்தார். துக்ளக்கின் நிலைகொள்ளா மனநிலைகொண்ட நடவடிக்கைகளில் இருந்து தப்புவதற்காக அந்தப் பணியை ஒப்புக்கொண்ட பதூதா அண்டை தேசமான சீனாவிற்குப் பயணமாகி இருக்கிறார்.

இந்திய அரங்கு:

இபன் பதூதாவின் இந்தியப் பயண அனுபவத்தையும், முகலாயர்களின் ஆட்சியில் ஏற்பட்ட இந்திய இஸ்லாமிய கட்டடக் கலையின் தாக்கத்தையும் செல்வச்செழிப்பு மிக்க இந்தியாவின் அன்றைய காலகட்டத்தையும் ஒருசேர பதூதா பேரங்காடியின் இந்திய அரங்கத்தில் காண முடிந்தது. தாஜ் மஹால், செங்கோட்டை போன்ற நினைவுச் சின்னங்கள் அணிவகுத்து நிற்க, பன்னிரெண்டு இராசிகளை விளக்கும் சின்னங்களின் வெளிப்பாடானது புடைப்புச் சிற்பம் போல வடிவமைக்கப்பட்டிருந்தது. முதல் தடவை செல்லும்போது இந்த ராசிச்சிற்பங்களை நாங்கள் கவனிக்காமல்

சென்றுவிட்டோம். மற்றொரு அனுபவத்தின் போதுதான் அதனைச் சரியாகக் கவனிக்க முடிந்தது.

இந்திய அரங்கமும் சீன அரங்கமும்

இந்திய அரங்கம் மட்டுமில்லை மற்ற ஐந்து உலக அரங்கங்களையும் பொறுமையாகத் தேடித்தேடிப் பார்த்து இரசித்ததால்தான் மொத்தப் பேரங்காடியின் சிறப்பையும் உணர முடிந்தது. இந்திய

யானையின் அம்பாரியில் அமைக்கப்பட்டிருக்கும் மணிக்கூண்டு ஒவ்வொரு மணி நேரத்திற்கும் ஒருமுறை எழுப்பும் ஒலியும் அதன் செய்கையும் காண்போரை வியக்கச் செய்தது. இதுபோலப் பல்வேறு வடிவமைப்புகள் இந்தியச் சாயலுடன் சுற்றுலாப் பயணிகளைத் தன்வசப்படுத்தும்விதமாக அமைந்திருந்தன. இந்திய அரங்கின் அருகில் பட்டையால் செய்யப்பட்ட சினபான் என்ற உலகப்புகழ் பெற்ற இனிப்பைச் சுவைத்தோம். ஃபுட் ஃபேக்டரி போன்ற நிகழ்ச்சிகளை ஆர்வமாய்ப் பார்ப்பவர்கள், இந்த இனிப்புப் பண்டம் பற்றித் தொலைக்காட்சி நிகழ்ச்சியில் நிச்சயம் பார்த்திருப்பார்கள். பிரம்மாண்டப் பாத்திரத்தில் மாவு பிசையப்பட்டு, பெரிய சப்பாத்திக் கட்டையால் மாவு இழை தேய்க்கப்படுவதையே கண் இமைக்காமல் வேடிக்கை பார்த்தோம். பட்டை, உடல் எடையைக் குறைக்கும் என்றார்கள். பிரியாணியில் போடப்படும் பட்டையை வெறுப்பவர்கள் கூடச் சினபானை விரும்பிச் சாப்பிட்டார்கள்.

சீனப் பயணம்

மார்க்கோ போலோவிற்குப் பிறகு சீனாவிற்குச் சென்ற வெளிநாட்டுப் பயணி இபன்தான். எதிர்பாராவிதமாகச் சீனப் பயணத்திலும் அவரது கப்பல் விபத்திற்குள்ளாகிக் கரையோர மீனவர்களால் காப்பாற்றப்பட்டார். தொடர்ந்து இலங்கை, மாலத்தீவு போன்ற நாடுகளுக்குப் பயணம் மேற்கொண்டார். கடுமையான பல தடைகளைத் தாண்டித்தான் இபன் சீனாவை அடைய முடிந்தது. இபன் பதூதா, சீனாவில் முஸ்லிம்கள் வசிக்கும் பகுதிகளில் தங்கினாலும் சீனாவின் பழக்கப்படி ஒவ்வொரு பகுதிக்கும் இருந்த ஒவ்வொரு தலைவர்களும், சட்டத்துறை நிபுணர்களும் இபன் பதூதாவை வெகுவாக வரவேற்றிருக்கின்றனர். வணிகர்கள் ஏராளமான பரிசுப் பொருட்கள் தந்திருக்கின்றார்கள். ஆனபோதும், அங்குள்ள நரமாமிசம் தின்பவர்களைப் பற்றிக் கேள்விப்பட்டு மேற்கொண்டு உள்நாட்டின் பெரும்பாலான பகுதிகளுக்கு இபன் பயணம் செய்யாமல் திரும்பியது தனிக்கதை.

சீனா என்னும் வணிக தேசம்

"உலகின் மிகப் பெரிய நிலப்பரப்பைக் கொண்ட சீனாவில் கனி வர்க்கங்கள், தானியம், தங்கம், வெள்ளி என உலகில் வேறெங்கும் கிடைக்காத அளவுக்கு ஏராளமாகக் கிடைத்தது. தரத்தில் உயர்ந்த சாட்டின் துணியும் கிடைத்தது. சீனாவின் உயர் ரகப் பீங்கான் இந்தியா, ஏமனுக்கு ஏற்றுமதி செய்யப்படுகிறது. சீனர்கள்

ஹிந்துக்களைப்போல் சிலையை வணங்குபவர்கள், இறந்தவர்களை எரிப்பவர்கள். சீனாவின் அரசர் செங்கிஸ்கானின் வழித்தோன்றல். ஒவ்வொரு நகரிலும் சொற்ப அளவு முஸ்லிம்கள் வாழ்கின்றனர். பள்ளிவாசல்களும் இருக்கின்றன. அவர்களுக்கு மரியாதையும் கௌரவமும் அளிக்கப்படுகிறது.

பன்றி, நாய் இறைச்சியைச் சீனர்கள் உணவாக உண்கின்றனர். பட்டு ஏராளமாகக் கிடைக்கிறது, பழவகைகள் உற்பத்தி ஆவதைப் போல் பட்டும் உற்பத்தியாகிறது. பெரிய அளவில் பராமரிப்பு தேவைப்படுவதில்லை. ஏழைகள் முதல் அனைவருமே பட்டாடை உபயோகிக்கின்றனர். ஒருவர் வைத்திருக்கும் பருத்தி ஆடையின் அளவைப் பொருத்து அவரது செல்வம் மதிப்பிடப்படுகிறது. தினார் (தங்கம்), திர்ஹம் (வெள்ளி) செலவாணியாக வணிகத்தில் பயன்படுத்தினாலும் காகிதப் பணங்களும் உபயோகத்தில் இருக்கின்றன. அதில் அரசு முத்திரை இருக்கிறது. காகிதப் பணம் கிழிந்துவிட்டாலோ அல்லது பயன்படுத்தமுடியாத நிலைக்கு ஆகிவிட்டாலோ அதனைக் கருவூலத்தில் கொடுத்து மாற்றிக்கொள்ளலாம், அதற்காகப் பிடித்தம் ஏதுமில்லாமல் அதே மதிப்புள்ள புதிய பணம் பெற்றுக்கொள்ள முடியும்.

சீனர்கள் அனைவருமே மிகத்திறமை வாய்ந்த கலை நுணுக்கம் கொண்டவர்களாகவும் அதில் நிபுணத்துவம் பெற்றவர்களாகவும் இருந்தனர். அவர்கள் வரையும் சித்திரங்களைப் பார்த்தபோது அவர்களை விஞ்ச உலகில் யாருமில்லை என்பதை உணர்ந்தேன். சீனர்கள் தங்கள் மகள்களையும் மகன்களையும் குறைந்த விலைக்கு விற்றுவிடுவார்கள். அதைப் பற்றி அவர்களுக்கு எந்த வருத்தமும் கிடையாது. விலைக்கு வாங்கப்படும் பெண்களை விருப்பமிருந்தால் திருமணம் செய்துகொள்ளலாம் அல்லது வைப்பாகவோ, அடிமையாகவோ வைத்துக்கொள்ளலாம். நிர்ப்பந்தமும், வரம்புமீறிய ஒழுக்கக்கேடும் அறவே கிடையாது.

சீனாவுக்கு வரும் இஸ்லாமிய வணிகர்கள் அங்கு இஸ்லாமியர் வீட்டில் தங்கிக்கொள்ளலாம் அல்லது வணிகர்கள் விடுதிகளில் தங்கிக்கொள்ளலாம். அது அவரவர் விருப்பம். வணிகர்களின் உடமைக்குத் தங்குமிடத்தின் உரிமையாளர் முழுப்பொறுப்பு ஏற்றுக்கொள்வார். மேலும் பயணம் செய்யும் வணிகர்கள் இரவு நேரத்தில் வெளியில் செல்ல இயலாது. மாலைப் பொழுதானதும் அவர்களுக்கென்று அமைக்கப்பட்டுள்ள விடுதியில் தங்கவேண்டும். விடுதியின் பொறுப்பாளர் தங்கும் பயணிகளின்

உடமைகளைக் கணக்கிட்டுத் தன் பொறுப்பில் வைத்துக்கொள்வார். மறுநாள் அல்லது மீண்டும் பயணம் தொடங்கும்போது உடமைகளைச் சரிபார்த்துத் திருப்பி அளித்துவிடுவார். இத்தகைய நடைமுறைகளினால் ஒரு பயணி ஆண்டு முழுதும் விலை உயர்ந்த பொருட்களுடன் பயமில்லாமல் பயணம் செய்யமுடியும்.'' என்று சீனா குறித்து இபன் தனது குறிப்புகளில் எழுதியுள்ளார். அவரது பயணக் குறிப்புகளைப் பிரதிபலிக்கும் விதமாகச் சீன அரங்கம் ஆரம்பத்திலேயே இபன் பதூதாவின் கடினமான கடற்பயணத்தை வெளிச்சம் போட்டுக்காட்டும் விதத்தில் வடிவமைக்கப்பட்டு இருந்தது.

சீன அரங்கு

நூற்றுக்கும் மேற்பட்ட பெரிய, சிறிய வகை கப்பல்கள் நிற்க வைக்கப்பட்டிருந்த சீனத் துறைமுகத்தை மிகப் பெரிய துறைமுகமாக இபன் பதூதா கருதியிருக்கக் கூடும். அதனாலேயே சீன அரங்கத்தில் சேதமான கப்பலைக் காட்சிப்படுத்தி இருந்தார்கள். புயல், சுழல் காற்று, மூழ்கடிக்கப்பட்ட கப்பல்கள், கடற்கொள்ளையர்கள் எனப் பழங்காலச் சீன நகரங்களின் தோற்றங்களை நினைவூட்டியது. வெண்பளிங்குச் சலவைக்கல், ஏகாதிபத்திய சீனப் பேரரசின் வளமை, மகிழ்ச்சியைப் பிரதிபலிக்கும் உட்கூரை என்று கண்களைக் கவர்ந்தது.

சீனப் புத்தாண்டுக் கொண்டாட்டங்களின்போது, இந்த அரங்கங்கள் புதுப்பொலிவு பெறுகின்றன. சீனாவின் புராண விலங்குகளான பறக்கும் டிராகன், இறக்கையுள்ள முதலை போன்றவை தத்ரூபமாக வடிவமைக்கப்பட்டு, அதன் அலங்கார உடைகளோடு காண்போரைப் பிரமிக்கச் செய்யும் செய்கைகளுடன் அரங்கு முழுக்க உலவுகிறார்கள். கண்ணைப் பறிக்கும் சீன உடைகளை உடுத்திப் பார்க்கும் ஆவல் பிறந்தது. நாங்கள் சென்றிருந்தபோது சீனப் பேரங்காடியின் நிறைய சீன உணவு விடுதிகள் வெறிச்சோடிக் காணப்பட்டன. வாடகை அதிகமாய் இருப்பதால் உரிமையாளர்களுக்கு மிகுந்த சிரமத்தை இந்த நிலை ஏற்படுத்துகிறது என்று உள்ளூரைச் சேர்ந்தவர்கள் பேசிக் கொண்டிருந்ததைக் கேட்கமுடிந்தது. இபன் பதூதா தான் கண்ட சீனாவைக் காட்சிப்படுத்தும் இடத்தில் இந்த நகைமுரண் ஆச்சர்யமானதாக இருந்தது.

பெர்சிய அரங்கு

ஈரான் முன்னாட்களில் பெர்சியா என்றே அழைக்கப்பட்டு வந்தது. மங்கோலியப் படையெடுப்புகளால் அன்றைய

பெர்சியாவின் விவசாயம் மற்றும் பொருளாதாரம் பெரும் பின்னடைவைச் சந்தித்தபோது, மங்கோலியர்கள் இஸ்லாமிற்கு மாறத் துவங்கியிருந்தார்கள். அப்போது அவர்களுக்குப் பாரசீகக் கலை மற்றும் கல்வியில் ஆர்வம் எழத் துவங்கியது. பெர்சிய மற்றும் சீன அறிஞர்கள் ஒன்றிணைந்து ஈடுபட்ட ஆய்வுகளின் விளைவால் சீனக் கலாச்சாரத்தின் தாக்கம் பாரசீகத்தைத் தன்வசமாக்கியது. அதன் விளைவுகளை இபன் பதூதா பேரங்காடியில் உள்ள பெர்சிய அரங்கத்தில் காட்சிப்படுத்தப்பட்டிருந்த பாரசீக மினியேச்சர் ஓவியம், ஜவுளிகள் மற்றும் மட்பாண்ட வடிவமைப்புகளில் அப்பட்டமாகக் காண முடிந்தது. பாரசீக அரங்கத்தின் மிகப்பெரிய மண்டபம், நீலப்பச்ச வண்ணம் கொண்ட இரத்தினக் கல் பதித்த குவிமாடம், உயரமான பித்தளைச் சர விளக்குகள் அனைத்தும் பண்டைய ஈரான் நகரத்துக்குள் இபன் பதூதாவுடன் நம்மையும் அழைத்துச் செல்வதுபோல அமைக்கப்பட்டிருக்கிறது. அங்குள்ள பூப்பின்னல்கள், சித்திர வேலைபாடுகளைக் காணும்போது பாரசீகர்களின் கலைத்திறனை மெச்சிக்கொள்ளாமல் கடக்கமுடிவதில்லை.

துனிசியாவின் தொழுகை

ஆப்பிரிக்கக் கண்டத்தில் வடகோடியில் மத்தியத்தரைக் கடலை ஒட்டி அமைந்த நாடு துனிசியா. அட்லஸ் மலைத்தொடரை ஒட்டியுள்ள நாடுகளில் மிகவும் சிறிய நாடு. இதன் நிலப்பரப்பு சகாரா பாலைவனமாக இருந்தாலும் எஞ்சியுள்ள பகுதிகள் வளம் நிறைந்தவையே. சுமார் ஒரு லட்சம் மக்களுடன் இஸ்லாமியக் கலாச்சாரமும் கல்விக்கூடங்களும் நிறைந்த வடக்கு ஆப்ரிக்காவின் வணிக நகரமாக துனிசியா அமைந்திருந்தது. இபன் பதூதாவின் பயண நாடுகளின் வரிசையில் தூனிசியாவிற்கு முக்கிய இடம் உண்டு. தன்னை வரவேற்க யாருமில்லையே என்று எண்ணிய இபனின் கண்ணீரைத் துடைத்து, அன்புடன் அணைத்துக்கொண்ட தேசம் துனிசியா.

கம்பளி, தோல்பொருட்கள், துணி, மெழுகு, ஆலிவ் எண்ணெய் மற்றும் தானிய வணிகங்களை நடத்தியுள்ளது. அழகிய பள்ளிவாசல்கள், அரண்மனைகள், பொதுப் பூங்காக்களைக் கொண்டு நாகரிக நகரமாகவும் விளங்கியிருக்கின்றது. அங்கு இரு மாத காலம் கல்லூரி ஒன்றின் விடுதியில் தங்கியிருந்து, பல உயர் அதிகாரிகளையும், நீதிபதிகளையும், கல்வியாளர்களையும் சந்தித்து பயன் பெற்றிருந்திருக்கின்றார் பதூதா. துனிசியாவில் ரமலான் மாத நோன்பும், நோன்புப் பெருநாளும் திருவிழா போலக்

கொண்டாடப்பட்டு இருக்கின்றது. பெருநாள் தொழுகைக்கு மைதானத்தில் அனைத்து மக்களுடன் துனிசியாவின் சுல்தானும் மக்களில் ஒருவராகத் தொழுகையில் கலந்துகொண்டிருக்கின்றார். தொழுகைப் பேருரைக்குப் பின் ஒருவருக்கொருவர் ஆலிங்கனம் செய்து வாழ்த்து தெரிவித்துக் கொண்டிருக்கின்றார்கள். ஒரு துனிசிய அதிகாரியின் மகளை மணமுடிக்க ஏற்பாடாகியிருந்த குறிப்பின்வழி பதூதாவிற்கும் துனிசிய நாட்டிற்கும் வெகு விரைவாக ஏற்பட்ட இணக்கமான சூழ்நிலையையும் நெருக்கத்தையும் அறிந்துகொள்ள முடிகிறது.

துனிசியா அரங்கம்

துனிசியாவின் மென்மையான மனிதர்களையும் அவர்களின் செழுமையான வாழ்வையும் கண்முன் நிறுத்தும் விதமாக மொரோக்கோ மொசைக் தரைகளால் வடிவமைக்கப்பட்டிருக்கிறது துனிசிய அரங்கம். மொரோக்கோவின் கடலோர நகரங்களின் மாதிரி வடிவமைப்பு, வெள்ளை அடிக்கப்பட்ட கட்டட முகப்பு, நீலக் கதவுகள், இரும்பு வேலைபாடுகள், கண்ணாடிச் சாளரங்கள், வான மேற்கூரையுடன் திறந்த வீதியில் நடக்கும் உணர்வைத் தருபவையாக அமைக்கப்பட்டுள்ளன. ஆடம்பரமான அதேவேளை அற்புதமான கட்டடக் கலையுடன் கூடிய மசூதிகள், அரண்மனைகள், தோட்டங்கள், கல்லூரிகள் என துனிசிய அரங்கம் அந்நாட்டின் மினியேச்சர் பிம்பமாக வடிவமைக்கப்பட்டிருக்கிறது.

ஆண்டலூசியக் கனிகள்

ஆண்டலூசியாவின் பெருமை அதன் சுவைமிக்க கனிகள். இபன் அங்கு சென்றிருந்தபோது ஆண்டலூசியாவின் முக்கிய நகரான கர்நாட்டா சுற்றுச்சூழலின் தூய்மையை அவர் வியந்திருக்கிறார். கூடவே ‘ஷன்னில் நதி’யின் செழிப்பால் உண்டாக்கப்பட்டிருந்த தோட்டங்களையும், பூங்காக்களையும், அதன் கரையில் கட்டியெழுப்பப்பட்டிருந்த அழகிய கட்டடங்களையும் ரசித்து மெய்சிலிர்த்திருக்கிறார். கர்நாட்டாவின் அரசர் சுகவீனப்பட்டிருந்த காரணத்தால் அவரைச் சந்திக்காமலேயே பயணத்தை முடித்துக்கொள்ளவிருந்த இபன், அரசரின் தாயாரைச் சந்தித்துத் தங்க தினார்களைப் பரிசாய்ப் பெற்றதைத் தன் பேறு என்று குறிப்பிட்டிருக்கிறார். ஆண்டலூசியப் பயணக் காலத்தில் அங்கு பல சூஃபி ஞானிகளைச் சந்திக்கும் வாய்ப்பும் இபன் பதூதாவிற்குக் கிடைத்திருக்கிறது.

ஆண்டலூசிய அரங்கம்

ஐரோப்பிய கண்டத்தைச் சார்ந்த அந்துலுசியா ஸ்பெயினில் தன்னாட்சி செய்யும் அழகிய நகரங்களில் ஒன்று. ஆண்டலூசிய அரங்கத்தின் நட்சத்திர வடிவக்கூரையும், சிங்கங்களின் நீரூற்றும் அந்நாட்டின் அல்ஹம்பரா மாளிகையை மையப்படுத்தி உருவாக்கப்பட்டிருந்தது. அதன் உயர்ந்த அரங்குகள், புத்துயிர் பெற்ற வளைவுகள், கர்டோபாவின் பெரிய பள்ளிவாசல், சிவப்புக் கற்சுவர்கள், சுடுமண் ஓடுகள், எனத் தனித்துவமான ஆண்டலூசியா மண்ணின் மணத்தைப் பரப்புவதாக ஆண்டலூசிய அரங்கம் வடிவமைக்கப்பட்டிருக்கிறது. கவிதைகள், இதிகாசங்கள், கட்டடக்கலை, சிற்ப சாஸ்திரம், அறிவியல் என அத்தேசத்தின் ஒருங்கிணைந்த சங்கமமாக அவ்வரங்கம் விளங்குகிறது. மிகமுக்கியமாகக் கனிகளின் சோலைவனமாக விளங்கும் ஆண்டலூசிய அரங்கில் மிகக் குறைந்த விலையில் செழுமைமிக்க மாதுளை, திராட்சை, பாதாம், அத்திப் பழங்கள் ஆகியவை விதவிதமான அடுக்குமுறைகளுடன், எடுத்துக் கடித்துத் தின்றுவிடத் தூண்டும் திரட்சியுடன் விற்பனைக்கு வைக்கப்பட்டிருந்தது மறக்கமுடியாதது.

பயணியின் தடயங்கள்

இஸ்லாமியரின் கடமையான மெக்காவிற்குத் தொடங்கிய இவரது பயணம் உலகம் சுற்றும் பயணமாக மாறியது. சட்டம் படித்திருந்த இபன் பதூதா பத்துக்கும் மேற்பட்ட முறை திருமணம் செய்திருந்ததால் அவரது வாரிசுகள் ஆப்ரிக்கா, ஐரோப்பிய, ஆசிய கண்டங்களில் பரவி இருக்கின்றார்கள். ரிஹ்லா என்ற புத்தகத்தில் அவரது பயணக்குறிப்புகளைப் பற்றி அவரது உதவியாளர் இபன் ஜூஸ்ஸே விவரித்துள்ளார். அரபு வார்த்தையான ரிஹ்லாவிற்குப் ‘பயணம்’ என்று பொருள். கடைசி காலத்தில் நீதிபதியாகப் பணியாற்றி தன் 65 வயதில் இறந்த இபனின் சமாதி மொராக்கோவில் உள்ள டாங்கியரில் அமைந்திருப்பதாகக் கருதுகின்றார்கள்.

எல்லாப் பொருள்களும் ஒரே கூரையின் கீழ் கிடைக்கும் பேரங்காடிகளின் வளர்ச்சியையும், அதன் கவர்ச்சியையும் நவீன வணிகத்தின் விஸ்வரூபம் என்றே சொல்லலாம். உணவு, உடை, பல்பொருள் அங்காடிகள், பொழுது போக்குகள், அழகு, வாசனை மற்றும் ஆடம்பரப் பொருள்கள், திரையரங்குகள் அனைத்தும் ஒரு நவநாகரீகப் பேரங்காடியில் இருக்கும் உணர்வைப் பிரதிபலித்தாலும், இதுபோலான வரலாற்றுத் தடயங்களை முதன்மையாகக் கொண்டு ஒரு பயணியின் அனுபவத்தை மறைபொருளாகக் கடத்தும் தன்மை இரசனைக்குரியது. அந்த வகையில் துபாய் நாட்டின் இபன் பதூதா பேரங்காடி ஒரு பயணியின் வரலாற்றுக் குறிப்புகளின் பிரதிபலிப்பு என்றால் மிகையல்ல.

06 துபாய் பற்றிய முதல் குறிப்பு

துபாய் ஒரு பழமையான நாடுதான் என்றாலும், துபாய் பற்றிய முதல் குறிப்பு 1095–ஆம் ஆண்டு அபு அதுல்லா அல்–பக்ரி எழுதிய ஜியாக்ரபி என்ற புத்தகத்தில்தான் காணப்படுகிறது. வெனீஸ் நாட்டு முத்து வியாபாரி காஸ்பெரோ பால்பி என்பவர் 1580–ஆம் ஆண்டு, முத்து வணிகத்திற்காகத் துபாய் வந்து சென்றதைப் பதிவு செய்திருக்கிறார். 18–ம் நூற்றாண்டு வரை துபாய் சிறிய கடற்கரைக் கிராமமாகவே இருந்தது. பனியாஸ் இன மக்கள் அபுதாபியை ஆண்டு வந்த ஷேக் தனூன் என்பவரின் ஆட்சிக்கு உட்பட்டவர்களாக இருந்தனர். 1833–ம் ஆண்டு ஏற்பட்ட உள் நாட்டு மோதல் காரணமாக, அல் அபு பலாசா என்ற பழங்குடியினர் அங்கிருந்து பிரிந்து வந்து துபாயில் குடியேறினார்கள்.

மக்தூம் வம்சாவளியினரின் ஆட்சி

இவ்வாறான குடியேற்றத்திற்குத் தலைமை ஏற்ற ஷேக் உபைத் பின் சயீத் மற்றும் ஷேக் மக்தூம் பின் புத்தி ஆகியோர் துபாய் ஆட்சியாளர்களாக இருந்து மக்களை வழிநடத்தினார்கள். 1836–ம் ஆண்டு உபைத் மறைவுக்குப் பிறகு, மக்தூம் ஆட்சிப் பொறுப்பை ஏற்றார். அது முதல் துபாயில் மக்தூம் வம்சாவளியினரின் ஆட்சிதான் நடைபெற்றுக்கொண்டு இருக்கின்றது. துபாயின் தற்போதைய ஆட்சியாளர் மேதகு ஷேக் முகமது பின் ரஷீத் அல் மக்தூம். துபாய் இப்போது உலகமே வியந்து பார்க்கும் வகையில் செல்வச்செழிப்புடன் விளங்கினாலும், ஆரம்ப காலங்களில் அது பல இன்னல்களைச் சந்தித்து அவற்றிலிருந்து வெற்றிகரமாக மீண்டு வந்ததை வரலாறு பதிவுசெய்திருக்கிறது. 1841ம் ஆண்டு பர்–துபாய் பகுதியில் அம்மை நோய் வேகமாகப் பரவியது. இதனால் ஏராளமான மக்கள் அந்தப் பகுதியிலிருந்து வெளியேறி, தேராவில் குடியேறினார்கள். அந்தப் பகுதியில் 1894–ம் ஆண்டு மிகப் பெரிய தீ விபத்து ஏற்பட்டு, பல வீடுகளை நாசமாக்கின. இந்த இன்னல்களையெல்லாம் தாங்கிய துபாய், அதன்பின் வெற்றிகரமாகத் தனது முன்னேற்றப் பாதையைச் சீரமைத்துக்கொண்டது.

துபாய் விமான நிலையத்தின் கதை

1937ம் ஆண்டில் ஒரு சிறு கட்டிடமாக இருந்த விமானநிலையம்

தற்பொழுது 2900 ஏக்கர் பரப்பளவில் உலகின் மூன்றாவது பெரிய பரப்பளவு கொண்ட தளமாக வளர்ச்சி அடைந்துள்ளது. முதன் முதலாக இம்பீரியல் ஏர்வேஸ் நிறுவனத்தின் சார்பில் கிழக்கு கராச்சி மற்றும் இங்கிலாந்திற்கான விமானச் சேவையைத் தொடங்கியிருக்கின்றார்கள். தற்பொழுது வாரத்திற்கு சுமார் 7700 விமானங்கள் வந்து செல்லும் நிலையத்தில் அப்பொழுது ஒரு விமானம் மட்டுமே இயக்கப்பட்டது. பின்பு வாரத்திற்கு நான்கு விமானங்கள் என்று விரிவாக்கப்பட்டு 1940ம் ஆண்டில் தென்ஆப்ரிக்கா மற்றும் ஆஸ்திரேலியாவிற்குப் போக்குவரத்து வழங்கப்பட்டது. 1959ம் ஆண்டு கட்டுப்பாட்டுக் கண்காணிப்புக் கோபுரமும், தீயணைப்பு நிலையங்களும் அமைக்கப்பட்டன. அன்று தொழில்நுட்ப ஊழியர்கள் தரையிலிருந்து கண்காணித்த விமான நிலையத்தில்தான் தற்பொழுது உலகின் மிகச்சிறந்த தொழில்நுட்பங்கள் செயல்படுத்தப்பட்டு வருகின்றன.

சாதாரணசாலைகளைரன்வேதடங்களாகக்கொண்டு ஜெட் என்ஜின் பொருத்தப்பட்ட சிறு சிறு விமானங்கள் இயங்கிக்கொண்டிருந்த விமான நிலையத்தில் தற்பொழுது 12 ஆயிரத்து 500 அடியில் ஓடுபாதை அமைக்கப்பட்டு போயிங் மற்றும் ஏர்பஸ் விமானங்கள் தரையிரங்கிக் கொண்டிருக்கின்றன. உலகின் பரபரப்பான விமான நிலையங்களில் ஒன்றாகக் கருதப்படும் துபாய் விமான நிலையத்தில் 140 விமான நிறுவனங்கள் 270 இடங்களுக்கு விமான சேவை அளித்து வருகின்றன. ஓர் ஆண்டில் தோராயமாக 8 கோடியே 80 இலட்சம் பயணிகள் பயன்படுத்தும் விமான நிலையத்தில் புதிய கட்டிடங்கள் கட்டப்பட்டு, சுகாதார நிலையங்கள், தபால் நிலையங்கள், பொழுதுபோக்கு அம்சங்கள், பணப்பரிமாற்ற நிலையங்கள், உணவு விடுதிகள் எனப் பல்வேறு உள்கட்டமைப்புகளுடன் துபாய் அரசால் விரிவாக்கம் செய்யப்பட்டு இருக்கின்றது.

முத்துக் குளிப்பு

'முத்துக்களை விழுங்குவதே அதைத் திருடுவதற்கான ஒரே வழி'

பாரசீக வளைகுடா முத்து வணிகத்திற்குப் பெயர்பெற்றது. வெதுவெதுப்பான, ஆழமற்ற வளைகுடா கடற் பகுதிகளில் உலகின் மிகச்சிறந்த இயற்கை முத்துக்களை அறுவடை செய்திருக்கின்றார்கள். ஆக்சிஜன் டாங்குகளும் எந்திரங்களின் உதவி இல்லாமலும் ஒரு நாளில் தோராயமாக முப்பது முறை முத்துக்குளித்து ஒன்றரை நிமிடம் மூச்சு அடக்கி முத்தெடுத்த வீரர்கள் தினக்கூலியைப்

பெறமுடியாத நேரங்களில், கிடைக்கும் முத்தில் ஒரு பங்கைப் பெற்றிருக்கின்றார்கள். மூச்சை அடக்குவதற்கு மூக்கில் க்ளிப் போன்ற பொருளைப் பயன்படுத்தி இருக்கின்றார்கள். கசல் வகை மான் கொம்பில் செய்யப்பட்டட 320 வருடம் பழமையான நோஸ் க்ளிப்பு 75, 000 திராம்களுக்கு விற்பனை ஆகியிருக்கிறது. ஒரே அளவு கொண்ட முத்தைச் சலிப்பதற்கு வெவ்வேறு அளவிலான ப்ரத்யேகச் சல்லடைகளை வடிவமைத்து இருக்கின்றார்கள். தராசிற்கான அளவுக் கல் இல்லாதபொழுது பெரிய முத்துக்களை வைத்துச் சிறிய முத்துக்களை எடை போட்டிருக்கின்றார்கள்.

நோஸ் க்ளிப்புடன் முத்துச் சேகரிப்பு

முத்துக்குளிப்பவர்களின் வாழ்வியல்

நீர் உரையாத மே முதல் செப்டம்பர் மாத காலத்தில் முத்துக்குளிப்பில் ஈடுபட்டவர்களுக்குப் பயணகாலம் அதிகபட்சமாக 4 மாதங்கள். 9 வயதிலேயே முத்துக்குளிப்புத் தொழிலுக்கு வருகை தந்த சிறுவர்கள் சிப்பியில் இருந்து முத்தெடுக்கும் பணியில் மட்டுமே ஈடுபடுத்தப்பட்டு, 12 வயதில்தான் முத்துக்குளிக்க அனுமதிக்கப்பட்டிருக்கின்றார்கள். 50 வயதில் தொழிலில் இருந்து ஓய்வு பெற்றுக்கொள்வார்கள். முத்துக்குளிப்பு காலத்தின் முதல் பத்து நாட்களில் உடல் உபாதைகளை எதிர்கொண்டாலும் கடல் வாழ்க்கைக்குத் தங்களைப் பழக்கப்படுத்திக் கொள்வார்கள். முத்துக்குளிக்கும் வீரர்கள் தங்களுக்கு அதிர்ஷ்டமான முத்தைத் துணியில் முடிச்சிட்டுக்கொள்ளும் பழக்கத்தையும் கொண்டிருக்கின்றார்கள்.

சூரியோதயத்திற்கு முன் ஆரம்பித்துச் சூரிய அஸ்தமனம் வரையிலும் சுமார் 12 முதல் 14 மணிநேரம் முத்துக்குளிப்பில் ஈடுபட்டுள்ளார்கள். 5 முறை தொடர்ச்சியாக முத்துக்குளித்த பின் ஓய்வு எடுத்துக்கொண்டு தங்கள் பணியைத் தொடர்வார்கள். சுமார் 10 அடி ஆழம் வரை மூழ்கி முத்தெடுப்பது அவர்களின் வாடிக்கை. இந்திய ரூபாயில் வர்த்தகம் செய்யப்பட்டு அளவீடுகள் மற்றும் அலகுகள் இந்தி மொழியில் குறிப்பிடப்பட்டுள்ளதற்கான சான்றுகள் கிடைத்துள்ளன.

கொண்டைக்கடலை வடிவிலான முத்துக்கள் சிறந்த அளவு. நல்லநீரும் உப்புநீரும் இணைந்த நீர்ப்பரப்பில் வண்ணத்திலான முத்துக்களை சேகரித்துள்ளார்கள். பச்சைநிற முத்துக்களைப் பெரும்பாலான மக்கள் விரும்பி வாங்கமாட்டார்கள். மஞ்சள், வெள்ளை, இளஞ்சிவப்பு, சாம்பல் நிற முத்துக்களின் சந்தை மதிப்புகளுடன் ஒப்பிடும்பொழுது இதன் மதிப்பு குறைவுதான். முத்துக்குளிக்கச் செல்லும் காலத்தில் தங்கள் குடும்பத்தைக் கவனித்துக்கொள்ள நம்பிக்கையான ஆட்களை நியமித்துச் செல்வார்கள்.

முத்துக்குளிப்பவர்களுக்கும் கூடத் தொழில்ரீதியான அழுத்தங்கள் ஏற்பட்டுள்ளது. சக முத்துக்குளிப்பு வீரர் தன்னைவிட அதிகமான முத்துக்களை எடுத்துவந்தால் கப்பல் நிர்வாகிக்கு விளக்கம் கொடுத்தாக வேண்டும். 20 ஆம் நூற்றாண்டின் ஆரம்பத்தில் துபாய் க்ரீக் பகுதியில் 300க்கும் மேற்பட்ட கப்பல்களில் ஏறக்குறைய 7,000 நபர்கள் முத்துக்குளிப்பில் ஈடுபட்டிருக்கிறார்கள். அல் நுகாசா என்றழைக்கப்படும் கேப்டனுடன், மாலுமிகள், முத்துக்குளிப்பவர்கள், அவர்களுக்குத் துணை புரிபவர்கள், பயிற்சி பெறுபவர்கள் என்று கூட்டமாய் மிரட்டலான அல் நஹாம் இசையைக் கேட்டுக்கொண்டே தங்கள் கடற் பயணத்தை மேற்கொண்டிருக்கிறார்கள். முத்துக்குளிக்கும் பகுதியான அல்ஹிராத்தை அடைந்தவுடன் கொளுத்தும் வெயிலில் தங்கள் வேலையை ஆரம்பிப்பார்கள்.

மூக்கில் அணிந்துகொள்ளும் க்ளிப், விரல்களுக்குப் பாதுகாப்பளிக்கும் தோலால் ஆன கையுறைகள், கயிறினால் செய்யப்பட்ட கூடையுடன், அவர்களைக் கீழே இழுக்க 5 கிலோ எடையுள்ள கல், முத்துக்களைச் சேகரித்தவுடன் மேலே இழுப்பதற்கான கயிறு போன்ற தேவையான பொருட்களுடன் ஆழமான பகுதிக்குச் செல்வார்கள். ஒரு நாளைக்கு அதிகபட்சமாக

50 முறை முத்துக்குளிக்கும் வீரர்கள் 3 நிமிடங்கள் மூச்சடக்கிச் சிப்பிகளைச் சேகரித்து ஒரு வருடத்திற்கு 200 முதல் 300 ரூபாய் வரை சம்பாதிப்பார்கள். கடலில் முத்துக்குளிப்பவர்களுக்கும், கயிற்றின் வழி அவரை ஏற்றி இறக்குபவர்களுக்கும் இடையேயான நம்பிக்கை முக்கியத்துவம் வாய்ந்தது. 'கிடைத்த முத்துக்களை விட வீட்டுக்குச் செல்வதே அவர்களின் கடினமான உழைப்பிற்குப் பின் கிடைக்கும் மகிழ்ச்சிக்குக் காரணமாய் இருந்தது' என்ற வாசகம் ஓர் அருங்காட்சியகத்தில் பொறித்து வைக்கப்பட்டு இருக்கிறது. தற்பொழுது முத்துக்குளிப்பு வெகு குறைவாக நடைபெற்றாலும் ஜப்பானைவிடச் சிறந்த செயற்கை முத்து வளர்ப்பு முறைகள் பின்பற்றப்பட்டு வருகின்றன.

செயற்கை முத்து வளர்ப்பு

வளைகுடா பகுதிகளில் செயற்கைச் சூழலை அமைத்திருக்கும் ரேக் பியர்ல்ஸ் நிறுவனம் வருடத்திற்கு 2,00,000 சிப்பிகளில் இருந்து 40, 000 முத்துக்களை உற்பத்தி செய்கின்றது. முத்து உற்பத்தியில் கழிவு ஏற்படாமல் பார்த்துக்கொள்வதே இவர்களின் சிறப்பு. சிப்பியின் இறைச்சி ஜப்பானிய உணவகத்திற்கு விற்கப்பட்டு, மற்ற உறுப்புக் கழிவுகள் கரிம உரமாக மாற்றப்படுவதுடன் இரண்டாம் தர முத்துக்கள் மரச்சாமான் மற்றும் கலைப்பொருள் தயாரிப்புக்கு ஒப்படைக்கப்படுகின்றன.1500 ஆம் ஆண்டு முதல் ஐக்கிய அரபு அமீரகத்தின் முத்துக்கள் இந்தியா, ஆப்ரிக்கா போன்ற நாடுகளில் விற்பனை செய்யப்பட்டுள்ளன.

ஐக்கிய அரபு அமீரகத்தின் வரலாற்று அடித்தளமாகக் கருதப்படும் முத்து வணிகம் செல்வந்தர்களின் வளர்ச்சியில் முக்கியப் பங்கு வகித்திருந்திருக்கின்றது. முத்து வர்த்தகம் வருமானம் ஈட்டும் முறையாக அல்லாமல் ஒரு வாழ்க்கை முறையாகவும் பின்பற்றப்பட்டு வந்திருக்கிறது. காபிகடைச் சந்திப்புக்களை வர்த்தக முத்துக்களை ஆய்வு செய்வதற்கும் விற்பனை செய்வதற்கும் வணிகர்கள் பயன்படுத்திக்கொண்டார்கள். 1900களில், வளைகுடா பகுதிகளில் உச்சம்தொட்டிருந்த முத்துத் தொழில் ஐக்கிய அரபு அமீரகத்தின் தேசிய வருவாயில் 95 சதவீதத்தை அளித்திருக்கின்றது.1905 இல் முத்து விற்பனையிலிருந்து ஒரு மில்லியன் ரூபாய் வருவாயாக ஈட்டப்பட்டு இருக்கின்றது. 1930 ஆம் ஆண்டு ஏற்பட்ட முத்து வணிக வீழ்ச்சியை அடுத்து 1936 ஆம் ஆண்டு இராக்கிய பெட்ரோல் நிறுவனத்துடன் ஒப்பந்தம் செய்த சேக் சக்புத்பின் சுல்தான் அல்நஹியான் எண்ணெய் வளத்தின் உபயோகித்திற்கு வித்திட்டார்.

ஷேக் சயித் சாலை

அமீரகத்தின் நீளமான சாலை அபுதாபியில் இருந்து ராசல் கைமா வரை நீண்டிருக்கின்றது. 'டிபன்ஸ் ரோடு' என்று அழைக்கப்படும் E11 சாலை துபாயில் ஷேக் சயித் 12 வழிச்சாலை, அபுதாபியில் சேக் மக்தூம்பின் ரஷீத் மற்றும் சேக் கலிஃபா பின் சயித் சாலை, ராசல் கைமாவில் சேக் முகமுது பின் சலீம் சாலை என ஒவ்வொரு மன்னரின் பெயரிலும் அழைக்கப்படுகின்றது. 1971இல் தொடங்கப்பட்ட சாலைப்பணி 1980 இல் முடிவுபெற்று மக்கள் பயன்பாட்டுக்குக் கொண்டு வரப்பட்டது. ஐக்கிய அரபு அமீரகத்தின் முக்கிய நகரங்களான துபாய் மற்றும் அபுதாபியை இணைக்கும் சாலையின் இரண்டு பக்கங்களிலும் எமிரேட்ஸ் டவர், எட்டிசலாட் டவர், துபாய் உலக வர்த்தக மையம்க் கட்டடம் போன்ற தனித்துவமான பல கட்டிடங்கள் அணிவகுத்து நிற்கின்றன. அடர்ந்த பணிமூட்டத்தால் இங்கு 2008 இல் நடந்த விபத்துதான் ஐக்கிய அரபு அமீரகத்தின் மிக மோசமான விபத்து.

ஷேக் சயித் சாலை

எமிரேட்ஸ் டவர்

ஷேக் சயத் சாலையிலுள்ள முக்கியமான வானளாவிய கட்டிடங்களில் அமீரகத்தின் இரட்டைக் கோபுரங்களென அழைக்கப்படும் எமிரேட்ஸ் டவரைக் குறிப்பிட்டுச் சொல்லலாம். ஆரம்பக் காலங்களில் இது உலகின் மூன்றாவது மிகப்பெரிய இரட்டைக்கோபுரமாக அறியப்பட்டுள்ளது. கட்டிடத்தின் மேல் அமைந்திருக்கும் சமச்சீரற்ற முக்கண வடிவம் அதிவேகக் காற்று மற்றும் நிலநடுக்கங்களிலிருந்து காப்பதுடன் இஸ்லாமியக்

கோட்பாடுகளைப் பிரதிபலிக்கின்றன. முக்கோண வடிவின் மூன்று புள்ளிகள் சூரியன், பூமி மற்றும் சந்திரனைக் குறிப்பதுடன் கோபுரங்களின் அடித்தளத்திலுள்ள வட்டங்கள் முடிவற்ற காலத்தைக் குறிப்பிடுவதாகக் கட்டிடக்கலைஞர் ஹேசல் வாங் விளக்கம் கொடுக்கின்றார். இரட்டைக் கட்டிடங்களை இணைக்கும் 13,000 சதுர மீட்டர் பரப்பளவிலான அகன்ற பாதையின் இரு பக்கங்களிலும் மரங்கள், உணவுவிடுதிகள், பிரசித்தி பெற்ற அங்காடிகள் மற்றும் வாகனத் தரிப்பிடங்கள் அணிவகுக்கின்றன. 56 மாடிகளுடனான 355 மீட்டர் உயரக் கோபுரம் அலுவலகங்களுடனும், 54 மாடிகளுடனான 309 மீட்டர் உயரக் கோபுரம் 500 அறைகள் கொண்ட ஒரு ஐந்து நட்சத்திரத் தங்குவிடுதியாகவும் இயங்கி வருகின்றன.

துபாய் உலக வர்த்தக மையத்தின் கதை

பாரம்பரிய இஸ்லாமிய அமைப்புடன் நவீனக் கட்டிடக்கலையை இணைத்து 1979 இல் பிரிட்டிஷ் கட்டிடக் கலைஞர் ஜான் ஹாரிஸ் வடிவமைத்த துபாய் உலக வர்த்தக மையம்தான் துபாயின் வானளாவிய கட்டிடங்களுக்கான முன்னோடி. வர்த்தக ரீதியாக துபாயை உலகத்திற்கு அறிமுகம் செய்த கட்டிடத்தின் உருவம் 100 திராம் பணத்தாளில் பிரசுரிக்கப்பட்டுள்ளது. 149 மீட்டர் உயர 39 மாடிக் கட்டிடம் 1979 இல் ராணி எலிசபெத் அவர்களால் திறந்துவைக்கப்பட்டது. இதன் உருவாக்கத்திலிருந்து 20 ஆண்டுகளுக்குப் பின்னர் கட்டப்பட்ட புர்ஜ் அல் அரப் நிறைவுபெறும் வரை அரபு உலகின் மிக உயரமான கட்டிடம் என்ற பெருமையைத் தக்கவைத்திருந்தது. ஆரம்பக் காலத்தில் தேரா, பர்துபாய் என ஜனநெருக்கடியான இடங்களில் தங்கள் அலுவலகத்தை ஸ்தாபிக்க விரும்பியவர்கள் பாலை வழியில் தனித்திருந்த கட்டிடத்திற்குச் செல்லத் தயங்கினார்கள். தந்தத்தினால் கட்டப்பட்டது போலக் காட்சிதரும் கட்டிடம் தற்பொழுது பல தூதரகங்களுக்கும், ஃபெடரல் எக்ஸ்பிரஸ், ஜெனரல் மோட்டார்ஸ், ஜான்சன் & ஜான்சன், மாஸ்டர்கார்ட், சோனி போன்ற நிறுவனங்களுக்கும் புகலிடமாக விளங்குகின்றது.

07 துபாயின் ஈ.சி.ஆர்...

ஜுமைரா சாலையின் அழகே அதன் நீண்ட கடற்கரை, பங்களா வீடுகள், தனியார் விடுதிகள், பாய்மரக் கப்பல் வடிவிலான உலகப் புகழ் புர்ஜ் அல் அராப் நட்சத்திர விடுதி மற்றும் அலை வடிவ ஜுமைரா தங்கும் விடுதி ஆகியவைதான். ஐரோப்பிய கட்டமைப்பிலான மெர்கடோ பேரங்காடி, பழைய துபாய் மிருகக்காட்சிசாலை மற்றும் வெளியில்டு வாடி கேளிக்கை தண்ணீர்ப் பூங்கா என முக்கியமான சுற்றுலாத் தலமாக ஜுமைரா சாலை விளங்குகிறது. சென்னை கிழக்குக் கடற்கரைச் சாலையின் நீண்ட பயண அனுபவத்திற்கு நிகரானதாக ஜுமைரா சாலையின் இருபக்கங்களிலும் இருக்கும் அழகு நிலையங்கள், உடல் அழகை மெருகேற்றும் மருத்துவமனைகள், உணவு விடுதிகள், ஆடையகங்கள் கண்கவர் விளக்கொளி என எப்பொழுதும் மிளிர்ந்துகொண்டே இருக்கும்.

மிருகக்காட்சி சாலை

சாலையின் துவக்கமாக துபாயின் (பழைய) மிருகக்காட்சி சாலை அமைந்திருக்கிறது. உலகின் அனைத்துக் கண்டங்களிலிருந்தும் அரிதான மற்றும் அழிவின் விளிம்பிலுள்ள விலங்குகளைக் கொண்டுவந்து, துபாய் மிருகக்காட்சிசாலையில் காட்சிப்படுத்தியிருக்கிறார்கள். கிளிகள், ஹெர்ரிங், கடற்பறவைகள், செந்நாரைகளுடன் விதவிதமான குரங்குகள் ஊஞ்சல் ஆடியும், சேட்டைகள் செய்தும், தண்ணீரை எங்கள் மேல் கொப்பளித்தும் ஆட்டம் போட்டுக்கொண்டிருந்தன. அரிய வகையான மனிதக் குரங்கு, காட்டுப்பூனைகளுடன் ஆமைகளின் காதல் சேட்டைகளைப் பார்க்கும் வாய்ப்பும் கிடைத்தது. அழகான குட்டி நட்சத்திர ஆமைகள், இந்தியப் புலிகள், ஓநாய், கரடி, முள்ளம்பன்றி, சிங்கங்கள் என இவையெல்லாம் ஒருபக்கம் பயத்தை மனதிற்குள் பரவச்செய்ய, இன்னொருபக்கம் ஒட்டகச் சிவிங்கிகள், நரிகள், மான்கள், கொக்குகள், நெருப்புக் கோழி, வளைவான கொம்புகளுடைய தாடி வைத்த ஆடுகள் போன்றவை வேடிக்கைக்கு உவப்பானதாக இருந்தன. பல வண்ண நிறத்தில் பாம்பு, தவளை மற்றும் ஊர்வன உயிரினங்களைப் பார்த்தபொழுது கொஞ்சம் உதறல் எடுக்கத்தான் செய்தது உடல்.

51 வருடப் பழமையான இந்த துபாய் மிருகக்காட்சி சாலை

கடந்த 2017 இல் மூடப்பட்டு தற்பொழுது துபாய் சஃபாரி பார்க்கில் புதுப்பொலிவுடன் இயங்கி வருகிறது. விலங்குகள் சுதந்திரமாக உலவ, நாம் கூண்டுக்குள் இருந்து பார்ப்பதுதான் இதன் சிறப்பம்சம். அரபிய வளைகுடாவின் பழமையான மற்றும் முதல் மிருகக்காட்சி சாலை கடைசியாக இயங்கிய நாளில் மக்கள் இலவசமாக அனுமதிக்கப்பட்டார்கள். அதற்கு முன்பும் இரண்டு திராம்கள்தான் நுழைவுக்கட்டணம். பின்னாட்களில், வெறிச்சோடிய கூண்டுகளும், சாலையில் அனைவரையும் எட்டிப்பார்க்கும் ஒட்டகச்சிவிங்கிகள் இல்லாத மிருகக்காட்சி சாலை மக்களின் மனதிலும் வெறுமையை ஏற்படுத்தியது.

மெர்கடோ பேரங்காடி

மிருகக்காட்சி சாலையிலிருந்து நடந்துசெல்லும் தூரத்தில் அமைந்திருக்கின்றது மெர்கடோ பேரங்காடி. 2002ஆம் ஆண்டில் கட்டிமுடிக்கப்பட்ட இப்பேரங்காடி, ஐரோப்பிய மறுமலர்ச்சி காலத்தில் உருவான இத்தாலியக் கட்டிடக்கலையை மையமாகக்கொண்ட ஒரு நகரம் போல உருவாக்கப்பட்டிருக்கிறது. 'மெர்கடோ' என்பதற்கு இத்தாலிய மொழியில் 'சந்தை' என்று பொருள். மெர்கடோ பேரங்காடியின் சுவர்கள் கண்ணைக் கவரும் அழகிய ஓவியங்களால் அலங்கரிக்கப்பட்டவை. பார்த்ததுமே அவற்றின் முன்னால் நின்று புகைப்படம் எடுத்துக்கொள்ளத் தோன்றியது. நாங்கள் சென்றது விடுமுறைக் காலம் என்பதால் சிறுவர்கள் பங்கேற்றுப் பயிற்சிபெறும் சர்கஸ் நிகழ்ச்சிகள் நடைபெற்றுக்கொண்டிருந்தன.

பிரபல திரைப்படக் குழந்தை கதாப்பாத்திரமான 'டின் டின்'போல ஒப்பனை செய்திருந்த சிறுவனுடன் படமெடுத்துக்கொள்ளக் கூட்டம் அலைமோதியது. பெரியவர்களுக்கும், சிறியவர்களுக்கும் போட்டிகள் நடத்திக்கொண்டு இருந்தார்கள். குறிப்பிட்ட உணவகத்தை விளம்பரப்படுத்தும் விதமாகத் தொப்பிகளையும் பரிசளித்தார்கள். வண்ணம் தீட்டும் ஆர்வத்தை ஊக்குவிப்பதுடன் மனதை ஒருமுகப்படுத்தும் வகையில் பல வண்ணங்களில் பென்சில், க்ரேயான்கள், படம் வரையப்பட்ட தாள்களைக்கொண்டு சிறுவர்களுக்கான இலவசப் பயிற்சி வகுப்புகள் ஒருபக்கம் நடந்துகொண்டிருந்தன. துபாயின் மற்ற பேரங்காடிகளைப் போன்று திரைப்பட அரங்கங்கள், பிரசித்திபெற்ற உணவு, உடைக்கான கடைகள், சிறுவர்கள் விளையாடும் பொழுதுபோக்கு அரங்கங்கள் இருந்தாலும் கூழாங்கற்கள் பதிக்கப்பட்ட தெருக்களுக்காகவும்,

காற்றில் மிதந்துவரும் பீட்சாவின் வாசத்திற்காகவும் மொர்கடோவின் ஓவியங்களுக்காகவும் அதன் அழகை ஒருமுறையேனும் இரசித்துவிட்டு வரலாம்!

பயண அட்டையின் கதை

சுற்றுலா வந்தவர்களை முதன்முறையாகப் பேருந்தில் கூட்டிச்செல்லும் பொழுது சிறிய பதற்றம் தொற்றிக்கொண்டது. அனைவரது பயண அட்டையையும் வாங்கிப் பேருந்தினுள் உள்ள கருவியில் காட்டி, ஏறிய இடத்தைப் பதிவுசெய்வதைவிட அவர்களையே அட்டையைக்காட்டிப் பதிவு செய்யச் சொல்வது நல்லது என்று தோன்றியது. எண்கள் வேறாய் இருந்தாலும் ஒன்றுபோல் இருக்கும் அட்டைகளை அவர்கள் கையில் சரியாகக் கொடுக்காவிட்டால் குழப்பம் ஏற்பட்டுவிட வாய்ப்பு இருந்தது. சரியாய் வருகையானது பதிவானதை அட்டையின் பணமதிப்புத் திரையில் தெரிவித்தது. குழந்தைகளின் இழுபெட்டியைப் பேருந்தில் கட்டிவிட்டு சாளரத்தின் வழியே செயற்கையாய் அமைக்கப்பட்ட தீவிலுள்ள புர்ஜ் அல் அராப்பின் தலை தெரிகிறதா என்று பார்க்க ஆரம்பித்தோம். எல்லோரும் வெளியே வேடிக்கை பார்த்துக்கொண்டிருந்தாலும் முதன்முறை சுற்றுலாப் பயணிகளைக் கூட்டிச் சென்றதால் நிறுத்தத்தைப் பற்றிய குழப்பம் ஏற்பட்டது. ஓட்டுநரிடம் புர்ஜ் அல் அராபைப் பார்க்க ஏதுவான நிறுத்தத்தில் நிறுத்தி சமிஞ்கை செய்யுங்கள் என்று கூறினால் உதவி செய்வார் என்பது பின்புதான் தெரிந்தது.

புர்ஜ் அல் அராப் சற்று தெரிந்தவுடனேயே பதட்டத்தில் பேருந்துக் கம்பியின் ‘ஸ்டாப்’ பொத்தானை அழுத்தி ஓட்டுநருக்கு சமிக்ஞை கொடுத்துவிட்டேன். புர்ஜ் அல் அராபைத் தூரத்தில் இருந்து பார்த்தாலும் பக்கத்தில் இருப்பது போலத்தான் தெரிந்தது. பேருந்து நின்றவுடன் பயண அட்டையைப் பேருந்தின் கருவியில் காண்பித்து, இறங்கும் இடத்தைப் பதிவுசெய்து கொண்டோம். பயணத் தூரத்திற்கு ஏற்ப பயண அட்டையிலிருந்து பணம் கழித்துக்கொள்ளப்பட்டது. இறங்கும் ஆர்வத்தில் அட்டைக் கருவியில் காண்பிக்கப்படவில்லை என்றால் பேருந்தின் கடைசி நிறுத்தம் வரையிலான கட்டணம் கழித்துக்கொள்ளப்படும். கருவியில் பதிவு செய்யப்படாத அட்டைகளைப் பயணச்சீட்டுப் பரிசோதகர் எளிதாகக் கண்டுபிடித்துவிடுவார். பயண அட்டையை அவரது கருவியில் காட்டிப் பார்த்தாலே நமது பயண ஜாதகம் அவருக்குத் தெரிந்துவிடும். தவறான பயணப் பதிவுகளுக்கு

அபராதங்களும் விதிக்கப்பட்டது.

புர்ஜ் அல் அராப் பார்த்த ஆர்வத்தில் தவறுதலாக நடுவில் ஏதோ ஒரு நிறுத்தத்தில் இறங்கிவிட்டோம். தெருக்களின் வழியே மிரட்டலான ஆள்அரவமற்ற பங்களாக்களைத் தாண்டிக் கடற்கரையை அடைந்தோம். என்ன புர்ஜ் அல் அராபைத் தள்ளியிருந்தே பார்க்க வேண்டியதானது. ரப்பராலான மிருதுவான மெதுவோட்டப் பாதையில் மக்கள் நடந்து, குதித்து, ஓடிக்கொன்டு இருந்தார்கள். சிலர் சிறுபிள்ளைகளைப் போல் சிப்பி பொறுக்க ஆரம்பித்தார்கள்.

புர்ஜ் அல் அராப்

புர்ஜ் அல் அராபின் வட்ட ஹெலிகாப்டர் தளத்தைப் பார்த்தவுடன் ஆண்ட்ரூ அகஸ்ஸி, ரோஜர் பெடரர்க்கு இடையில் நடைபெற்ற ஆட்டமும், டைகர் வுட்சின் கோல்ஃப் விளையாட்டும் நினைவில் விரிந்தது. 2. 0 படத்தின் சில விழாக்கள் இந்த விடுதியில்தான் நடத்தப்பட்டன. 'ஹேப்பி நியு யியர்' இந்திப் படத்தை ஷாருக்கானுக்காக இல்லை என்றாலும் புர்ஜ் அல் அராப், அட்லாண்டிஸ் நட்சத்திர விடுதிகளின் அழகுக்காக நிச்சயம் பார்க்க வேண்டும்.

பிரம்மாண்ட நீர்வாழ் காட்சிசாலை, ஆழ்கடலை இரசிக்க நீருடிக்கடியில் அறைகள் பாய்மர கப்பல் வடிவ புர்ஜ் அல் அராப்பின் சிறப்பம்சங்களாய் இருந்தன. இரண்டடுக்கு அறைகள் குறிப்பிடத்தக்கவை. புது வருடப்பிறப்பிற்கு புர்ஜ் அல் அராப் அருகே நடைபெற்ற வானவேடிக்கை உலகப்பிரசித்தமாய் இருந்தது. நண்பர்கள் குடும்பத்துடன் புர்ஜ் அல் அராப் அருகே உள்ள பூங்காவில் பலவகையான இரவு உணவு உண்டு, அரட்டையடித்து, வானவேடிக்கையை இரசித்துப் புத்தாண்டை வரவேற்றது நினைவிலேயே நிற்கிறது. பைனாக்குலர் புர்ஜ் அல் அராபை அருகில் வரவைத்துக் கண்முன் நிறுத்தியது.

இரவு நேரங்களில் ஒரு மணி நேரத்திற்கு ஒரு முறையும், விசேஷ காலங்களில் புர்ஜ் அல் அராப் கட்டடம் முழுவதும் செய்யப்பட்டிருந்த வண்ண ஒளி ஏற்பாடுகளை மக்கள் நின்று கவனித்துச் சென்றார்கள். நண்பர்கள், குடும்பத்துடன் புர்ஜ் அல் அராப் கடற்கரையில் குளிப்பதும் ஒரு கொண்டாட்டத் தருணமாய் இருந்தது. உடையை மாற்றிக்கொள்ள அமைக்கப்பட்டிருந்த தற்காலிக அறைகள் மாலை நேரத்தில் பூட்டப்பட்டு இருந்தது. பாய்மரக்கப்பல் வடிவ புர்ஜ் அல் அராபுக்கும், அலை வடிவ ஜுமைரா விடுதிக்கும் நடுவே நின்று ஒளிப்படம் எடுக்கவே பலரும் விருப்பப்பட்டார்கள்.

*அலைவடிவ ஜுமைரா விடுதியும்,
பாய்மர புர்ஜ் அல் அராப்பும்*

புர்ஜ் கலிஃபாவிற்கு முன் இதுதான் துபாயின் முதல் ஐகான். இது கட்டிய கதையைப் பற்றிய டாகுமெண்ட்ரி யூடியூபில் பிரபலம். கடற்கரையில் இதன் நிழல் படக்கூடாது என்பதற்காகவே செயற்கைத்தீவை உருவாக்கியுள்ளார்கள். கடலில் தீவை அமைப்பதற்குக் கிட்டத்தட்ட மூன்று வருடங்கள் எடுத்துக்கொண்டாலும் அதை விட விரைவாக இரண்டு ஆண்டுகளில் விடுதியைக் கட்டி முடித்து 1999 இல் மக்களின் பயன்பாட்டிற்கு வகைசெய்திருக்கின்றார்கள். விடுதியை அடைவதற்கு என்று 340 மீட்டர் நீளத் தனிப் பாலமும் உள்ளது. 3000 நிறுவனங்கள், ஒப்பந்தக்காரர்களுடன் இங்கிலாந்து, அமெரிக்கா மற்றும் துபாயிலிருந்து 250 வடிவமைப்பாளர்கள், 3500 ஊழியர்களின் கடும் உழைப்பில் உருவான 1000 அடிகள் உயரக்கட்டிடம் உலகின் உயர்ந்த விடுதி என்ற பெருமையைப் பெற்றிருந்தது. வேறு சில விடுதிகளின் வருகையால் தற்பொழுது உலகின் மூன்றாவது உயரமான விடுதிக் கட்டிடமாக மாற்றம் பெற்றுள்ளது. உலகின் ஒரே ஏழுநட்சத்திர விடுதி என்று பிரபலமாகி இருந்தாலும் நிர்வாகத்தினர் இப்புகழுக்கு உரிமை கொண்டாடவில்லை.

கடல் நீரை உறிஞ்சி எடுத்த பின்னர், பல நாடுகளிலிருந்து வரவழைக்கப்பட்ட ஸ்கூபா டைவர்ஸ், 40 மீட்டர் ஆழத்தில்

230 கான்கிரீட் தூண்களை நிறுவி பெரிய பாறைகள் மற்றும் கான்கிரீட்களால் ஒரு தேன்கூடு வடிவில் அடித்தளம் அமைத்துள்ளார்கள். கடல் அடி மணல் மற்றும் கான்கிரீட் தூண்களின் உராய்வுதான் இந்தக் கட்டிடத்தின் பேஸ்மண்ட். ஸ்பான்ச் போன்ற ஹாலோ பிளாக்குகள் சீற்றமான கடல் அலைகளைக் கட்டுப்படுத்தித் தண்ணீரைத் திரும்பி கடலுக்குள்ளேயே அனுப்பிவிடுகின்றது. 9000 டன் ஸ்டீலால் கட்டப்பட்டுள்ள அமைப்பைச் சுற்றியுள்ள டெஃப்ளான் கண்ணாடி பைபர் ஸ்கிரீன் பூச்சு பாலையின் வெப்பம் மற்றும் அழுக்கில் இருந்து பாதுகாக்கின்றது. பகல் நேரத்தில் ஒளியை அனுமதிக்கும் இந்த ஸ்பெஷல் துணி, இரவு நேரங்களில் பல வண்ண விளக்குகளால் ஒளிர்கின்றது. 28,000 ஒளிவிளக்குகளால் அலங்கரிக்கப்பட்டுள்ள விடுதியை அமெரிக்கக் கட்டிடக் கலைஞர் டாம் ரைட் வடிவமைத்துள்ளார். லைட்டிங் அமைப்பைப் பொருத்துக் கட்டிடமே தண்ணீர் மற்றும் நெருப்பு போலக் காட்சி அளிக்கின்றது. காற்று மற்றும் நிலநடுக்கத்தைச் சமாளிக்க 5 டன் எடையிலான 15 டேம்பர்கள் நிறுவப்பட்டுள்ளன. கடல்வழி வணிகப் பாரம்பரியத்தைக் கொண்டாடவே விடுதிக்குப் பாய்மரக் கப்பல் வடிவம் கொடுத்திருக்கிறார்கள்.

27வது தளத்தில் உள்ள சிப்பி அமைப்பிலான அல் முன்டாஹா உணவு விடுதிக்கு 'மிக உயர்ந்த' என்ற பொருள். புர்ஜ் அல் அராப் விடுதிக்குள் இல்லாமல் தனியாகப் புவிஈர்ப்பைச் சமாளித்துக் கட்டப்பட்டுள்ள ஹேங்கிங் உணவுவிடுதியில் இருந்து துபாயின் அழகை இரசிக்கப் பலரும் விரும்புவதுண்டு. விடுதியின் கீழ்த்தளத்தில் அமைந்துள்ள கடல் நீருக்குள் அமைந்திருக்கும் அல் மஹாரா உணவு விடுதிக்குச் 'சிப்பி ஓடு' என்று அர்த்தம். ஐரோப்பாவின் மூலப் பொருட்களைக் கொண்டு ஐக்கிய அரபு அமீரகத்தில் தயாரிக்கப்பட்டுள்ள விடுதியின் கண்ணாடிகளைச் சுத்தம் செய்யக் குறைந்தது ஒரு மாதமாவது ஆகுமாம். 24 கேரட் தங்கத்தினால் இழைத்துக் கட்டப்பட்டிருக்கும் உள்கட்டமைப்புடன், பிரபல சிற்பி மைக்கேலேஞ்சலோ பயன்படுத்திய வெள்ளை நிற மார்பிலில் சாம்பல் நிற நரம்புகளுடன் காணப்படும் 30 வகையான ஸ்டாசுயாரியா பளிங்குக் கற்களால் சுவர்கள் மற்றும் தரையை அலங்கரித்திருக்கின்றார்கள்.

ஒவ்வொரு தளத்திற்கும் அமைக்கப்பட்டுள்ள சுமார் 60 ரிசப்ஷன் டெஸ்குகளிலுள்ள பெண் பணியாளர்கள் பிரத்யேகமாக வடிவமைக்கப்பட்ட புர்ஜ் அல் அரப் லோகோ வடிவிலான தங்கக் காதணிகள் மற்றும் நெக்லசை அணிந்து விருந்தினர்களை

வரவேற்கின்றார்கள். அனைத்து விருந்தினர்களுக்கும் ரோல்ஸ் ராய்ஸ் கார்களைப் போக்குவரத்து வசதிக்காக ஏற்பாடு செய்வதுடன், தங்கத்தினால் ஆன ஐபேடையும் உபயோகிக்கத் தருகின்றார்கள். புத்தகப் பிரியர்களுக்கு என்று திவானியா நூலகத்தை அமைத்திருக்கின்றார்கள். ஒவ்வொரு அறை விருந்தினர்களையும் கவனித்துக்கொள்ள 8 பணியாளர்கள் என்பது உலகின் மிக உயர்ந்த ஹாஸ்பிடாலிடி விகிதமாகக் கருதப்படுகின்றது. உணவு சமைத்துத் தர பெர்சனல் பட்லர்களும் இருக்கின்றார்கள். புர்ஜ் அல் அராப் விருந்தினர்களுக்கு வொயில்ட் வாடி வாட்டர் பார்க்கிற்கு எண்ணற்ற முறை வந்து செல்வதற்கான அனுமதியும் இலவசம். 29,000 ஸ்வரோஸ்கி ஸ்படிகக் கற்களைக்கொண்டு பால்வீதி வடிவத்தில் அமைந்திருக்கும் சீலிங்கின் அழகை ஜுன்சூய் லாவுஞ்சில் அமர்ந்து பார்த்துக்கொண்டே இருக்கலாம்.

அடுக்கு நீர்வீழ்ச்சியில் ஃபைபர் ஆப்டிக்ஸ் ஒளியுடன் கதிர்வீச்சு விளைவுகளை உருவாக்கித் தாவிக் குதித்தோடும் வாட்டர் பௌன்டைன் கொள்ளை அழகு. உலகின் உயரமான 600 அடி மத்திய அறை அட்ரியத்தில் அமைந்திருக்கும் பூவடிவிலான அடித்தளத்தில் 42 அடி வரை பாயும்படி நீர்வீழ்ச்சியை, புர்ஜ் கலிபாவின் பௌன்டைனை வடிவமைத்த வெட் டிசைனர்ஸ்தான் நிறுவியுள்ளார்கள். நாள் ஒன்றுக்கு 1000 டாலர்களில் இருந்து 15,000 டாலர் வரையிலான சொகுசு அறைகள் கிடைக்கும் உலகின் மிகவும் விலையுயர்ந்த ஹோட்டலில்தான் 28, 000 டாலர் வாடகை செலுத்தும் இராயல் சூட் அறைகளும் இருக்கின்றன. உலகின் மிகவும் அரிதான ஐஸ்லேண்டின் வடதுருவக் கடல் வாத்துக்களின் பஞ்சு போன்ற கூடுகளைக்கொண்டு உருவாக்கப்படும் ஈடர்டவுன் மெத்தைகள்தான் இவ்விடுதியில் பயன்படுத்தப்படுகின்றன. ஒரு கூடு அதிகபட்சமாக 15 முதல் 20 கிராம் அளவு இருக்க உலகிலேயே மொத்தமாக 2000 கிலோ அளவு மட்டுமே சேகரிக்க அனுமதி தரப்பட்டுள்ளது. 17 வகையான தலையணைகளில் நமக்கு விருப்பமானவற்றைத் தேர்ந்தெடுத்துக்கொள்வதுடன் விருந்தினர்கள் அனைவருமே ஹெலிபேடைப் பயன்படுத்திக்கொள்ளலாம்.

27,000 திராம் மதிப்பிலான விலையுயர்ந்த காக்டெய்லை உற்பத்தி செய்ததற்கும், அரிதான 17 கிலோ அரிய ஸ்டார்ஜன் மீன் முட்டைகளான ஆர்கானிக் கேவியர்களைச் சேகரித்ததற்காக கின்னஸ் சாதனை விருதைப் பெற்றுள்ளார்கள். துபாயின் வனவிலங்கு பாதுகாப்பு அமைப்புடன் இணைந்து நோய்வாய்ப்பட்ட மற்றும் காயமடைந்த 1600 கடல் ஆமைகளை விடுதியிலுள்ள ஆமை

மருத்துவமனையில் சிகிச்சை அளித்து வளைகுடாவிற்குள் பத்திரமாக அனுப்பி வைத்திருக்கின்றார்கள். தென் ஆப்பிரிக்கா மற்றும் இந்தியாவிலிருந்து கொண்டுவரப்பட்ட தரை விரிப்புகள், பிரேசில் மற்றும் இத்தாலியைச் சேர்ந்த பளிங்குக் கற்கள், துபாயின் மரக் கதவுகள், இங்கிலாந்தில் இருந்துகொண்டு வரப்பட்ட சர விளக்குகள் இந்த விடுதியின் பிரம்மாண்டத்தைக் கூட்டுகின்றன.

வொயில்ட் வாதி வாட்டர் பார்க்

புர்ஜ் அல் அராபின் அருகிலேதான் வெளயில்ட் வாடி வாட்டர் பார்க் பூங்கா அமைந்திருக்கிறது. 'வாதி' என்றால் அரபியில் தண்ணீர் நிரம்பிய பள்ளத்தாக்கு என்று பொருள். அரபிய நாட்டுப்புறக் கதைகளில் கடல்பயம் கொண்ட ஜீஹாவுடன் சிந்துபாத் மேற்கொண்ட சாகசப் பயணங்களைச் சித்தரிக்கும் வகையில் 30 வகையான சவாரிகளைக் கொண்டதே வொயில்ட் வாடி வாட்டர் பார்க். இங்கு பணிபுரியும் 41 நாடுகளைச் சேர்ந்த ஊழியர்கள் மாதம் ஆறு மணி நேரம் சிறப்புப் பயிற்சியை மேற்கொள்கின்றார்கள். இங்கு பயன்படுத்தும் பிளாஸ்டிக், காகிதம், அட்டை போன்ற அனைத்துப் பொருட்களும் மறுசுழற்சிக்கு உட்படுத்தப்படுகின்றன என்பது இப்பூங்காவின் கூடுதல் சிறப்பு. இதன் சிறப்புப் பாதுகாப்பு அம்சங்கள், தொழில்நுட்பம் மற்றும் தரத்திற்காக ஐ.எஸ்.ஓ தரச் சான்றிதழால் அங்கீகரிக்கப்பட்டுள்ளது.

ஐக்கிய அரபு அமீரகத்தில் எங்கு நுழைவுச் சீட்டு வாங்கினாலும் சில வங்கி அட்டைகளுக்கு விலைக் குறைப்பு இருந்தது. நுழைவுச் சீட்டு கொடுப்பவர்களே ஆலோசனையும் வழங்கினார்கள். சலுகைகள், தள்ளுபடி உண்டா என்று நாங்களும் விசாரித்தோம். பூங்கா திறப்பதற்கு முன் வாசலிலுள்ள பலகையில் உட்கார்ந்து இருந்தோம். கொடுத்த பணத்திற்குப் பூங்காவில் எல்லாச் சவாரிகளிலும் எண்ணற்ற முறை பயணிப்பவர்களே சாமர்த்தியசாலிகள். ஜுமைரா விடுதி, புர்ஜ் அல் அராப் போன்ற விடுதியில் தங்குபவர்களுக்கு இந்தப் பூங்காவிற்கு எத்தனை தடவையென்றாலும் சென்று வர அனுமயளித்து இருந்தார்கள். வெளயில்ட் வாடி பூங்காவுக்குள் சென்றாலும் ஜீமைரா ஹோட்டல் மற்றும் புர்ஜ் அல் அராப்பின் அழகை வெவ்வேறு கோணத்தில் இரசிக்க முடிந்தது.

உயரமான இடத்திலிருந்து சாகசப் பயணங்கள் செய்வது கிளர்ச்சியாய் இருந்தாலும் அவ்வளவு உயரத்தை நடந்து அடைவது வரை காத்திருக்கவேண்டியது பொறுமையைச் சோதித்தது.

கூண்டுக்குள் நிற்கும் வேளையில், நின்றுகொண்டிருந்த தகடு இரண்டாய்ப் பிளந்து நாம் கீழ்நோக்கிச் செல்லும் சவாரி திகிலடங்கியது. எட்டு வடிவில் இரண்டு பேர் அல்லது ஒருவர் மட்டும் அமர்ந்து பயணிக்கும் டயர்கள், மனிதர்கள் எவ்வளவு பாரமாக இருந்தாலும் அவர்களைத் தண்ணீர்க் குட்டைகளில் தூக்கி வலம் வந்தது. தாழ்வான பகுதியில் இருந்து தூக்கிச் செல்லும் விதமாக எந்திரங்கள் வழி வேகமாகத் தண்ணீரை அனுப்பினார்கள். தாழ்வான இடத்திலிருந்து சற்று உயரமான இடத்திற்கு டயர்களை மட்டும் எடுத்துச்செல்ல எந்திரங்கள் எப்பொழுதுமே தயார் நிலையில் இருந்தன.

இன்னொரு பக்கம் கடல் அலைகளில் சாகசங்கள் செய்ய ஆசைப்பட்டவர்கள்இரண்டுவிதமானஅலைச்சவாரிகளில்பயணித்து ஆசையைத் தீர்த்துக் கொண்டிருந்தார்கள். பயிற்சி எடுத்தவர்கள் வழுக்கி விழுந்து கொண்டிருந்தார்கள். அனுபவஸ்தர்கள் மட்டுமே கொஞ்ச நேரம் தாக்குப்பிடித்து விளையாடினார்கள். விளையாட்டில் அடிபடுவதை நினைத்தே சவாரியைக் கைவிட்டவர்களும் இருந்தார்கள். இப்படி ஒவ்வொரு சாகச விளையாட்டுகளும் தனித்தனிப் பெயர்களோடு சுவாரசியம்மிக்கதாக அமைந்தது.

துபாய் சர்வதேசப் பட்டத்திருவிழா

ஜுமைரா சாலையின் நீண்ட கடற்கரைக்கு ஒவ்வொரு இடத்திலும் வேறுவேறு பெயர்வைத்திருந்தார்கள். பல விதமான பிரம்மாண்ட பட்டங்கள் கடற்கரையின் சன்செட் மால் அருகே பறந்து கொண்டிருந்தாலும் மற்றொரு பகுதியே கைட்ஸ் பீச் என்று அழைக்கப்பட்டது. பிரபலமான கார்டூன் கதாப்பாத்திரங்கள் பட்டங்களாகப் பறந்துகொண்டு இருந்தார்கள். தொலைக்காட்சியில் மட்டுமே பார்த்த மிகப்பெரிய இராட்சதப் பட்டங்களுடன்

ஒளிப்படங்கள் எடுத்துக்கொள்ளவே பலரும் ஆசைப்பட்டார்கள். பட்டத் திருவிழாவில் பட்டத்தைப் பறக்கவிடவே பல நாடுகளிலுல் இருந்தும் 20 ஆயிரம் பட்டங்களுடன் குவைத், இலங்கை மற்றும் இந்தியாவில் கேரளா, மங்களூரைச் சேர்ந்த 80க்கும் மேற்பட்ட நிபுணர்கள் பறந்து வந்திருந்தார்கள்.

மார்ச் மாதம் மட்டும் இரண்டு நாட்கள் நடத்தப்படும் திருவிழாவில் பட்டம் விடுவதைத் தொழிலாகவும், அதில் நிபுணத்துவமும் பெற்றவர்கள் பட்டத்திருவிழாவின் பிரம்மாண்டத்தைக் கூட்டிக்கொண்டு இருந்தார்கள்.

துபாய் பட்டத்திருவிழா

திருவிழாவில் நூறு கிலோ எடைக்கு மேற்பட்டது, எல்.ஈ.டி விளக்குகள் பதிக்கப்பட்டவை, இரவில் பறப்பதற்கான சிறப்பு ஏற்பாடுகள் கொண்டவை, ஒளி விளக்குகள் பதிக்கப்பட்டவை, ஒன்றிணைந்து பறக்கக் கூடியவை, 150 கிலோ எடை கொண்ட ஐக்கிய அரபு அமீரகத்தின் கொடி என்று பட்டங்களின் வகைகள் கணக்கில் அடங்கவில்லை. மணல், கடல், வானம் பின்புலத்தில் டெட்டி கரடி, பசு, கடல் சுறா, பாயும் முதலைகள், டிராகன்கள், கதகளி முகம் எனக் காற்றில் மிதந்துகொண்டிருக்கின்றன. அமெரிக்கா, கனடா, சுவிட்சர்லாந்து, தாய்லாந்து போன்ற பல நாடுகளிலிருந்து பலரும் ஆர்வமாய்க் கலந்துகொள்கின்றார்கள். கைட் சர்ஃபிங், கைட் போர்டிங், கைட் பைக்கிங் என 15,000 பட்ட ஆர்வலர்கள் 15 இடங்களில் பட்டத்தைப் பறக்கவிட்டு கின்னஸ் சாதனைக்காக முயற்சி செய்தார்கள்.

பட்ட வடிவமைப்பு, கட்டமைப்பு மட்டுமல்லாமல் அதனைப் பறக்க விடுவதற்கான டெக்னிக்குகளைக் கற்றுத்தரும் பட்டறைகள் நடத்தப்படுவதுடன், பேஸ் பெயின்டிங், பலூனில் வடிவங்கள் செய்துதரும் பலூன் பெண்டர்கள், ஸ்பாட் புகைப்படம் எடுத்துத்தரும் நிபுணத்துவம் பெற்ற கலைஞர்கள் என பட்டத்திருவிழாவின் மகிழ்ச்சியைப் பன்மடங்காய் பெருக்குகின்றார்கள். ஃபுட் கோர்ட், இசை மற்றும் நடன நிகழ்ச்சிகள் யாவும் குழந்தைகளுடன் வாரவிடுமுறையைச் செலவழிக்க நல்ல சூழலை ஏற்படுத்தித் தருகின்றன. ஜுமைரா சாலையில் பார்த்து அனுபவித்த விஷயங்கள் போதும் என்பதைச் சொல்லுமாறு, வீட்டுக்கு அருகே உள்ள அல்குபைபா பேருந்து நிலையத்திற்குச் செல்லும் பேருந்துகள் வரிசையாய் வந்துகொண்டு இருந்தன. குளிர்சாதன வசதி செய்யப்பட்ட பேருந்து நிறுத்தத்தில் அடுத்து வருகை தரப்போகும் பேருந்தின் எண், செல்லப் போகும் இடம் காத்திருக்கும் நேரத்தில் கடிகாரத்தைப் பார்த்துக்கொண்டே ஜுமைராவின் அழகை அசைபோட்டுப் பேருந்தின் வழி இருப்பிடம் நோக்கி வந்து சேர்ந்தோம்.

08 உலகம் சுற்றலாம் வாங்க

புராணக் கதைகளின்படி, தமிழ்க் கடவுள் முருகன் ஞானப் பழத்தைப் பெறவேண்டி உலகையே மும்முறை வலம்வர, தன் பெற்றோரை வலம் வந்து அவருடைய அண்ணன் கணேசன் பழத்தைப் பெற்றுச் சென்றுவிடுவார். அதேபோலத்தான், அதிக அலைச்சலும் செலவும் இல்லாமல் உலகின் அத்தனை உணவுப் பொருட்கள், கலை அலங்காரப் பொருட்கள், மின்னணுச்சாதனங்கள், விளையாட்டுப் பொருட்கள், கைவினைகள் என முழுமையான 'உலகின் கலைக் கிராம'மாக துபாயின் குளோபல் வில்லேஜ் விளங்குகிறது. பரந்துவிரிந்த குளோபல் வில்லேஜ் மைதானத்தில் அமைந்திருக்கும் எக்கச்சக்கமான கடைகளிலிருந்து ஒரு பொருள் கூட வாங்காமல் திரும்புகிறவர்கள் துறவிகளாய்தான் இருக்கக் கூடும். 1996ல் துபாயின் 'க்ரீக் உபநதி'யின் ஓரத்தில் 'வாஃபி பேரங்காடி' அருகே ஆரம்பிக்கப்பட்ட இந்தப் பொருட்காட்சிச் சந்தை, ஐந்து வருடங்களுக்குப் பின் தனக்கென இடத்தை உருவாக்கி, தற்போது ஆண்டுக்கு ஆறு மில்லியன் மக்களின் மின்னணுச் சாதனங்களுக்கான நுகர்வுச் சந்தையாகச் சிறந்து விளங்குகிறது. வருடத்தில் நவம்பர் முதல் ஏப்ரல் வரையிலான ஆறு மாதங்களில் மட்டும் இயங்கும் குளோபல் வில்லேஜ் பல்வேறு பெவிலியன்களாகப் பிரிக்கப்பட்டிருக்கும். ஒவ்வோர் ஆண்டும் மாற்றியமைக்கப்படும் இக்கூடாரங்களில் பல்வேறு நாடுகளின் தனித்தனியான அரங்கங்கள் தனித்துவங்களோடு அமைக்கப்பட்டிருக்கும்.

குளோபல் வில்லேஜ் முகப்புத் தோற்றம்

மெனா

மத்தியக் கிழக்கு மற்றும் வட ஆப்ரிக்க நாடுகளின் கூடாரங்களைச் சுருக்கமாக மெனா (MENA) என்றழைக்கிறார்கள். இந்தக் கூடாரத்தில் ஐக்கிய அரபு அமீரகம், சவுதி அரேபியா, ஈராக், ஏமன், லெபனான், சிரியா, பஹ்ரைன், ஓமன், ஈரான், குவைத், ஜோர்டான் ஆகிய நாடுகளின் வணிகக் கடைகள் அமைந்துள்ளன. பாரம்பரிய எமிரேட் கட்டடக் கலையுடன் காட்சியளிக்கும் ஐக்கிய அரபு அமீரகக் கூடாரங்களில், வாசனை எண்ணெய்களால் தயாரிக்கப்பட்ட சோப்புகளும், சாம்பிராணி புகையுருவாக்கிகளும் பலரது கவனத்தையும் ஈர்க்கின்றன. தன் கலாச்சாரப் பிரதிபலிப்புடன் காணப்படும் சவுதி அரேபிய அரங்கத்தில் விற்பனையாகும் மெதின், காசிம் பிராந்தியங்களைச் சேர்ந்த பேரீட்சம் பழங்கள் அவர்களது கலாசார முக்கியத்துவம் வாய்ந்த பண்டமாகக் கருதப்படுகிறது. முகமது நபி சாப்பிட்ட பேரீச்சம் பழத்துக்கு ‘அஜ்வா’ என்று பெயர். அவை, சவுதி அரங்கில் விற்பனைக்கு வைக்கப்பட்டுள்ளன. பதினைந்துக்கும் மேற்பட்ட பண்ணைகளில் வளர்க்கப்பட்ட தேனீக்களின் தேன்களும் இந்த அரங்கின் சிறப்பு.

ஈராக் கலைஞர்களின் கைவண்ணத்தில் உருவாக்கப்பட்டிருந்த பானைகள், கண்ணாடிச் சித்திரங்கள், வெள்ளி ஆபரணங்கள்,

பின்னல் மற்றும் எம்பிராய்டரி வேலைப்பாடுகள் ஆகியவை கூடாரத்தின் தரத்தை உயர்த்திப் பிடிக்கின்றன. ஏமன் நாட்டுக் கூடாரத்தின் பட்டை, ஏலக்காய், வாசனைச் சாமான்கள் எல்லாம் அழகான குடுவைகளுக்குள் கமகமக்கின்றன. ஏமன் குடிமக்களின் போர்த் திறத்தை வெளிப்படுத்தும் வெள்ளி உலோகத்தால் வடிவமைக்கப்பட்ட பண்டைய ஜம்பியன் குத்துவாள்கள் மிளிர்கற்களால் அலங்கரிக்கப்பட்டிருந்தன. வாடிக்கையாளர்களைக் கவர்வதற்காக, ஏமன் அரங்கின் விற்பனையாளர்கள் அவர்களது பாரம்பரிய ஏமானிய உடையை உடுத்தி இருந்தார்கள். தயிரிலிருந்து தயாரிக்கப்பட்ட ஹோம் மேட் லெபனா, பாலாடைக் கட்டி, ஆலிவ் போன்றவற்றைச் சுவைத்துப் பார்ப்பது பலருக்குத் திருப்தியைத் தந்தது. லெபனான் நாட்டுக் கூடாரத்துக் காலணிகளை வாங்கப் பலரும் ஆர்வம் காட்டினார்கள். லெபனிய நாட்டுப்புறக் குழுவினரால் நடத்தப்பட்ட தப்கே நடனம் பலருக்கும் புது அனுபவமாய் இருந்திருக்கும்.

சிரியக் கூடாரங்கள் பழைய டமஸ்கஸ் நகரத்தின் ஹமிதியா சந்தைகளை நினைவுபடுத்தும் வகையில் பருத்தி உடைகள், பழங்காலப் பொருட்கள், செப்பு ஆக்கங்கள், அழகிய கையெழுத்துக்களுடனான கைவினைப் பொருட்கள் எனக் காட்சிப்படுத்தப் பட்டிருந்தன. இனிப்புகள், வறுத்த கொட்டைகள் மற்றும் உலர்ந்த பழங்கள் போன்றவை சிரிய கலாச்சாரத்தில் முக்கியத்துவமான உணவுகள். அவர்களது உலகப் பிரசித்தமான பக்லாவை சுவைத்துப் பார்க்கக் கூட்டம் அலைமோதியது. பஹ்ரைன் கூடாரங்களும் தனித்துவமான இனிப்புகளுக்குப் பேர் எடுத்தவை. அவர்களது உடைகளும் கூட மற்ற வளைகுடா கூட்டுறவு நாடுகளின் குடிமக்களிடமிருந்து பஹ்ரைன் தீவினரை வேறுபடுத்திக் காண்பிக்கிறது.

நினைவுச் சின்னங்கள், பாரம்பரிய கலைப் பொருட்களுடன் நவீன ஆபரணங்களையும் உள்ளடக்கிட ஓமனியக்கூடாரத்தில் தொங்கவிடப் பட்டிருக்கும் அழகிய குடுவை வடிவிலான மட்பாண்டங்கள் முக்கியத்துவம் வாய்ந்தவை. தானியங்களைச் சேகரித்து வைக்கும் பழைய பழக்கத்தின் எச்சமாக இந்த மட்பாண்டங்கள் இன்றும் மதிப்பு வாய்ந்தவையாகக் கருதப்படுகின்றன. ஈரான் கூடாரங்கள் பாரசீகப் பொருட்களுடன் பாதாம், பிஸ்தா, குங்குமப்பூ, நீலப்பச்சை நிறக் கற்களுடன் பரந்த பெர்சியக் கம்பளங்களையும் விற்பனைக்கு வைத்திருக்கிறார்கள். கைகளால் பின்னப்பட்ட விலையுயர்ந்த முப்பரிமாணக் கம்பளங்கள், ஜமுக்காளம், தரமான உலர்பழங்கள்

எல்லாம் இரானிய அரங்கின் முக்கியப் பொருட்கள்.

குவைத் கூடாரங்கள் எல்லாம் வாசனைத் தூபங்கள், வாசனைத் திரவியங்கள், பர்தாக்கள், பாரம்பரியக் கைவினைப் பொருட்கள், ஸ்டைலான ஆடைகள் மற்றும் குவைத் கலாச்சாரத்தில் மிகவும் முக்கியத்துவம் வாய்ந்த அற்புதமான வாசனைத் திரவியங்களால் நிரம்பி இருந்தது. அத்தர் போன்ற சிறிய குப்பிகளில் வாசனைத் திரவியங்கள் 50 முதல் 500 கிராம்கள் வரை வியாபாரமாகிக் கொண்டிருந்தன. குங்குமப் பூக்களின் வெவ்வேறான வகைகளைக் குவைத் அரங்கத்தில்தான் தெரிந்துகொண்டோம். ஜோர்டானிய அரங்கத்தின் நாட்டுப்புறக் குழு நிகழ்ச்சிகள் ஒருபக்கம் மக்களை மகிழ்ச்சிப்படுத்தினாலும் மறுபக்கம் அவர்களது உணவு வகைகள் மக்களின் சுவைமொட்டுக்களுக்கு விருந்தளித்துக் கொண்டிருந்தன. அபுதாபியின் மன்னரான ‘கலீஃபா பின் சயத் அல் நஹியான்’ அவர்களின் கலீஃபா அறக்கட்டளையின் கூடாரங்களும், எமிரேட்சின் ஆடைகள், வாசனைத் திரவியங்கள் மற்றும் வீட்டுச் சாமான்கள் ஆகியவற்றைச் சந்தைப்படுத்தத் தங்களுக்கென தனியான அரங்கங்களைக் கொண்டிருக்கின்றன.

தெற்காசியக் கூடாரங்கள்

கலை நிகழ்ச்சிகளில் தொகுப்பாளர்கள் இந்தியக் கூடாரத்தின் தாஜ் விடுதி மற்றும் தாஜ்மஹால் போன்ற மாதிரியான கட்டடங்களில், பார்வையாளர்களுடன் உரையாட இந்திய அரங்கம் களைகட்டியிருந்தது. 300க்கும் மேற்பட்ட கடைகளில் பருத்தி, பட்டு, மெல்லிய துணி வகைகளில் இருந்து பாரம்பரிய தோல் செருப்புகள், கைப்பைகள், பணப்பைகள் மற்றும் ஆபரணங்கள் வரை விற்பனைக்கு வைத்திருந்தார்கள். கைகளால் பின்னப்பட்ட கம்பளிகள், நகைகள், துணிகள் மற்றும் வீட்டு உபயோகப் பொருட்களும் கண்காட்சியில் இடம் பெறுகின்றன. மலைகள், பள்ளத்தாக்குகள் மற்றும் வரலாற்றின் முக்கிய இருப்பிடமாக அறியப்படும் ஆப்கானிஸ்தான் தேசத்துக் கூடாரத்தின் கடுங்குளிரைச் சமாளிக்கும் சாக்ஸ்களுக்கு எப்போதுமே பெரும் வரவேற்பு உண்டு. ஆப்கான் மலைகளில் விளைந்த பாதாம், பிஸ்தா, பைன், அக்ரூட் பருப்புகள் மற்றும் உலர்ந்த கறுப்பு மற்றும் வெள்ளை பெர்ரிகள், பேரிக்காய், அத்தி மற்றும் திராட்சைகள் சுவைமிக்கவை.

ஆப்கனின் மிகச் சிறந்த தயாரிப்புகளுள் ஒன்றான தோல் பொருட்களை எளிய முறையில் காட்சிப்படுத்தியிருந்தார்கள்.

பாகிஸ்தானும் தோல் கைப்பைகள் தயாரிப்பதில் முக்கியமான தேசம். உலகில் அதிக அளவில் கால்பந்து தயாரிக்கும் நாடும் அதுதான். 2018 இல் ரஷ்யாவில் நடைபெற்ற 21 ஆவது உலகக் கோப்பைத் தொடரில் பயன்படுத்தப்பட்ட கால்பந்துகளை பாகிஸ்தான் அடிடாஸ் நிறுவனமே தயாரித்து அளித்தது. பனிப் பிரதேச மிருகங்களின் தோலை மிருகங்களின் தலை மற்றும் உடல் பாகங்களுடன் ஆப்கன் அரங்கில் காட்சிப்படுத்தியிருக்க பலர் அதனோடு புகைப்படம் எடுத்துக்கொண்டார்கள். உலக அளவில் தரமான ஜெர்கின் ஜாக்கட்களுக்கு ஆப்கன் அரங்குகளைத் தாராளமாகத் தேர்வு செய்யலாம். பணத்திற்கும் மிச்சப் பொருளுக்கும் உத்திரவாதம். இலங்கை, பங்களாதேஷ் மற்றும் நேபாள தேசத்தைச் சார்ந்த கைப்பைகள் மற்றும் கற்களும் கூடக் கண்காட்சிகளில் தனிக் கூடாரங்களில் இடம் பெற்றிருந்தன.

ஆப்ரிக்கக் கூடாரங்கள்

கென்யா, உகாண்டா, டான்சானியா, செனகல், கானா, எத்தியோப்பியா, மொரிசினியா, அங்கோலா, சிம்பாவே, சூடான், ருவாண்டா, மடகாஸ்கர், தென் ஆப்ரிக்கா, நைஜீரியா, நமீபியா போன்ற 15 நாடுகளின் சார்பில் பச்சைக் கம்பளத்தை விரித்ததுபோல விளங்குகிறது ஆப்ரிக்கக் கூடாரம். இயற்கையோடு ஒன்றிய தரமான வண்ணம் பூசப்பட்ட மரப் பொருட்கள், மர முகமூடிகள், பாத்திரங்கள், விலங்குகள் உருவம் பதித்த கரண்டிகள், ஆடைகள், அணிகலன்கள், பொம்மைகள், சணல் பைகள், அலங்காரப் பொருட்கள், கை விசிறிகள் இயற்கை மற்றும் மனித வளத்தைத் திறமையாய் உபயோகித்திருந்தது. கருங்காலி (எபோனி), சீமைத் தேக்கு (மஹோகானி), ரோஸ்வுட் மரக் கட்டைகளில் செய்யப்பட்ட மரச் சாமான்களும் அணிவகுத்திருக்கின்றன.

உலகப் பிரசித்தி பெற்ற ஆப்ரிக்கக் கருப்பு சோப், மாய்ஸரைசர் க்ரீம், சிகை மற்றும் தோலுக்குப் பொலிவு சேர்க்கும் ஆர்கன் எண்ணெய்களுக்குத் தனி மதிப்பு உண்டு.

கைவினைப் பொருட்கள், தொல்பொருட்கள், பருத்தி ஆடைகள் மற்றும் எகிப்திய பாரம்பரிய ஆடைகளான ஜலபியா, எகிப்திய ஓட்டோமன் வடிவமைப்புடன் உள்ள வீட்டுப் பொருட்கள், சரவிளக்குகள் என விற்பனைக்கு அடுக்கியிருந்தார்கள். மொராக்கோ தேசத்தின் காபிச் சுவையை அடித்துக்கொள்ள முடியாது. அவ்வளவு கசப்பு என்றால் பார்த்துக்கொள்ளுங்கள். முதுகில் காஃபி

கெண்டியுடன் இடுப்பில் குடுவைகளைச் சுமந்த மொராக்கோ விற்பனையாளரிடம் காவா காபியை 5 திராம்கள் கொடுத்துக் குடித்த அனுபவத்தில் இதனைச் சொல்லுகிறேன். மற்றவர்களுக்கு அதன் சுவையுணர்வில் மாறுபாடு இருக்கலாம். ஆப்ரிக்க இசை மட்டுமல்ல அவ்வரங்கத்தின் பொருட்களும் மனதை விட்டு விலக நெடுநேரம் ஆயிற்று.

கிழக்குக் கூடாரங்கள்

சீனப் பட்டுதானே பிரபலமானது. இதென்ன முத்துக்களுக்கு மக்கள் முண்டியடிக்கிறார்கள் என உள்ளே நுழைந்தோம். பண்ணைகளில் வளர்க்கப்பட்ட சீன முத்துக்களைப் பார்ப்பதற்காகவே பெண்கள் கூட்டம் அலைமோதியது. சீனக் கலாச்சார நடனம் கண் இமைக்க விடவில்லை. உலகில் பாதிப் பொருட்கள் 'மேட் இன் சைனா'வாக இருக்க, மீதிப் பொருட்களையும் சீன அரங்கில் பார்த்தோம். சமீபத்திய வரவுப் பொருட்கள் அனைத்தையும் குறைந்த விலையில் வாங்க முடிந்தது. பதப்படுத்தப்பட்ட இரால், மீன் வகைகளின் வாசனை காற்றில் கலந்து பசியைக் கிளப்பிவிட்டன. சீனக் கூடாரங்கள் என்றில்லாமல் எல்லா நாட்டுக் கூடாரங்களிலும் வியாபாரிகள் அனைத்து வகையான மின்னணுசார் பொருட்களுக்கான மாதிரி விளக்கம் கொடுத்துக் கொண்டிருந்தார்கள்.பொருட்களை வாங்க ஈர்க்கும் பரபரப்பான பாங்காக் தெருக்களை மையப்படுத்தி தாய்லாந்து கூடாரத்தை அமைத்திருந்தார்கள். தாய் தெருவில் ஷாப்பிங் செய்த அனுபவத்தைத் தர மிகவும் மெனக்கட்டு இருந்தார்கள். உடல் வலியைக் குறைப்பதற்கான பிரத்யேக மசாஜ் மையம் இரு பாலினத்தவர்களுக்கும் இயங்கிக்கொண்டிருந்தது. உடல் உருவுப் பொருட்கள், ஆபரணங்கள், விதவிதமான கிளிப்புகள், ஆடைகள், குழந்தைகளுக்கான உடைகள், ஒப்பனைக்கான பொருட்கள் மற்றும் உணவு வகைகள் யாவும் குறைந்த விலையில் விற்றுத் தீர்ந்துகொண்டிருந்தன.

உலர்ந்த கடல் உணவு, உலர் மாம்பழம், வாழைப் பழங்கள் மற்றும் எண்ணற்ற தாய் பழங்கள் நகரத்தின் உணர்வையும் சுவைகளையும் வெளிப்படுத்தின. கொரியக் கூடாரக் காலணிகள் மிருதுவானது என்றாலும் பேரம் பேசித்தான் வாங்கவேண்டும். ஒவ்வொரு நாட்டுக் கூடாரத்தின் மேடைகளும் குறிப்பிட்ட நேரத்தில் அந்நாட்டுக் கலைஞர்களின் பாரம்பரியக் கலை நிகழ்ச்சிகள் மற்றும் நடனத்தால் நிரம்பியிருந்தது.

பொருட்காட்சித் திடலின் பிரம்மாண்ட மேடையில் உலகக் கலைஞர்களின் இசை, நடனம் மற்றும் சாகசங்களால் மொழி பேதமில்லாமல் கூட்டத்தை வசியப்படுத்திக் கொண்டிருந்தன. ஷ்ரேயா கோஷல், டிரம்ஸ் சிவமணி, நடிகர் மம்மூட்டி, நிவின் பாலி, சோனு நிகாம் போன்றோர் மேடையை அலங்கரித்த நம் நாட்டு நட்சத்திரங்கள். தினமும் இரவு 9 மணிக்கு வாண வேடிக்கைகளில் காட்டப்பட்ட மாயா ஜாலங்கள் சில நிமிடங்களுக்கு நீடித்தது. இராட்சத இராட்டினங்களில் மக்களின் உற்சாகக் கூக்குரல்கள் விண்ணைப் பிளக்க, அதில் பயணம் செய்ய எல்லா நாட்டு மக்களும் சாரைசாரையாய் எறும்புபோல் அணிவகுத்திருந்தார்கள்.

ஐரோப்பிய அரங்கங்கள்

பெர்முடா முக்கோணம் போலப் போவோர் வருவோர் என அனைவரையும் தன் கண்ணாடி, செராமிக் ஹோம்வேர் செட் மற்றும் அதன் அனட்டோலியன் டிசைன் கலைப்பொருட்களின் தரத்தால் இழுத்தது துருக்கி அரங்கம். கஸ்டட்டைக் கட்டியாகக் காய்ச்சி வெண்ணெயில் பொரித்த நட்ஸ் வகைகளையும் நொறுக்கிய பொடி சேமியாவையும் மேலே தூவி விற்கப்பட்ட குனாஃபாவிற்கும் துருக்கி இனிப்புகளுக்கும் ஒரு ரசிகர் கூட்டம் இருந்தது. ஊதா ஆர்க்கிட் பூக்களின் வேரில் செய்யப்பட்ட மாவு, மென்மையான பிசின், சர்க்கரை, கிரீம் வைத்துச் செய்யப்பட்ட டொன்டூர்மா ஐஸ்க்ரீம் மிகக் கெட்டியாகவும், பிசுபிசுப்பாகவும் இருந்தது. கத்தி, முட்கரண்டி வைத்துச்சாப்பிட்டுக்கொண்டு இருந்தார்கள். ஒட்டோமான்காலத்துப் பாரம்பரிய ஆடைகள் அணிந்த விற்பனையாளர்களின் ஆடைக்குள் வரலாற்றைப் புதைத்து வைத்திருப்பதுடன் வாடிக்கையாளர்களிடம் ஐஸ்கிரீமைத் தராமல் வேடிக்கையும் காட்டினார்கள்.

திடல் நடுவிலிருக்கும் சிறிய நீரோடைகளின் படகுகள், ஐரோப்பாவில் இருக்கும் வெனிஸ் நகரக் கட்டடங்களின் நடுவிலான படகுச் சவாரிக்கு இணையானதாக இருந்தது. அழகு என்பதைக் குறிக்கும் மாஸ்கோவின் சிகப்புச் சதுக்கத்தின் வெங்காயத் தோற்றக் கட்டிடங்கள் ரஷ்ய அரங்கத்திற்குள் அழைத்துச் சென்றன. உடல், ஆன்மா, மனம், இதயம் மற்றும் ஆவி ஆகியவற்றின் ஒற்றுமையை விளக்கும் அடுக்கடுக்கான குடுவை உருவத்தில் உள்ள மெட்ரியோஸ்காஸ் என்றழைக்கப்படும் பபுஸ்கா பொம்மை, ரஷ்ய வேலைப்பாடுகளுடனான குழிக்கரண்டிகள், சமோவர் என்று அழைக்கப்படும் வெந்நீர் கெண்டிகள், பளிச் நிறக் கவுன்கள் என ரஷ்ய அரங்கத்தின் தன்மை தொழில்மயத்தின்

உருவாக்கமாக இருக்கின்றன. பிரான்ஸின் கூடாரம் முழுக்கச் சுகந்த வாசனையால் நிரப்பப்பட்டிருந்தது. அதன் எலைட் தன்மை சர்வதேச மக்களின் தனித்தனியான பெர்ப்யூம் தேர்வுகளுக்கான இடமாகக் காட்சியளித்தது. இங்கிலாந்து கூடாரத்தின் குறைந்தவிலை லிப்ஸ்டிக், நெயில் பாலிஸ், ஃபேஸ் க்ரீம்கள், நறுமணம் வீசும் வாசனைத் திரவியங்கள் அனைவரையும் சில நிமிடங்களாவது உள்ளே ஈர்த்தன.

குளோபல் வில்லேஜ் கூடாரங்களும் நடைபாதைகளும்
உலக வலம்

வருடத்தின் ஆறுமாதங்கள் மட்டுமே நடைபெறும் இந்த குளோபல் வில்லேஜ் சந்தை, தினமும் மாலை 4 மணி முதல் இரவு 12 மணிவரை திறந்திருக்கும். வார இறுதி நாட்கள், பண்டிகை

தினங்களில் கூடுதலாக ஒருமணி நேரம் இயங்கும். பெண்கள் மற்றும் குழந்தைகளுக்கெனத் தனியாகவும் கண்காட்சித் தினங்களை ஒதுக்கி மக்களின் வருகையை அதிகரிக்கின்றார்கள். 17,000 வண்டிகளுக்கான பார்க்கிங், வண்டி நிறுத்தும் இடத்திலிருந்து வாயிற்கதவு வரை அழைத்துச் செல்லும் இராஜஸ்தானிய உடை அணிந்த பணியாளர்கள், அவர்களது அலங்கரிக்கப்பட்ட மூன்று சக்கர மிதிவண்டி என உள்நுழையும்போதே நம்முடைய ஆர்வம் தூண்டப்பட்டுவிடும். தனி நபர்க் கட்டணமாக 15 திராம்களுக்கான நுழைவுச் சீட்டுடன் சிறுவர்களுக்கெனத் தனியாக ஒரு காகிதப்பட்டையைத் தந்தார்கள். அதில் பெயர், முகவரி, தொலைபேசி எண் ஆகியவற்றை எழுதிச் சிறுவர்களின் மணிக்கட்டில் கட்டிவிட வேண்டியதுதான். கூட்டத்தில் தொலைந்துபோகாமல் இருக்கவும், தொலைந்தால் கண்டுபிடிக்க ஏதுவாகவும் இந்த ஏற்பாடு. தொழில்நுட்பம் வளராத காலத்தில் 80 நாட்களில் உலகைச் சுற்றி வந்தவர்களை வியப்பவர்களின் மனதில், ஒரே நாளில் உலகத்தைச் சுற்றிக் காண்பிக்கும் குலோபல் வில்லேஜிற்கு என்றுமே தனி இடம் உண்டு.

09 உயரப் பறக்கும் உணவுக் கூடம்

இரவு நேரத்தில் மின்விளக்குகளால் அலங்கரிக்கப்பட்டு, துபாய் உபநதிகளில் மெதுவாக ஊர்ந்து சென்ற இரண்டடுக்கு தோஃகுரூஸ் மிதவைக் கப்பல்களை க்ரீக், மெரினா என்று இரண்டு இடங்களில் பார்த்தோம். தோஃகுரூஸ் பயணங்களில் கட்டணத்திற்கு ஏற்றார் போல உணவு வகைகளின் தரம், பொழுது போக்கு நிகழ்ச்சிகள் மாறுபடுகின்றன. வானுயர்ந்த கட்டிடங்களை இரசிப்பதற்காகவே பர்துபாய் உபநதியைவிட ஜுமைரா விடுதிகள் அருகே இருந்த மெரினாவையே தோஃகுரூஸ் பயணத்திற்குத் தேர்ந்தெடுத்தோம். தனி வண்டியில் அழைத்துச் சென்று சவாரி முடிந்தபின் நம்மைத் திரும்பி அழைத்துவர 140 திராம்கள் கட்டணம் நிர்ணயித்திருந்தார்கள்.

ஃபர் துபாய் க்ரீக்

பிரியசகி திரைப்படத்தின் சில காதல் காட்சிகள், எம். எஸ். பாஸ்கர், விவேக்கின் நகைச்சுவைக் காட்சிகள் பர்துபாய் உபநதிக் கரையோரத்தில்தான் படமாக்கப்பட்டிருக்கின்றது. வணிக வியாபாரத்திற்காக மறுகரையில் இருந்த தேரா சந்தைக்குச் செல்லும் மக்கள், படகுச் சவாரிக்கு 1 திராம் செலவழித்துத் தேவையான பொருட்களைக் குறைந்த விலையில் வாங்கி வருகின்றார்கள். தேரா சந்தையில் பட்டை, வாசனைச் சாமான்கள், மீன்கள் எல்லாம் நல்ல தரத்துடன் கிடைப்பதால் வியாபாரம் விறுவிறுப்பாக நடக்கின்றது. மீன் விரும்பிகள் வார விடுமுறைகளில் சார்ஜா, தேரா, துபாய் மீன் சந்தைகளை நோக்கி நண்பர்களுடன் படையெடுக்கின்றார்கள். கோடை காலத்தில் அனல் காற்றை வீசிய உபநதி, குளிர் காலத்தில் சிறு அங்காடிகளூடே நடக்கும்பொழுது குளிர் தென்றலால் முத்தமிட்டது.

மெரினா – தோஃகுரூஸ்

தோஃகுரூஸ் பயணத்திற்காக வாடகை வண்டியில் சென்றபொழுது இங்கிலாந்து வாழ் முதிய பஞ்சாபி தம்பதியினர், பெற்றோர்களிடம் தங்கள் சிறு குழந்தைகளை விட்டுவிட்டுத் துபாயைச் சுற்றிப்பார்க்க வந்த வடநாட்டுத் தம்பதியினர் என்று பலதரப்பட்ட மக்களைச் சந்திக்க வாய்ப்பு கிடைத்தது. ஹாட் ஏர்பலூன் சவாரியைத் தவறவிடக்கூடாது என்று ஆலோசனை கூறியவர்கள் இந்த பஞ்சாபி

தம்பதியினர்கள்தான். மிதவைக் கப்பல்களில் இத்தனை வகைகளா என்று நினைக்க, வெள்ளைத்தோல் மக்களால் சொகுசு கப்பல்கள் நிரம்பி வழிந்தது. குளிர்க் காற்றையும், கட்டடங்களின் கம்பீரத்தையும் கப்பல் மேல்தளத்தில் அமர்ந்து இருந்ததால் சிறப்பாகவே உணர முடிந்தது. மேல் அடுக்கு குளிரும் என்று பயந்தவர்கள் சுற்றத்தின் அழகை இரசிக்கும் வாய்ப்பைத் தவறவிட்டிருந்தார்கள்.

கடல்நீர், கட்டிடங்களின் பின்புலத்தில் அழகாய் ஒளிப்படம் எடுத்துக்கொடுக்க பிலிப்பினோ ஒளிப்படக்காரர் தயாராய் இருந்தார். ஒளிப்படங்களை வாங்கவா போகிறோம் என்ற அலட்சியத்தில் பல தடவைக் கண்களை மூட திரும்பத் திரும்பச் சுட்டிக்காட்டி படம்பிடித்துக் கொடுத்தார். வசீகரிக்கும் படகின் அட்டைப்படங்கள் கொண்ட பெரிய உரையில் இரண்டு மூன்று ஒளிப்படங்களை ஒட்டித்தர 100 திராம்கள் அதிகம் என்று தோன்றினாலும் ஞாபகார்த்தமாக இருக்கட்டும் என்று பலர் ஒளிப்படங்களை வாங்கிக்கொண்டார்கள். எல்லாச் சுற்றுலா இடங்களிலும் நுழைவுச்சீட்டின் கட்டணமும் அங்கே எடுத்த புகைப்படங்களைப் பெற்றுக் கொள்ளுவதற்கான கட்டணமும் சமமாய்த்தான் இருந்தது.

முதலில் உபசரிக்கப்பட்ட பழச்சாறும், சமோசாவும் பசியில்லை என்றவர்களின் பசியைத் தூண்டிவிட்டது. உலகத்திலுள்ள அனைத்துக் கட்டிடத் திறமையாளர்களும் சங்கமித்த இடத்தில் கட்டிடங்கள் இரசனையுடன் கட்டப்பட்டு இருந்ததுடன் அதைப் பார்ப்பவர்களும் இரசனையாளராக மாறி இருந்தோம். கட்டடங்களையும், பாலங்களையும் இரசிக்க மிதவைக் கப்பல்களே நல்ல தேர்வாய் இருந்தது. தோகுரூஸ் கப்பலினுள் நெருக்கமாக இருந்தாலும், டனோரா நடனத்தைக் கலைஞர்கள் சிறப்பாகவே அரங்கேற்றினார்கள். ஒளி, ஒலியுடன் அவர்களின் கைகளில் வைத்திருந்த நான்கு பறை வட்டத்தட்டுகள் அவர்களது ஆட்டத்திற்கு மேலும் மெருகூட்டியது. பாலைவன உலாவில் டனோரா நடனத்தை இரசிக்கத் தவறியவர்களுக்கு இந்த ஆட்டம் இரண்டாவது வாய்ப்பாக இருக்கும். பொழுதுபோக்கு நிகழ்ச்சிக்குப் பின்னர் பஃப்பெட் முறை இரவு விருந்துக்குத் தயாரானோம்.

அந்தரத்தில் உணவுக் கூடம்

நட்சத்திரங்களைகவனிக்கமேலேஆகாயத்தைப்பார்த்தஎங்களுக்கு அந்தரத்தில் அமர்ந்தபடி சாப்பிடுவதற்கான உணவகம் தெரிந்தது. பெரிய சாப்பாட்டு மேஜையுடன் இணைந்திருந்த இருக்கையில்

தேவையான பாதுகாப்புக் கவசங்களை வாடிக்கையாளர்களுக்கு அணிவித்து அமர்த்தியிருந்தார்கள். உணவு பரிமாறுபவர்களும் அவர்களுடன் அந்தரத்திற்குக் கொண்டு செல்லப்பட்டார்கள். அந்தரத்திலே மிதந்து சாப்பிடுவது சாகச அனுபவமாய் இருந்தாலும், உயரத்தைப் பார்த்தாலே வயிற்றைப் பிறட்டிவிடும் பிரச்சனை உள்ளவர்கள் இந்த சாகசத்தைத் தவிர்த்துவிடுவது நல்லது. பெல்ஜிய நாட்டைப் பூர்விமாகக் கொண்டிருந்த உணவகத்தினர் உணவு வகைகளைப் பொறுத்து, வார நாட்களை விட வார இறுதி நாட்களில் 100 திராம்கள் அதிகமாக வசூலித்தார்கள். குறைந்தபட்சம் 500 திராமிலிருந்து அதிகபட்சம் 800 திராம்கள் செலவழித்ததால் 50 அடி உயரம் சென்று 22 பேருடன் வானில் மிதந்து 1 மணிநேர விருந்தை இரசிக்க முடியும்.

ஸ்கை டைவிங்

அந்தரத்தில் உணவுக் கூடம்

4 வயதில் ஸ்கை டைவிங் செய்த குழந்தை, தன் நூற்றி ஓராவது வயதில் ஸ்கை டைவிங் செய்தவரின் பயணம் போன்ற சம்பவங்கள் இச்சவாரிக்கு வயது ஒரு தடையில்லை என்பதைத் தெளிவாக உணர்த்திவிடுகிறது. ஸ்கை டைவிங் சங்கத்தில் உறுப்பினராகி நம்மை இணைத்துக்கொண்டால் ஒரு நாளில் 640 முறை ஸ்கை டைவிங் செய்து குதித்தவர், வாழ்நாளில் 41,000 முறை ஸ்கை டைவிங் செய்தவர், வான்வெளியில் 400 பேர் சேர்ந்து அமைத்த பூ போன்ற ஃபார்மேசன், டைவிங் செய்யும் போதே பச்சைக் குத்திக் கொண்டவர்கள் போன்ற பலரின் சாதனையை முறியடிக்க நமக்கும் ஒரு வாய்ப்புண்டு. குதிக்கும் டைவர்கள் தங்கள் தலைமேல் பொருத்தப்பட்டிருக்கும் கேமராக்களை வாயசைவினால் இயக்குவார்கள். முதன் முதலில் ஸ்கை டைவிங் சவாரியை மேற்கொள்பவர்கள் தொழில்முறை டிரையினர்களைக் கட்டிக்கொண்டு குதிப்பதை டான்டம் சவாரி என்று அழைக்கின்றார்கள். மணிக்கு நூறு மைல் வேகத்தில் வீசும் காற்றுடன், டைவிங்கின்போது காதும் அடைத்துக்கொள்ளும் என்பதால் நாம் எவ்வளவு கத்திப் பேசினாலும் யாருக்கும் கேட்காது.

ஸ்கை டைவிங்

பனைமரத் தீவின் மேலே ஸ்கை டைவிங் செய்வதற்கான தளமும், அலுவலகமும் மெரினாவின் ஓரத்தில்தான் இருந்தது. வாழ்க்கையின் ஆசிர்வதிக்கப்பட்ட தருணமாய்க் கொண்டாடப்படும் வானில் இருந்து குதித்து சாகசம் செய்யும் ஸ்கை டைவிங் சவாரி ஐரோப்பியா

போன்ற பல நாடுகளில் நடத்தப்படுகின்றன. விடுமுறைக் காலங்களில் ஸ்கை டைவிங் சவாரி செய்யக் கூட்டம் அலைமோதும். துபாய் பாலைவனத்தைப் பின்புலமாகக் கொண்டு ஸ்கை டைவிங் புரிய வாய்ப்பு இருந்தாலும் பலரும் பனைமரத் தீவின் பின்புலத்திலேயே ஸ்கை டைவிங் செய்ய விரும்புவதுண்டு. சவாரி செய்யப் பிரியப்பட்ட இருபாலினத்தவருக்குமே உடல் உயரத்திற்கும் எடைக்கும் சில கட்டுப்பாடுகள் விதிக்கப்பட்டு இருந்தது. பி.எம்.ஐ அளவு பெண்களுக்கு (மீட்டரில் உயரம்)^2 அதாவது 27.5 என்றும், ஆண்களுக்கு 30 என்றும் வரையருத்திருந்தார்கள். பெண்கள் அதிகபட்சம் 5.7 அடி இருந்தார்கள் என்றால் 79 கிலோ இருக்கலாம். ஆண்கள் 90 கிலோ வரை இருக்கலாம் என்பது ஒரு தோராயமான கணிப்பாய் இருந்தது.

சவாரி செய்ய தகுதியுடையவர்கள் சில பயிற்சிகளுக்குப் பின் கீழிருந்து விமானத்தில் ஒரு குறிப்பிட்ட உயரத்திற்குக் கொண்டு செல்லப்பட்டார்கள். பின்னர் ஒரு பயிற்சியாளரைக் கட்டிக்கொண்டு கீழே குதித்தார்கள். பயிற்சியாளர் சிறிது நேரம் காற்றில் மிதந்து சில சேட்டைகளை விளையாட்டாகச் செய்யச் சொன்னார். சாகசம் செய்பவர், பயிற்சியாளர் என்று இருவர் மட்டுமல்லாமல் சாகசத்தைப் படப்பிடித்து, காணொளியாய்ப் பதிவிட இன்னொருவரும் அவர்களுடன் சேர்ந்து குதித்தார். வானில் சாகசப் பயணம் செய்தவர்களின் அனுபவங்கள், ஒளிப்படங்கள், காணொளி ஆகியவை பலரையும் சவாரி செய்வதற்கான உந்துதலாய் அமைந்தாலும் பெரும்பாலானோருக்கு பயத்தையே ஏற்படுத்தும். 2.0 படத்தின் பட விளம்பரத்திற்காக அதன் ஒளிப்படப் பதாகையைச் சாகச வீரர்களும், அமீரகத்தின் தமிழ்ப் பண்பலை வானொலியின் துணிப் பதாகையைப் பண்பலைத் தொகுப்பாளரும் பறக்கவிட்டு பெருமை கொண்டிருந்தார்கள்.

2000 திராம்களுக்கு மேல் செலவு செய்ய முடிவு செய்தாலும் எடைக் கணக்கீட்டில் வாய்ப்பை இழந்தவர்கள், வானிலுள்ள காற்றின் அழுத்தத்திற்கும் எடைக்கும் தொடர்பு இருக்கும் என்று கூறி மனதைச் சமாதானப்படுத்திக் கொண்டு திரும்பினார்கள். மிர்திஃப் பேரங்காடியில் ஸ்கை டைவிங் சவாரி போன்ற மாதிரி செயற்கையான சூழ்நிலையை உருவாக்கி நடத்தப்பட்ட ஃப்லை சாகச சவாரியைச் செய்து பலரும் தங்கள் ஆசையைத் தீர்த்துக் கொண்டார்கள். பாதுகாப்பு உபகரணங்களுடன் காற்றில் பறக்கும் சவாரிக்கு, எடை உயரத்திற்கான அளவுகோல் கடுமையாக இல்லை. ஐக்கிய அரபு அமீரகத்தின் குடியுரிமை உள்ளவர்களுக்குக்

கட்டணங்களில் சலுகைகள் வழங்கப்பட்டதால் குறைந்தபட்சம் 185 திராம்களில் சவாரி முடியும்.

தோக்ரூஸ் பாதையில் அமைந்திருக்கும் சாகச அலுவலகத்தைக் கடக்க, இரவு நேரத்தில் ஜொலித்த மோனோ ரயில் பாதை, அட்லான்டிஸ் நட்சத்திர விடுதி நாங்கள் எங்கே இருக்கிறோம் என்பதை உணர்த்தியது. வகையான உணவுகளை உண்டு, இனிப்புகளை ருசித்து முடித்தபொழுது அனைத்து இடங்களையும் சுற்றிப் பார்த்திருந்த திருப்தியுடன் இருப்பிடம் திரும்பத் தயாராய் இருந்தோம்.

ஹாட் ஏர் பலூன் ரைட்

1782ஆம் ஆண்டு மோன்ட்கோல்பியர் சகோதரர்கள் உருவாக்கிய ஹாட் ஏர் பலூனில் முதன் முதலில் பயணம் செய்தவர்கள் வாத்து, ஆடு மற்றும் சேவல்தான். அதற்குப் பின் தண்டனை விதிக்கப்பட்ட குற்றவாளிகள். முதன் முதலாய் ஹாட் ஏர் பலூனில் வலம் வந்தவர் என்ற பெருமை பெற்றவர்தான் ஹாட் ஏர் பலூனில் முதலில் உயிரையும் துறந்திருக்கின்றார். காற்றின் கருணையில் மிதக்கும் ஹாட் ஏர் பலூன்களுக்கு ஸ்டியரிங் கிடையாது. மழை நேரத்தில் இயக்கினால் பலூன் எரிந்துவிடும். 273 டிகிரி செல்சியஸ் வெப்பத்தைத் தாங்கக்கூடிய நைலான் பலூன் வெப்பக் காற்றால் நிரப்பப்படும் பொழுது மக்களைச் சுமக்கும் பாஸ்கெட் உயருகின்றது. வானிலை அறிக்கையைக் கவனமாகக் கேட்டுவிட்டு பர்னரைக் கூட்டிக் குறைத்து சரியான வேகத்தில் இயக்கும் பைலட்களால் இயற்கையை இரசித்துச் சிலிர்க்கலாம். ஒவ்வொரு முறை ஹாட் ஏர் பலூன் தரையிருங்கும்பொழுதும் ஒரு சாம்பொயின் பாட்டில் பகிரப்படுவது பாரம்பரிய வழக்கம். வயல்களில் தரையிரங்கும் பலூன்களை வானத்தில் இருந்து வந்த டிராகன்களாக நினைக்கும் விவசாயிகளைச் சகஜமாக மாற்றுவதற்காகவே பைலட்கள் இப்பழக்கத்தைப் பின்பற்றினார்கள். சூரிய ஒளியைக் கொண்டு காற்றை வெப்பமாக்கும சோலார் பலூன்கள் ஹாட் ஏர் பலூன்களுள் புதுவரவு. போர் விமானங்களின் முன்னோடியாக, உளவு பார்க்கப் பயன்படுத்தப்பட்ட ஹாட் ஏர் பலூன்கள் தற்பொழுது சிறந்த சுற்றுலா விமானங்களாக விளங்குகிறது.

அதிகாலைச் சூரிய உதயத்தை வானில் இருந்து மிதந்தபடி பார்ப்பதற்குப் பலரும் விருப்பப்பட்டார்கள். திறமையான ஐரோப்பிய டச்சு பொறியாளர்களின் செயல்பாட்டிலும் அசம்பாவிதம்

ஏற்பட்டுப் பலர் ஆபத்தான நிலையில் மருத்துவமனையில் சேர்க்கப்பட்டிருந்த தகவல் தெரிந்தபொழுது பெரும்பாலானோர் ஒதுங்கிக்கொண்டார்கள். அரசர் ஆட்சியில் ஊடகங்களுக்குச் சில கட்டுப்பாடுகள் விதிக்கப்பட்டிருந்ததால் தவறுகளுக்கு வழங்கப்பட்ட தண்டனைகளும் சில செய்திகளும் பகிரங்கமாக ஊடகங்களில் வெளியிடப்படாது. விபத்துக்களில் ஏற்பட்ட உயிரிழப்பும் சேதமும் கொஞ்சம் மறைத்தே வைக்கப்பட்டிருந்தது. ஹாட்ஏர் பலூன் சவாரி செய்வதற்கு அதிகாலை 4 மணிக்கெல்லாம் தயாராகி இருக்கச் சொன்னார்கள். இருக்கும்இடத்திற்கு வந்து நம்மைக்கூட்டிச் சென்று திரும்பி அழைத்துவருவதுடன் காலை உணவும் சேர்த்து ஒரு ஆளுக்கு அதிகபட்சம் 800 திராம்கள் ஆகும். என்னதான் ஓட்டுநர் சுவாரசியமாகப் பல விஷயங்களுக்குப் பதில் கூறிக்கொண்டு வந்தாலும், ஊருக்கு மிகவும் ஓரமாக அமைந்திருந்த ஹாட் ஏர் பலூன் தளத்தைத் தூங்கிவழிந்த முகத்துடன்தான் அடைந்தோம்.

இரண்டு நிறுவனங்கள் இச்சவாரிகளை இயக்கினாலும் சீசன் நேரமான ஆறு மாதகாலத்தில் சுற்றுலாப் பயணிகளின் வருகைப் பதிவைப் பொறுத்தும், வானிலையைக் கருத்தில் கொண்டும் மட்டுமே இச்சவாரி இயக்கப்படுகின்றது. நீண்ட வாக்கில் ஹாட் ஏர் பலூன் படுக்க வைக்கப்பட்டு அதற்குத் தேவையான நெருப்பும் பக்கத்தில் ஆயத்தமாய் எரிந்துகொண்டு இருந்தது. வண்டியில் வந்துகொண்டிருந்த பொழுதே இடி, மின்னல், மழைக்கான வாய்ப்பு தெரிந்ததால் கொஞ்சம் கலங்கித்தான் போயிருந்தோம். வானிலை மாறி காற்று பலமாக அடித்து மின்னல் வெட்டியதில் எங்கள் பயம் உண்மையாக மாறி சவாரி செய்யும் கனவு கனவாகவே மாறி இருந்தது. சவாரியை வேறு ஒரு நாள் மாற்றிக்கொள்ளவும், பணத்தைத் திரும்பப் பெறவும் வழி கூறினார்கள். விபத்து நடக்காமல் இருக்கவே இயற்கை இடையூறு செய்திருக்கிறது என்று மனதைச் சமாதானப்படுத்திக்கொண்டு வீடு திரும்பினோம்.

10 அருங்காட்சியகங்கள்

காலத்தின் பொக்கிஷங்கள் – குதிரை முதல் காபி வரை

குதிரை அருங்காட்சியகம்

அல் ஷிந்தாகா பகுதியிலுள்ள ஷேக் மொஸா பின்ட் சாயிட், என்பவரது வசிப்பிடமே குதிரை அருங்காட்சியமாக 1940 ஆம் ஆண்டு மாற்றம் பெற்றிருக்கின்றது. 5000 வருடப் பழமைகொண்ட அரேபியக் குதிரைகளுடன் மற்ற குதிரைகளின் இனங்கள், பெயர்கள், சிறப்பியல்புகள், வகைகள், உடல் பாகங்கள் மற்றும் உடற்கூறியல் தகவல்களையும் காட்சிப்படுத்தி இருக்கின்றார்கள். அரபியக் குதிரைகளின் கருப்புத்தோல் பாலைவன வெப்பத்திலிருந்து அவற்றைப் பாதுகாக்கின்றன. அசாத்தியப் பொறுமையும் வேகமும் கொண்ட அரபியக் குதிரைகளை பெதோயின் பழங்குடியினர் போர்க் காலங்களில் உபயோகித்துள்ளார்கள். மனிதர்களை விட அரபியக் குதிரைகளுக்குப் பார்வையும், கேட்கும் திறனும் நுகர்வுத்திறனும் அதிகம். அரேபிய மற்றும் உள்ளூர் இலக்கியங்களில் அரேபியக் குதிரைகளைப் பற்றி எழுதப்பட்ட கவிதைகள் மற்றும் புத்தகங்களைப் பற்றிய தொகுக்கப்பட்ட குறிப்புகளைப் பார்க்க முடிந்தது. மாவீரன் நெப்போலியன் படையிலிருந்த 1,80,000 குதிரைகளில் கடுமையான தட்பவெப்பத்தைக் கடைசிவரை தாக்குப்பிடுத்த 2000 குதிரைகள் அரபியக் குதிரைகளே.

காபி ம்யூசியம்

செப்டம்பர் 29 ம் தேதி கொண்டாடப்படும் சர்வதேச காபி தினத்தை நினைவுகூறும் வகையில், ஐக்கிய அரபு அமீரகத்தின் முதல் காபி அருங்காட்சியகம் காபி தினத்தன்று துபாய் அல்ஃபஹிதி பகுதியில் திறக்கப்பட்டது. பல்வேறு நாடுகளிலிருந்து கொண்டுவரப்பட்ட பலவகையான காபி கொட்டைகளை எப்படி வருத்து, அரைத்து பயன்படுத்துகிறார்கள் என்பதை 6 வெவ்வேறு அறைகளில் பல விதமான அரவை இயந்திரங்களுடன் காட்சிப்படுத்தியிருக்கிறார்கள். பல்வேறு காலகட்டங்களில் பருகப்பட்ட காபியின் வரலாற்றைக் குறிப்பிடும் புத்தகங்களையும் அடுக்கி வைத்திருக்கின்றார்கள். காபி தொடர்பான குறும்படங்களை ஊடக அறையில்

ஒளிபரப்புகின்றார்கள். தங்களுக்கு விருப்பமான குவளைகளிலும் கெண்டிகளிலும் காபி வகையைத் தேர்வு செய்து ருசிப்பதற்கான வசதியும் உண்டு. வெள்ளிக்கிழமை தவிர மற்ற நாட்களில் இயங்கும் அருங்காட்சியத்தைப் பார்த்து வர அனுமதி இலவசம்.

துபாய் மூவிங் இமேஜ் ம்யூசியம்

பஹ்ரைன் மற்றும் லெபனிய வணிகரான அக்ரம் மிக்னாஸ், 2011 ஆம் ஆண்டு தான் எடுத்த புகைப்படங்களைக்கொண்டு மூவிங் இமேஜ் அருங்காட்சியகத்தை நிறுவியிருக்கின்றார். கடைசி இருபத்தி ஐந்து ஆண்டுகளில் அவர் சேகரித்த கலைப்பொருட்கள் 1730 முதல் இருபதாம் நூற்றாண்டுக் காலகட்டத்தைச் சேர்ந்தவை. அனைத்து வயதினரையும் அனுமதிக்கும் இந்த அருங்காட்சியகத்தில் பதின்மூன்றாம் மற்றும் பதினேழாம் நூற்றாண்டைச் சேர்ந்த பயாஸ்கோப்புகளின் வழி திரைப்படங்களின் பரிணாம வளர்ச்சியைச் தெரிந்து வரலாம்.

ஒட்டக அருங்காட்சியகம்

1940 ஆம் ஆண்டு அல் சிந்தகா பகுதியில் கட்டப்பட்ட அருங்காட்சியகம் ‘கேமல்–ரைடிங் ஹவுஸ்’, ‘பெய்ட் அல் ரெகாப்’ என்று அழைக்கப்பட்டிருக்கின்றது. அரேபியத் தீபகற்பத்திலுள்ள ஒட்டகங்களைப் பற்றிய தகவல்கள், வரலாறு, பண்பு, சிறப்பம்சம், ஒற்றுமை, அவற்றின் பால், ரோமங்கள், அதன் வாழ்வியல், இன வகைகள், உறுப்புகள், உடற்கூறியல், சிகிச்சையின் வழிகள் எனச் சகலத்தையும் ஆராய்ந்து காட்சிப்படுத்தி இருக்கின்றார்கள். அவற்றுள் சில, ஆசிய ஒட்டகங்கள் இரு திமில்களைக் கொண்டிருக்க அரபிய ஒட்டகங்களில் ஒரு திமிலையே காண முடியும். மனிதர்களின் கர்ப்ப காலத்தை விட 3 மாதங்கள் அதிகம் கொண்ட ஒட்டகங்கள் சுமார் 40 ஆண்டுகள் வரை உயிர்வாழ்கின்றன. சராசரியாக 700 கிலோ எடையிருக்கும் ஒட்டகங்களால் 5 முதல் 7 நாட்கள் வரை தண்ணீர் இல்லாமல் வாழ முடியும். ஒட்டகத்தின் கழிவுகள் எரிபொருளாகவும் பயன்படுத்தப்படுகின்றன. பெதோயின் மக்கள் பயன்படுத்திய சலீல், ஃபசீல், நக்கா, ஹெவர் இனத்தைச் சேர்ந்த ஒட்டகங்களைப் பற்றிய ஆய்வுகளும் இடம் பெற்றிருக்கின்றன. ஒட்டகத்தின் உள்ளுறுப்புக் கண்காட்சி தவறவிட்டு விடக்கூடாத ஒன்று .

எமிரேட்ஸ் சாயில் ம்யூசியம்

நாணய அருங்காட்சியகம்

1918 ஆம் ஆண்டு கட்டப்பட்ட கட்டிடம் நாணய அருங்காட்சியகமாக மாற்றப்பட்டுள்ளது. இஸ்லாமிய மன்னர்கள் காலத்திலிருந்து புழக்கத்தில் இருந்த 470க்கும் அதிகமான அரிய நாணயங்களைப் பலர் ஆர்வத்துடன் பார்த்துச் செல்கின்றார்கள். 7 அறைகளில் அமைந்திருக்கும் தொடுதிரைகளில் பல்வேறு காலத்து நாணயங்களின் வரலாற்றைக் குறிப்பிட்டுள்ளார்கள். விடுதலைக்கு முன் துபாய் மற்றும் அதைச் சுற்றியுள்ள பிராந்தியங்களிலும், ஐக்கிய அரபு அமீரகக் கட்டமைப்பு உருவான பின் பயன்பாட்டிலிருந்த

நாணயங்களையும் பிரித்து வைத்திருக்கின்றார்கள். பிரிட்டிஷ் சாம்ராஜ்ஜியத்தின் போதான பணவியல் முறைகள், சுதந்திரம் அடைவதற்கு முன்னர் இந்தியா போன்ற நாடுகளுடன் வழக்கத்திலிருந்த காசுகளைப் பார்வையிடுவதற்கு நல்ல வாய்ப்பு. நூறு வருடத்திற்கு முன் உபயோகத்தில் இருந்த 1 திராம் பத்திரமாகப் பாதுகாக்கப்பட்டு வருகின்றது.

முத்து அருங்காட்சியகம்

தேராவின் எமிரேட்ஸ் நேசனல் பேங்க் ஆப் துபாய் (எமிரேட்ஸ் NBD) வங்கியின் தலைமையகத்தில் அமைந்துள்ள அரேபிய வளைகுடாவின் சிறந்த முத்துக்களைக் கொண்டுள்ள மியூசியம் 2003 ஆம் ஆண்டு சுல்தான் அல் ஓவைசால் நிறுவப்பட்டது. உலகின் மிகப்பெரிய சேகரிப்பாகக் கருதப்படும் முத்துக்களுடன், 50 கிலோ எடை முத்து, முத்துக் குளிப்பவர்களின் கருவிகள், முத்து அறுவடைக்குப் பயன்பட்ட கருவிகள், வரைபடங்கள், டைவிங் உபகரணங்களைக் காட்சிப்படுத்தி இருக்கின்றார்கள். எமிரேட்ஸ் என்.பி.டியின் நிறுவனர் சுல்தான் அல் ஓவைஸ் ஐக்கிய அரபு எமிரேட் கலாச்சாரம் மற்றும் பாரம்பரியத்தைப் பாதுகாப்பதற்கு ஒரு காரணம் இருக்கின்றது. எமிரேட்ஸ் பேங்க் இன்டர்நேஷனல் நிறுவனமும் நேஷனல் பேங்க் ஆப் துபாயும் இணைந்து ஐக்கிய அரபு அமீரகத்தின் மிகப்பெரிய வங்கியான எமிரேட்ஸ் என்.பி.டி வங்கியை உருவாக்கியிருக்கின்றார்கள். 1970களில் தனது முத்துச் சேகரிப்பைத் தொடங்கிய சுல்தான், துபாய் தேசிய வங்கிப் பாதுகாப்பின் கீழ் ஐக்கிய அரபு எமிரேட்ஸ் மக்களுக்கு முத்துக்களை நன்கொடையாக அளித்து வந்தார். எண்ணெய் வளம் ஐக்கிய அரபு அமீரக மக்களின் வாழ்வை மாற்றுவதற்கு முன்னால் அவர்கள் மேற்கொண்ட வாழ்வியலைப் பாதுகாக்கவே எமிரேட்ஸ் என்.பி.டியில் தனது முத்துச் சேகரிப்பை ஒரு அருங்காட்சியகமாக அமைத்திருக்கின்றார். அப்பாயின்ட்மென்ட் வைத்திருந்தால் மட்டுமே அருங்காட்சியகத்தை இலவசமாகப் பார்வையிட முடியும். ஒரு நேரத்தில் 8 முதல் 10 பேர் மட்டுமே அனுமதிக்கப்படுவார்கள் போன்ற விதிமுறைகள் அவ்வருங்காட்சியகத்தின் பொருட்களின் முக்கியத்துவத்திற்குச் சான்று.

அல்அஹ்மதியா பள்ளி

1912 ஆம் ஆண்டு துபாய் அல் ராஸ் பகுதியில் நிறுவப்பட்ட பள்ளி 1962 ஆம் ஆண்டு வரை இயங்கிப் பின்னர் அருங்காட்சியமாக

மாற்றம் பெற்றுள்ளது. 1970களில் நாட்டின் வாழ்க்கைத் தரத்தைப் பிரதிபலிக்கும் இந்த ஹெரிட்டேஜ் சைட் முத்து வணிகர், ஷேக் அஹ்மத் பின் தால்மூக்கிற்குச் சொந்தமானது. வெளிநாட்டுப் பாடத் திட்டத்தை அறிமுகப்படுத்துவதற்கு முன்னர் பின்பற்றப்பட்ட கல்வி முறை, துபாயின் தந்தை ஷேக் ரஷீத் பின் சயீத் அல் மக்தூம் உட்பட பல புகழ்பெற்ற மாணவர்களை உருவாக்கியிருக்கின்றது. அரபுமொழி, இலக்கணம், இஸ்லாமிய ஆய்வுகள், அடிப்படைக் கணிதம், முத்து வர்த்தகம் எனப் பல நூறு சிறுவர்களுக்குக் கற்றுக் கொடுக்கப்பட்டுள்ளது. சில வருடங்களுக்குப் பின் இஸ்லாமியச் சட்டங்கள் மற்றும் குரானுடன் ஆங்கிலமும் அறிவியலும் பயிற்றுவிக்கப்பட்டுள்ளது. தரையில் உட்கார்ந்து பயிலும் குர்ரான் பள்ளிகளைப் போல் அல்லாமல் சிறுவர்கள் மேசையில் அமரவைக்கப்பட்டுப் பாடம் கற்பிக்கப்பட்டிருப்பது இப்பள்ளியின் மற்றொரு சிறப்பு.

துபாய் போலீஸ் அருங்காட்சியகம்

1987ஆம் ஆண்டு நவம்பர் மாதம் பொதுமக்களுக்குத் திறந்துவைக்கப்பட்ட அருங்காட்சியகத்தில் துபாய் காவல்துறையின் பல வருடச் சாதனைகள் ஆவணப்படுத்தப்பட்டுள்ளன. அவர்கள் உபயோகப்படுத்திய ஆயுதங்கள், தொடர்புச் சாதனங்கள், கைதிகள் தயாரித்த மரச் சாமான்கள், படகுகள், சிற்பங்கள், கைவினைப் பொருட்கள் மற்றும் துபாய் போலீஸ் முதலில் உபயோகப்படுத்திய சின்னம், பழைய புதிய புகைப்படங்கள் காட்சிக்கு வைக்கப்பட்டிருக்கின்றன. 1956 இல் தொடங்கப்பட்ட ம்யூசியத்தைப் பார்வையிட இணைய வழியில் ஒரு கடிதத்தை வாங்குவது போதுமானது.

நைஃப் ம்யூசியம்

1939 இல் கட்டப்பட்ட நைஃப் கோட்டைதான் துபாயின் முதல் காவல் நிலையம். காவல் பணியாளர்களின் சீருடைகளின் பழைய மாதிரிகள், பதக்கங்கள், பழைய உபகரணங்கள், ஆயுதங்கள், கைது அறைகளைக் காட்சிப்படுத்தி இருக்கின்றார்கள்.

எமிரேட்ஸ் சாயில் ம்யூசியம்

வளைகுடா, மத்தியக் கிழக்கு, வடஆப்ரிக்க நாடுகளுள் மண் சார்ந்து அமைந்திருக்கும் முதல் அருங்காட்சியகத்தை அபுதாபி அரசும் சர்வதேசப் பயோசலைன் வேளாண்மை நிர்வாகமும்

இணைந்து 2016 ஆம் ஆண்டில் தொடங்கியிருக்கின்றார்கள். இயற்கைச் சூழலில் மண்ணின் முக்கியப் பங்கை வலியுறுத்த நாடு முழுவதும் எடுக்கப்பட்ட மண்கள், மண்ணில் ஏற்படும் மாற்றங்கள், அதன் நுண்துளைகள், மண்ணின் அமைப்பு, தாதுக்களின் வகைகள், மண்களிடையேயான ஒப்பீடுகளைக் காட்சிப்படுத்தி இருக்கின்றார்கள். ஐக்கிய அரபு அமீரகம் என்றாலே பாலை மண் மட்டுமே என்று நினைப்பவர்களுக்கு அடுக்கி வைக்கப்பட்டிருக்கும் வகைவகையான மண்கள் ஆச்சர்யம் கொடுக்கும். பாலைவனச் சூழலில் எவ்வாறு தூசிப் புயல்கள் உருவாகின்றன, 'சேண்ட் டியூன்களின்' பல்வேறு வடிவங்களைக் காட்சிப்படுத்தும் சேண்ட்டியூன் சிமுலேட்டர்களை நிச்சயம் பார்த்துவிட்டு வர வேண்டும். நகரங்களிலும் ஊடுருவும் தூசிப் புயல்கள் திறந்திருக்கும் சாளரங்களின் வழி வீடு, அலுலகங்களில் மண்ணை வாரி இறைப்பது வாடிக்கையான ஒன்றுதான்.

பைட் அல் பனட் மகளிர் அருங்காட்சியகம்

மூன்று அமீரகச் சகோதரிகள் வாழ்ந்தவீட்டை ஐக்கிய அரபு அமீரகப் பெண்களின் பெருமை பேசும் அருங்காட்சியகமாக மாற்றியிருக்கின்றார்கள். 'த கேர்ல்ஸ் ஹவுஸ்' அருங்காட்சியகத்தை 1950 ஆண்டு எமிரேட்டின் பேராசிரியர் ரஃபியா குபாஷ் தொடங்கினார். ஐக்கிய அரபு எமிரேட்டில் பெண்கள் வரலாற்றைப் பாதுகாப்பதுடன் அவர்கள் பின்பற்றிய கலாச்சாரம், உடை, ஆபரணங்கள், சமூகத்தை வடிவமைப்பதில் அவர்களது பங்களிப்பு விளக்கப்படுகின்றது. பெண் கவிஞர்கள் மற்றும் ஓவியர்களின் படைப்புகள் கண்காட்சிகளாக இடம் பெற்றிருக்கின்றன. நபாடிக் கவிதைகள் எழுதுவதில் புலமை பெற்ற 'த கேர்ல் ஆப் த அராப்ஸ்' என்று கொண்டாடப்படும் பெண் கவிஞரான ஔஷா பின்ட் கலீஃபா அல் சுவைதி அவர்களின் வாழ்க்கை வரலாறு குறும்படமாக ஒளிபரப்பப்படுகிறது. அவரைப் பற்றிய வாழ்க்கை வரலாற்றை ரஃபியா குபாஷ் எழுதி வெளியிட்டு இருக்கின்றார். பாலை வெயிலின் வியர்வையை நறுமணமாக மாற்றும் அத்தர், வாசனைப் பொருட்களின் மேல் பெண்களுக்கிருக்கும் ஈர்ப்பை வெளிப்படுத்தும் விதம் சுகந்த திரவியங்களை விற்பனைக்கு வைத்திருக்கின்றார்கள்.

ஃபடட் அல் அரப் (த கேர்ல் ஆப் த அராப்ஸ்)

ஆணாதிக்கம் மிகுந்த அரபு இலக்கிய உலகில் தன் 15 வயதில் கவிதைகளால் முத்திரை பதித்தவர் ஔஷா பின்ட் கலீஃபா

அல் சுவைதி. 'கேர்ல் ஆப் தி கல்ப்' என்று அழைக்கப்பட்டு வந்த ஔஷாவிற்கு 'த கேர்ல் ஆப் த அராப்ஸ்' என்று பட்டம் வழங்கியது துபாய் இளவரசர் முகம்மது பின் ராஷித் அல்மக்தூன். பல விருதுகளைப் பெற்றுள்ள ஔஷா பல இளம் பெண்கள் கவிதைகள் எழுதுவதற்கான தூண்டுகோலாய்ச் செயல்பட்டு இருக்கின்றார். காதல், நாட்டுப்பற்று மற்றும் அறிவாற்றல் சார்ந்த இவரது கவிதைகள் பாடல்களாக உருவெடுத்திருப்பதுடன் பிரபல பாடகர்களால் பாடப்பட்டு வருகின்றன. நாட்டுப்புறப் பாடல்களை உலக அளவில் கொண்டு சென்ற இவர் 2018 ஆம் ஆண்டு தனது 98 வயதில் காலமானார்.

அமீரகப் பெண்கள்

பண்டைய காலத்தில் முத்துக்குளிப்பு, மீன்பிடிப்பு என ஆண்கள் ஈடுபட்டிருந்தபோது பாலை விவசாயத்திலும் குழந்தை வளர்ப்பிலும் முக்கியப் பங்கு வகித்தவர்கள் அமீரகப் பெண்கள். நவீனக் காலத்திற்கு ஏற்ற மரியாதையுடன், குரானில் குறிப்பிட்டிருப்பது போல் ஆண்களுக்கு இணையான சம உரிமைகள் வழங்கப்படுவதுடன் சொத்துரிமையும் கொடுக்கப்பட்டுள்ளது. அரசாங்கப் பதவிகளில் பெரும்பாலான இடங்களை நிரப்பியிருக்கும் பெண்கள் முக்கிய முடிவுகள் எடுக்கும் உயர்பதவி வகிப்பதுடன் நீதிபதிகள், வழக்கறிஞர்கள், ஆசிரியர்கள், தொழிலதிபர்கள், திருமணங்களைப் பதிவு செய்யும் அதிகாரிகளாகவும் வலம்வருகின்றார்கள். 20,000 பெண் தொழிலதிபர்களைக் கொண்டிருக்கும் அமீரகத்தில் இங்கிலாந்து, ஸ்பெயின், மொண்டெனேகுரோவின் நாடுகளுக்கான தூதுவர்கள் பெண்களே.

பிராந்தியத்தில் பெண்களுக்கான முதல் இராணுவக் கல்லூரியைத் தொடங்கிய பெருமை அமீரகத்திற்கே சொந்தம். பெண்களால் இயக்கப்படும் பிங்க் நிற வண்டிகள் எல்லாம் பெண்கள், குழந்தைகளின் வசதிக்காக அமைக்கப்பட்டிருக்கின்றன. வாகனம் நிறுத்துமிடம், டிராம், மெட்ரோ, பேருந்து என அனைத்து இடங்களிலும் பெண்களுக்கு என இட ஒதுக்கீடு உண்டு. 2015 ஆம் ஆண்டு முதல் ஆகஸ்ட் மாதம் 28 ஆம் தேதி வரை அமீரகப் பெண்கள் தினம் கொண்டாடப்படுகின்றது. நிரந்தர வேலையிலுள்ள பெண் ஊழியர்களுக்கு முழுச் சம்பளத்துடன் 60 நாள் மகப்பேறு விடுப்பு வழங்கப்படுகின்றது. 50 பெண்களுக்கு மேல் வேலை செய்யும் நிறுவனங்களில் குழந்தைகள் காப்பகம் அமைத்து அவர்கள் வேலையைத் தொடர ஆதரவும் உண்டு. 1973 ஆம் ஆண்டு

பெண்களுக்கான சங்கத்தை அமைத்ததுடன் 1975 ஆம் ஆண்டு ஐக்கிய அரபு அமீரகத்தின் பெண்கள் கூட்டமைப்பையும் நிறுவியது மறைந்த ஷேக் சாயித் அவர்களின் மனைவி ஷேக்கா பாத்திமா பின்ட் முபாரக்.

தபியா அல்கமீஸ் அல் மெசில்மணி

ஐக்கிய அரபு அமீரகம் நிறுவப்பட்ட பின், தூதராக நியமிக்கப்பட்ட முதல் பெண்மணிதான் தபியா. 2004-2005 காலக்கட்டத்தில் இந்தியாவிற்கான தூதராகப் பணியாற்றியுள்ளார். துபாயில் ஆகஸ்ட் 1958இல் பிறந்த இவர் எழுத்தாளர், மொழிபெயர்ப்பாளர், தூதர் என்று பல தளங்களில் இயங்கி உள்ளார். அமெரிக்காவிலுள்ள இந்தியானா பல்கலைக்கழகத்தில் பொலிட்டிக்கல் சயின்சில் இளங்கலைப் பட்டம் பெற்றவர், கெய்ரோ அமெரிக்கன் பல்கலைக்கழகத்தில் அரபு இலக்கியத்தில் முதுகலைப் பட்டமும் பெற்றிருக்கின்றார். 18 கவிதைத் தொகுப்புகள், 4 புனைகதைப் படைப்புகள், 9 கட்டுரைத் தொகுப்புகள் மற்றும் 12 மொழிபெயர்ப்புப் படைப்புகள் உட்பட 45 நூல்களையும் வெளியிட்டிருக்கின்றார். அவரது கவிதை, உரைநடை மற்றும் இலக்கிய விமர்சனங்கள் ஜெர்மன், ஸ்பானிஷ், ஆங்கிலம் மற்றும் பிரெஞ்சு மொழிகளில் மொழிபெயர்க்கப்பட்டுள்ளன.

11 மீனா பஜார் லீகோலேண்ட்

அமீரகக் கோவில்

துபாயின் எண்ணெய் வளம் கண்டுபிடிப்பதற்கு முன்பு 1958இல் இந்து மக்களுக்காக ஒரு சிறு பிரார்த்தனை மண்டபம் ஒதுக்கப்பட்டது. அதுதான் தற்பொழுது ஹவேலி என்றழைக்கப்படும் இந்துக்கோவிலாக இந்தியத் தூதரகத்தின் கட்டுப்பாட்டில் இயங்கிக்கொண்டு இருக்கிறது. கோபுரங்கள் இல்லாத கட்டடத்தின் சிறிய முதல் மாடி நிலப்பரப்பே கோவில். பர்துபாய் மசூதியை ஒட்டி அமைந்துள்ள சிவன் மற்றும் கிருஷ்ணன் கோவில் இங்குள்ள மக்களின் மதச்சார்பின்மைக்கு எடுத்துக்காட்டு. 1958ஆம் ஆண்டு குருமந்திர் உருவாக்கப்பட்டது. அமீரகத்தின் ஒரே இந்துக்கோவிலால், பர்துபாய் தெரு மக்கள் வெள்ளத்தால் நிரம்பியிருந்தது. சுப நாட்களில் மக்களின் நீண்ட வரிசை வண்டிகள் போக்குவரத்தைத் திணறடித்தது. அனைத்து மொழிச் செய்தி, வார, மாத, இதழ்கள் கிடைத்த கோயில் கடையில் தமிழ் எழுத்துக்களைப் பார்த்தவுடன் உற்சாகம் பிறந்தது. செய்தித்தாள் வாசிக்காமல் தூக்கம் வராத மக்களுடன், என்றைக்காவது தினத்தந்தி வாங்கி வாசிக்கும் மக்களையும் பார்த்தோம். தொழில்நுட்பம் வளர்ந்து அலைபேசிக்குள் அடைபட்ட செய்திகளைப் படித்தாலும், நாளிதழில் சுதந்திரமாய்ச் செய்திகளைப் படிப்பவர்களால் விடுமுறை வெள்ளியில் அனைத்து நாளிதழ்களும் விற்றுத் தீர்ந்தன.

அமீரகச் செய்தியுடன் இந்தியச் செய்தியும் சேர்ந்து வந்ததால் செய்தித்தாள்களுக்கான தேவை இருந்துகொண்டேதான் இருந்தது. வெள்ளிக்கிழமை கவிதைச் சோலைப் பகுதியில் தங்களுடைய கவிதைகள் வெளிவந்திருக்கிறதா என்று பலர் ஆர்வமாய்க் காத்திருந்தார்கள். மற்ற அங்காடிகளில் கிடைக்காத, நம் மண்ணைச் சார்ந்த உணவுப் பொருட்களை வாங்குவதற்காகவே பலரும் கோவில்கடைகளுக்கு வருகை தருவார்கள். பண்டிகைக் காலங்களில் கரும்பு, மாலை, வாழை இலை, மஞ்சள், மல்லிகைப்பூ என அனைத்தும் கிடைத்தன. எந்த நிகழ்ச்சிக்குத் தேவையான பொருட்களின் பட்டியலையும் ஓரிரு நாட்களுக்கு முன்னால் கொடுத்தால் போதும். கோவில் கடைக்காரர்கள் வாங்கிக்கொடுத்து விடுவார்கள். கோவிலுக்குச் செல்லும் குறுகலான பாதை பக்தி மணம் கமழ்ந்தது. பல மொழி இறை இசை தேவகானங்கள் செவிகளில்

ஒலித்தன. இரு பக்கக் கடைகளிலும் விற்கப்பட்ட அழகான இறை விக்கிரகங்கள் நம் ஊர் கோயில் தெருக்களை ஞாபகப்படுத்தியது. வட இந்தியர்கள் வணங்கும் முறையில் பூஜைப்பெட்டியில் இனிப்பு மற்றும் பூக்களை வைத்து விற்பனைக்கு வைத்திருந்தார்கள். வருகை தரும் பக்தர்களுக்குக் கட்டணமில்லாமல் தினந்தோறும் பிரசாதமும் வழங்கிக் கொண்டிருந்தார்கள். ஊரில் குழந்தைகளுக்கு மொட்டை போட முடியாதவர்கள் வந்த இடத்தில் கிடைக்கும் நாவிதர்களின் உதவியால் தங்கள் பிள்ளைகளுக்கு மொட்டை அடித்து முடியை ஒரு துணியில் கட்டிக்கொண்டார்கள். இந்து முறைப்படி திருமணம் செய்துகொண்டாலும், பதிவு செய்துகொள்ள அனுமதியில்லை. இஸ்லாமிய முறைப்படி உருவ வழிபாட்டுக்குத் தடை இருந்தது. அதனால் சிலைகளைக் கைவிட்டு அனைத்து இந்துக் கடவுள்களின் ஓவியங்கள், ஒளிப்படங்களை மட்டுமே வழிபாட்டுக்கு வைத்திருந்தார்கள்.

சிவன், கிருஷ்ணன் சன்னிதியுடன் சாய் பாபாவிற்கும் ஒரு சன்னதி ஒதுக்கப்பட்டிருந்ததால் வியாழக்கிழமைகளில் கூட்டம் நிறைந்திருந்தது. பஜனை, மணியோசை, மந்திரங்கள் முழங்கப் பார்த்திருந்த கோவில் அறைகள் ‘சத்தம் போடாதீர்கள்’ போன்ற அட்டைகளால் அமைதிப்படுத்தப்பட்டு இருந்தது. ஐக்கிய அரபு அமீரகத்தின் வான் தொடும் கட்டடங்களுக்குப் பங்களிப்பு செய்த அமீரக இந்து மக்களுக்காகவே அபுதாபியில் 5 ஏக்கர் நிலப்பரப்பில் சூரிய நாராயணன் கோவில்கட்ட 2015 இல் இந்திய அமீரக அரசு சார்பில் ஒப்பந்தங்கள் போடப்பட்டிருக்கின்றன. இந்துக் கோவிலின் அருகேதான் குருத்வாரும் அமைந்திருந்தது. சீக்கிய குருத்வாராக்களில் புத்தகத்தை வழிபடுவதால் ஜெபல் அலியில் அவர்களுக்கான தனிக்கட்டிடம் ஒதுக்கப்பட்டு இருந்தது. துபாயின் உபநதி கோவிலுக்குப் பக்கத்தில் இருந்ததால் மக்கள் குளிர்க்காற்றை அனுபவித்து, தேராவின் கரையையும் பார்த்துவிட்டே சென்றார்கள். கோவிலின் பின்புறச் சந்தையில் ஐக்கிய அரபு அமீரகத்தின் பாரம்பரிய ஆடைகள், குழந்தைகளுக்கான கலாச்சார உடைகள், வண்ணக் கம்பிளி விரிப்புகள், அமீரகத்தை ஞாகபகப்படுத்தும் பரிசுப் பொருட்கள் என அனைத்தையும் வாங்கினோம். மாலைநேரத்தில் சிறுசிறு கடைகளூடே நடந்து செல்வது பலருக்கும் பிடித்தமான பொழுது போக்காய் இருந்தது. சொகுசுப் படகில் கடல் வழியே புர்ஜ் அல் அராப் நட்சத்திர விடுதி வரை கூட்டிச்சென்று ஒளிப்படங்கள் எடுத்து சிறிது நேரம் உலாவ விட்டுத் திரும்ப அழைத்துவர 25 திராம்கள்தான் கேட்டார்கள்.

துபாய் வழிபாட்டு ஸ்தலங்கள்

தேவாலயங்கள்

ஐயாயிரத்துக்கும் அதிகமான மசூதிகள் அமைந்துள்ள அமீரகத்தில் தற்பொழுது 40 தேவாலயங்கள் உள்ளன. வளரும் சிறுவர்களுக்கு வேதகாமப் பாடல்களும், விவிலிய வசனங்களும் கற்றுத்தரப்படுகின்றன. ஐக்கிய அரபு அமீரகத்தின் மிகப்பெரிய தேவாலயமான ஷார்ஜாவில் உள்ள செயின்ட் ஃபிலிப் அபோஸ்டில் ஆர்த்தடாக்ஸ் சர்ச்சில் 20,000 மக்கள் வழிபடலாம். அபுதாபியில் தற்பொழுது கட்டப்பட்டு வரும் ஏஞ்சலிக்கன் சர்ச், பிராந்தியத்தின் மிகப்பெரிய தேவாலயம் என்ற பெருமையைப் பெற தயாராகிக் கொண்டிருக்கின்றது.

1967ஆம் ஆண்டு ஒத் மேதாவில் உள்ள செயின்ட் மேரிஸ் கத்தோலிக் தேவலாயத்தின் வருகைக்கு முன்னர், பஹ்ரைனில் உள்ள சர்ச்சுக்குத்தான் செல்ல வேண்டிய நிலைமை இருந்தது. மன்னர் ஷேக் ரஷீத் நிலத்தை அன்பளிப்பாகக் கொடுத்ததுடன் தேவலாயத்திற்கான அடிக்கல்லையும் நாட்டினார். இங்கு ஆங்கிலம், அரபு, தகலாக், மலையாளம், பிரஞ்சு, போர்த்துகீசியம் மற்றும் போலிஷ் மொழிகளில் மக்களுக்கான ஜெபக் கூட்டங்கள் நடைபெறுகின்றன. 80,000–க்கும் மேலான கத்தோலிக்கக் கிறித்துவர்கள் வாழ்ந்து வரும் துபாயில் வாராவாரம் நடைபெறும் பிரார்த்தனைக் கூட்டங்களில் சுமார் 7000 மக்கள் கலந்துகொள்கின்றார்கள். வருடத்தில் அனைத்து நாளும் மக்களின் வருகைக்காகத் திறந்திருக்கும் தேவாலயத்திற்குப் பாத்தியப்பட்ட பள்ளியும் அதனருகிலேயே செயல்பட்டு வருகின்றது.

குருத்வாரா குரு நானக் தர்பார் சீக் டெம்பிள்

வளைகுடாவின் முதல் சீக்கியக் கோவிலான குருத்வாரா ஜெபல் அலியில் மன்னர் ஷேக் முகம்மது பின் ரஷீத் அல் மக்தூம் நன்கொடையாக வழங்கிய நிலத்தில் கட்டப்பட்டுள்ளது. 2012 ஆம் ஆண்டு திறக்கப்பட்ட குருத்வாராவில் தினமும் 1500 பேர் வருகை தருவதுடன், விடுமுறை நாட்களில் 12,000 பேர் வருகை தருகின்றார்கள். திருவிழா காலங்களில் மக்களின் எண்ணிக்கை எழுபதாயிரத்தைத் தாண்டுகின்றது. உலகெங்கிலும் பார்வையாளர்களை ஈர்க்கும் இஸ்லாமிய நாட்டின் நவீன குருத்வாராவில் இதுவரை 150க்கும் மேற்பட்ட திருமணங்கள் நடைபெற்றுள்ளன. சீக்கிய சமுதாயத்தின் ஆன்மீகத் தேவைகளைப் பூர்த்தி செய்வதுடன், சாதி மதங்கள் கடந்து

அனைத்து மக்களையும் வரவேற்கின்றன. 101 நாட்டைச் சேர்ந்த பல்வேறு மதத்தினர் பகிர்ந்து உண்ட காலை உணவு கின்னஸ் உலகச் சாதனையாக இடம்பெற்றுள்ளதுடன் அமைதி நாள் விழா போன்ற நிகழ்வுகளும் நடைபெற்றுள்ளது. தினமும் 1000 மக்களுக்கு உணவளிக்கும் குருத்வாரா விடுமுறை நாட்களில் 10,000 பேருக்கு உணவு அளிக்கின்றது. ஏப்ரால் 14 போன்ற விசேஷ நாட்களில் 65,000 பேருக்கு உணவளிக்கும் குருத்வாரா இதுவரை 4 மில்லியன் மக்களின் பசியைத் தீர்த்துள்ளது.

ஸ்ரீ லங்கரமாயா

ஜுமைராவில் அமைந்துள்ள ஐக்கிய அரபு அமீரகத்தின் முதல் புத்த விஹாரான மஹம் எவ்னவா அனைத்து வெள்ளிக்கிழமைகளிலும் மக்களை வரவேற்றுக் குழந்தைகளுக்கான கல்வியையும் அடிப்படை மதபோதனைகளையும் கற்பிக்கின்றது. ஜுமைராவின் விலா வீடு புத்த விஹாராக மாற்றம் பெற்று அதிகபட்சமாக மூன்று புத்தபிட்சுகள் இறைசேவையாற்றி வருகின்றார்கள். இலங்கையிலிருந்து வருகை தந்துள்ள புத்த பிட்சுக்கள் புத்தரின் பிறந்தநாள் போன்ற சிறப்பு நாட்களை விமரிசையாகக் கொண்டாடுகின்றார்கள்.

தெராசர் – ஜெயின் வழிபாட்டு ஸ்தலம்

பர்துபாயில் ஒரு சிறிய வீட்டில் அமைக்கப்பட்டுள்ள தெராசர், ஐக்கிய அரபு அமீரகத்திலுள்ள பத்தாயிரம் ஜெயினர்களுக்கு வழிபாட்டு ஆலயமாக விளங்குகின்றது. பதிமூன்றாவது ஜைனத் தீர்த்தங்கரான விமலநாதர், இருபத்தி மூன்றாவது திருத்தங்கரான பர்சுவநாதர், ஐந்தாவது திருத்தங்கரான சுமதிநாத் போன்றோரை வழிபட்டு வருகின்றார்கள்.

கிங் ஃபைசல் மசூதி

சார்ஜாவிலுள்ள மிகப்பெரிய சன்னி பிரிவினருக்கான மசூதிக்குச் சவூதி அரேபியாவின் முன்னாள் ஆட்சியாளரான கிங் பைசல் பின் அப்துல் அஜீஸ் அல் சவுத் அவர்களின் பெயர் சூட்டப்பட்டுள்ளது. ஷார்ஜாவின் மையப்பகுதியில் அமைந்துள்ள மசூதி 1987 ஆம் ஆண்டு கட்டப்பட்டது. பிரார்த்தனைக்காக ஆண்களுக்கும் பெண்களுக்கும் தனித்தனி தளங்கள் ஒதுக்கப்பட்டுள்ளன.

இரானிய மசூதி

துபாய் சத்வாவிலுள்ள இமாம் ஹுசைன் மசூதி ஈரானிய மருத்துவமனைக்கு அருகிலேயே அமைந்துள்ளது. 1979 இல் ஈரானிய ரெட் கிரெசண்ட் உதவியுடன் கட்டப்பட்ட மசூதி துபாயில் வாழும் ஐந்து லட்ச இரானியர்களின் பிரார்த்தனைக் கூடமாக விளங்குகின்றது. ஷியா முஸ்லீம் மக்களுக்கான மசூதியின் நூலகத்தில் அரபி, பெர்சியன், உருது மற்றும் ஆங்கிலப் புத்தகங்கள் அடுக்கிவைக்கப்பட்டுள்ளன. இபன் பதூதா மாலின் பெர்சிய அரங்கம் போலக் காட்சிதரும் மசூதியின் கலை வேலைப்பாடுகள் கொள்ளை அழகுகாக இருக்கும்.

நேசனல் ம்யூசியம் ஆப் துபாய் – துபாய் ம்யூசியம்

கடல் மற்றும் அண்டைப் பழங்குடியினரின் தாக்குதல்களில் இருந்து காத்துக்கொள்ளக் கட்டப்பட்ட அல் ஃபஹிதி கோட்டை, மத்திய கிழக்கில் பழமையானதும் கூட. ஆளும் குடும்பத்தினரின் மாளிகை, காவல் நிலையம், ஆயதக் கிடங்கு, சிறைச் சாலையாக உபயோகப்படுத்தப்பட்ட கோட்டை தற்பொழுது அருங்காட்சியமாக மாற்றம் பெற்றுள்ளது. கோட்டையின் பிரதான நுழைவாயிலில் காணப்படும் பீரங்கிகள், கடல் வணிகத்தைச் சுட்டும் பாரம்பரிய அப்ரா படகுகள், கடல், பாலைவன வாழ்க்கையைப் பிரதிபலிக்கும் ஏற்பாடுகள் அருங்காட்சியகத்தின் மீதான ஆர்வத்தை அதிகரித்தன. ஐக்கிய அரபு அமீரகத்தின் பழைய வரைபடங்கள், அரேபிய வளைகுடாவின் கடல் வாழ்க்கை, கப்பல் கட்டுதல், ஜுமைரா, ஹட்டா, அல் கிசைஸ் போன்ற இடங்களில் கண்டெடுக்கப்பட்ட 4000 ஆண்டுகளுக்கு முந்தைய தொல்பொருட்கள் காட்சிப்படுத்தப்பட்டுள்ளன.

பொம்மை அங்காடிகள்

1787 இல் பவளப் பாறைகள், சுண்ணாம்புக் கலவைகளால் கட்டப்பட்ட துபாயின் பழமையான கட்டடம் ஆகியவை குவைத் அதிகாரியின் மேற்பார்வையில் 1971 ஆம் ஆண்டு அருங்காட்சியகமாக மாற்றம் பெற்றிருந்தது. பழங்காலப் போர்க்கருவிகள், படைக்கலங்கள், ஆயுதங்களுடன் படகுகளும் அவர்களது வாழ்க்கை முறையைப் பிரதிபலித்தது. மணற்காற்றில் இருந்து தற்காத்துக்கொள்ள, துணிகளை வைத்துக் காற்றை மட்டும் பிரித்தெடுத்த கூண்டுகளும், காற்றுக் கோபுரங்களும் வியப்பளித்தன. முன்னாட்களில் உபயோகித்த மண்கலங்கள், கட்டில்கள் என அனைத்துப் பொருட்களும் காட்சிப்படுத்தப்பட்டிருந்த அரிஷ் வீடுகள் கவனத்தை ஈர்த்தன. சுழற் படிக்கட்டுகளில் இறங்கக் கீழ்த் தளத்தில் பாடம் செய்யப்பட்ட பறவைகள் அந்தரத்திலே சுழன்றன. முந்திய துபாய் வரைபடங்கள், துபாயின் வளர்ச்சி, எண்ணெய் வளம் கண்டுபிடிக்கப்பட்டபின் ஏற்பட்ட முன்னேற்றம் ஆகியவை காணொளியாய் ஒளிபரப்பப்பட்டது.

பொற்கொள்ளர் கடையின் பொருத்தமான சத்தங்கள், மளிகைக்கடையின் மளிகைச் சாமான்கள், கட்டுமானப் பணியில் உள்ள கப்பல்கள், காலில் கயிற்றைக் கட்டிக்கொண்டு தலைகீழாய் இறங்கிய முத்துக்குளிக்கும் மனிதர்கள், சல்லடை வழி பிரிக்கப்படும் முத்துக்கள், மீன் வியாபாரிகள் ஆகியோரை உயிர்ப்புடன் காட்சிப்படுத்தியிருந்தார்கள். நிற்கும் மனிதரை இடித்துவிட்டோமே என்று மன்னிப்புக் கேட்டால் அது பொம்மையாக இருந்தது. பேரீச்சைத் தோட்டங்கள், பாலைவன விலங்குகள், ஒட்டகங்களுடன், நகைகள் நிறைந்த கூடாரங்கள், பெதோயின் குடிமக்களின் அன்றாட வாழ்க்கை, நட்சத்திரத்தைப் பற்றிய அவர்களது கணிப்பு எல்லாம் பாலைவன வாழ்க்கையைக் கண்முன்னே நிறுத்தியது. அகழ்வாராய்ச்சிப் பொருட்களில் உடைந்த மண்பாண்டங்கள், ஆடை, ஆபரணங்களுடன் மனிதர்களின் ஜோடி எலும்புக் கூடுகளும் அணிவகுத்திருந்தன. சிறப்பான அருங்காட்சியகத்திற்கு 4 திராம் நுழைவுச்சீட்டு குறைவாகவே தோன்றியது.

மீனா பஜார்

பலநூறு வருடங்களுக்கு முன்னர் அரசகுலப் பெண்களால் பிரத்யேகமாக நடத்தப்பட்ட சந்தைகள் 'மினா பஜார்' என்று அழைக்கப்பட்டது. முகலாய காலத்தில் 'குஸ் ரஸ்' என்று அழைக்கப்பட்ட சந்தை நாட்களுக்கு ('டே ஆப் ஜாய்') மகிழ்ச்சியான நாட்கள் என்று அர்த்தம். புத்தாண்டுத் திருவிழா காலங்களின்போது

தில்லி செங்கோட்டை அருகே 5 முதல் 8 நாட்கள் வரை நடைபெற்ற சந்தையில் அரண்மனைப் பெண்கள், ரஜ்புட் பெண்கள், பிரபுக்களின் மனைவிகள் மற்றும் மகள்களுக்காகக் துணி, நகைகள், கைவினைப் பொருட்களை அதிக விலைக்கு விற்பார்கள். பொது மக்கள் இச்சந்தைகளுக்குச் செல்ல அனுமதி கிடையாது. பேரரசர்கள், இளவரசர்கள், பிரபுக்கள் மட்டுமே பங்கேற்கும் இச்சந்தையில் கிடைக்கும் வருவாய் தொண்டு நிறுவனத்திற்கு வழங்கப்பட்டுவிடும். ஹுமாயூன் காலத்தில் உருவான அமைப்பு அக்பர் மற்றும் அவரது வாரிசுகள் காலத்தில் விரிவாக்கப்பட்டது. நவீன கால ஷாப்பிங் மையங்கள் மற்றும் சில்லறை விற்பனைக் கடைகளைக் குறிக்கும் சந்தையாக தற்பொழுது மாற்றம் பெற்றுள்ளன.

‘லிட்டில் இந்தியா’ என்று ஐக்கிய அரபு அமீரகச் சுற்றுலாப் பயணிகள் மத்தியில் பிரபலமாகி வரும் ‘மினா பஜார்’ ஒரு சிறந்த சுற்றுலாத் தளம். காஸ்மோஸ் லேன் என்பது இதன் ஆரம்ப காலப் பெயர். அல்குபைபா, அல் பஃஹிதி, அல்முசல்லா சாலைகள் சந்திக்கும் இடத்தில் புடவைகள், லெஹங்கா, சூட்டுகள், கவுன், குர்திகள், அனார்கலி வகையிலான அழகான பழங்கால, பாரம்பரிய இந்திய பாணி ஆடைகளின் அணிவகுப்பைக் கண்ட துபாய் டாக்சி ஓட்டுநர்கள் இத்தெருவை ‘மினா பஜார்’ என்று அழைத்தார்கள். 1970களில் ஷர்தா டிரேடிங் என்ற கடை மீனா பஜார் என்று தன் பெயரை மாற்றிக்கொள்ள அதுவே நிலைத்துவிட்டது. ஜன நெருக்கடி மிகுந்த தி.நகர், வண்ணாரப்பேட்டை போன்ற சாலைகளில் நிற்கும் ஊழியர்கள் தெருக்களில் ஒளிந்திருக்கும் கடைகளுக்கு அழைத்துச் சென்று நமக்குத் தேவையானவற்றை வாங்க உதவி செய்வார்கள். அந்த வழக்கத்தை இங்கேயும் பார்க்க முடிந்தது. இத்தனை வாடிக்கையாளர்களைக் கூட்டி வந்து பொருள்களை வாங்க வைத்தால் அவர்களுக்கும் சிறு ஊக்கத்தொகை கொடுக்கப்படுகின்றது. இங்கு பரந்து விரிந்திருக்கும் 1–10 அல்லது 1–20 திராம் கடைகளுக்குச் சென்றாலே நமக்குத் தேவையான அனைத்துப் பொருட்களையும் வாங்கிவிடலாம். மெட்ரோ நிலையங்கள் அருகே, வீதியில் ஆங்காங்கே காணப்பட்ட 1–10 திராம் கடைகளில் நம் நாட்டுக் கணக்கின்படி அதிகபட்சம் 180 ரூபாயில் ஒரு பொருளை வாங்க முடிந்தது. இங்கு பார்க்கிங்கிற்கு இடம் கிடைப்பது குதிரைக்கொம்பு என்பதால் பலர் பேருந்துகளில் மற்றும் வாடகை வண்டிகளில் வந்துவிடுகின்றார்கள். துணிகள் பிடித்திருந்தால் ஓரிரு நாட்களில் கட்சிதமாய்த் தைத்துத்தர தேர்ந்த தையல் நிபுணர்களும் உண்டு.

குறைந்த வாடகை என்று தேரா கோல்டு சோக்குகளிலிருந்து

பல கடைகள் மினா பஜாருக்குக் குடிபெயர்ந்தன. 1982 இல் முதல் நகைக்கடை தொடங்கப்பட்ட வீதி தற்பொழுது தங்கம் மற்றும் வைரக் கற்கள் கொட்டிக்கிடக்கும் நகைக்கடைச் சாலையாக வளர்ச்சி பெற்றிருக்கின்றது. நகைக்கடைகளைத் திறந்து வைக்க வந்த மலையாள, இந்தி நடிகர் நடிகைகளின் பட்டியல் சன்னிலியோன், ஜான் ஆப்ரஹாம், நிவின் பாலி என்று நீண்டு கொண்டே இருந்தது.பேரம் பேசுவதற்குக் கூச்சப்படாதவர்கள் தரமான மின்னணு பொருட்கள், உபகரணங்கள், எல்.ஈ.டி தொலைக்காட்சிகள், கேட்ஜெட்கள், ஏராளமான பொழுதுபோக்கு மற்றும் வீட்டுப் பொருட்களைக் குறைந்த விலைக்கு வாங்கிச்செல்லலாம். விண்டோ ஷாப்பிங் பிரியர்கள் இங்கு உலாவத் தங்களுக்கு ஒருநாள் பொழுது போதவில்லை என்று கூறுவதுண்டு. காலணிகள், வாசனைத் திரவியங்கள், உலர் பழங்கள், பூக்கள், மின் இயந்திரங்கள் என்று அனைத்தையும் ஒரே தெருவில் வாங்கிவிடலாம். அருங்காட்சியகத்தின் அருகே இருந்த மீனா பஜாரில் நகை வாங்காமல், உணவு சாப்பிடாமல் வெளியே வரும் மனிதர்களை விரல் விட்டு எண்ணிவிடலாம். மீனா பஜாரில் மட்டுமல்ல ஐக்கிய அரபு அமீரகத்தின் எல்லா அலுவகங்கள், கடைகளிலும் மன்னர்களின் ஒளிப்படங்களை வைத்திருப்பார்கள். தொடர்ச்சியாக அமீரகத் தமிழ்ப் பண்பலையில் செய்திகள் கேட்டதால் 7 அரசர்களின் பெயரும் மனப்பாடமாகி இருந்தது. நம் நாட்டு நகைக்கடைகளும் உணவு விடுதிகளும் கடல் தாண்டி வந்து கடை பரப்பியிருந்தார்கள்.

1 திராமுக்குக் கிடைக்கும் மைதாமாவினால் ஆன பெரிய குபூஸ் ரொட்டி ஒரு வேளை உணவுக்கு ஈடுகொடுத்தது. சவர்மாவில் தன் ஒருவேளை சாப்பாட்டை முடித்துக்கொண்ட மனிதர்களும் இருந்தார்கள். சரவணபவன், வசந்தபவன், சிவ் ஸ்டார் பவன் போன்ற தமிழ் உணவகங்கள் பலருக்கும் தற்காலிகத் தாயகமாக மாறியிருந்தது. அமீரகத்தில் பீட்சா அதிக விலையாயிருந்தாலும் கே. எஃப்.சி, மெக்டொனால்ட்ஸ் உணவகங்களில் சிக்கனமாக சிக்கனைச் சாப்பிட முடிந்தது. வாரவிடுமுறை நாட்களில் குறைந்த கட்டணத்தில் அளவில்லாத வகையான சாப்பாட்டை பஃபெட் முறையில் பரிமாறிய வசந்தபவன் உணவகம் பலரது பசியைத் தீர்த்திருக்கின்றது. விடுதி வசதியில் நாளுக்குக் குறைந்தபட்சம் 150 திராம்களை மட்டுமே தங்கும் கட்டணமாக வசூலித்தது பலருக்கும் உபயோகமாய் இருந்திருக்கின்றது.

சாலையோரங்களில் அணிவகுக்கும் ஆசிய உணவு வகைகளில்

மாம்பழ லஸ்ஸி, சமோசா, ஃபலூடா, ஜிலேபிகள், சவர்மா, வடா பாவ்களைப் பார்த்தாலே நாக்கில் எச்சில் ஊறும். நன்றாக மசாலா தடவி எலுமிச்சைப் பழம் வைத்து மிதமான தீயில் வாட்டிய முழுக்கோழி க்ரில் சிக்கனுக்கு மைதாவினால் செய்யப்பட்ட பெரிய சப்பாத்தியான குபூஸ், கொண்டைக் கடலையினால் செய்யப்பட்ட ஹம்மஸ், முட்டை வெள்ளைக் கருவினால் செய்யப்பட்ட மயோனஸ், உப்புத் தண்ணீரில் ஊரிய கேரட், வெள்ளரிக்காய், கோழியினுள்ளே வைக்கப்பட்ட நீட்டமான பிரெஞ் ச் ப்ரைஸ் உருளை வருவல்கள் கொசுறுகளாய்க் கொடுக்கப்பட்டது. சாலையின் இரு பக்கங்களில் அமைந்திருக்கும் உணவகங்களின் வெளியே நாற்காலியைப் போட்டுக் குளிர்காற்றில் வேடிக்கை பார்த்துக்கொண்டே சாப்பிடுவது பலருக்கும் பிடித்தமான ஒன்று.

துபாய் பார்க்ஸ் அன்ட் ரிசார்ட்ஸ்

பிரபலங்கள் திறந்து வைத்ததனால் மட்டும் துபாய் பார்க்ஸ் அன்ட் ரிசார்ட்ச் மக்கள் கூட்டத்தால் நிரம்பவில்லை. புதிய பூங்காக்களை விளம்பரப்படுத்த அரசு ஊழியர்களுக்குக் கட்டணமில்லா நுழைவுச் சீட்டுகளை அரசாங்கமே வாரிக் கொடுத்திருந்ததும் ஒரு காரணமாக இருந்தது. நுழைவுச்சீட்டைக் காலையில் கொடுத்து இன்று மட்டும்தான் செல்லுபடியாகும் என்று கூறினாலும் பூங்காவைச் சுற்றிப்பார்க்கப் பலரும் ஆர்வமாய்தான் இருந்தார்கள். 295 திராம்கள் செலவழித்து நுழைவுச் சீட்டை வாங்கினாலும் ஒரே நாளில் கேளிக்கைப் பூங்காவைச் சுற்றிப் பார்ப்பது கடினம். அபுதாபி போகும் வழியிலிருந்த வண்ண இரட்டை இலைகள் பூங்காவின் வருகையை உணர்த்தியது. அந்நாட்டு நிரந்தரக் குடிமகன்களுக்கு முதல் வகுப்பு நுழைவுச்சீட்டு கொடுத்திருந்ததால் தனி வரிசையில் சென்றார்கள்.

வருடத்தின் 365 நாட்களும் மக்களை வரவேற்கும் பார்க்கில் திறந்திருக்கும் உலகின் சிறிய நாட்டுடைய நிலப்பரப்பைக் கொண்டுள்ள தீம் பார்க்கின் அனைத்துச் சவாரிகளையும் ஒருமுறை பயணிக்கக் குறைந்தபட்சம் ஒரு வாரமாவது ஆகும்.

2016ஆம் ஆண்டின் பிற்பகுதியில் திறக்கப்பட்ட தீம் பார்க்கில் மூன்று தீம் பார்க்குகளும் ஒரு வாட்டர் பார்க்கும் அடக்கம். நூற்றுக்கும் அதிகமான சவாரிகள் நிறைந்துள்ள பார்க்கில்தான் உலகிலேயே மிக உயரமான 17 மீட்டர் உயர புர்ஜ் கலீஃபா லீகோ மாடல் அமைத்திருக்கின்றார்கள். இதை மூன்று ஒட்டகச்சிவிங்கியின் உயரம் அல்லது பிரபல ஹாலிவுட் தீம்பார்க்கின் பெயர்ப்பலகை

அமைந்துள்ள உயரத்துடன் ஒப்பிட்டுக்கொள்ளலாம். பாலிவுட் பார்க், லீகோலேண்ட், தண்ணீர்ப் பூங்கா, மோஷன் கேட் என்று நான்கு பகுதிகளாகப் பிரிக்கப்பட்டிருந்தது. ஆஸ்திரேலியாவுக்கு அருகிலுள்ள பாலினேசிய தீவுகளில் அமைந்திருப்பது போலான விடுதியை பார்க்கின் நடுவே பார்க்கலாம். இங்கு தங்குபவர்களுக்கு பார்க்கின் சவாரிகளுக்கு அனுமதி இலவசம். மோசன் கேட் பூங்காவின் ஐந்து ரோலர் கோஸ்டர்களின் மொத்த நீளம் 2500 மீட்டர் நீளத்தைத் தாண்டும்.

லீகோ லேண்ட்

மத்தியக் கிழக்கு நாடுகளில் லீகோ பிரிக்குகளை மையமாகக் கொண்டு அமைந்துள்ள லீகோ பார்க்கின் தொழிற்சாலைக்கு நம்மைச் சுற்றுப்பயணம் அழைத்துச் செல்கிறார்கள். லீகோ லேண்டு பகுதியில் நிறம் மங்காத, எளிதில் உடையாத அடுக்கு விளையாட்டுச் சாமான்களின் தயாரிப்பை மக்களுக்கு விளக்கினார்கள். அந்த வகை அடுக்கு விளையாட்டுப் பொருட்கள் எங்கள் வீட்டில் 25 வருடத்திற்கு மேல் நல்ல நிலையில் இருந்ததால் அதன் உருவாக்கத்தைப் பார்க்க ஆர்வமாய்த்தான் இருந்தது. ஞாபகார்த்தமாக ஒரு லீகோ பிரிக்கையும் பரிசளிக்கின்றார்கள். லீகோ லேண்ட்டில் வடிவமைக்கப்பட்டுள்ள 15,000 மாடல்கள் சுமார் 60 மில்லியன் லீகோ பிரிக்கினால் உருவாக்கப்பட்டிருக்கின்றது. எந்திரங்கள் அடுக்கிவைத்த முக்கியக் கட்டிடங்கள், சிறுவர்களுக்குப் பிடித்த கதாப்பாத்திரங்கள் விளையாட்டுத் தளத்தின் பிரம்மாண்டத்தைக் கூட்டியது. சிறுவர்களுடன் பெரியவர்களும் தங்கள் படைப்பாற்றலை விதவிதமாக வெளிப்படுத்தி விளையாட்டு தளத்தில் பல அமைப்புகளை உருவாக்கிக் கொண்டிருந்தார்கள். தாமதமாகப் பூங்காவினுள் நுழைந்திருந்தாலும் உற்சாகமும் துறுதுறுப்பும் உள்ளவர்களுடன் கூட்டுச் சேர்ந்ததால் எல்லாச் சவாரிகளிலும் விரைவாய்ப் பயணம் செய்தோம்.

துபாய் லீகோ லேண்ட்

மோஷன் கேட்

முப்பரிமாணத் தொழில்நுட்பத்தைத் திரைப்படங்களில் இரசித்தவர்களுக்கு எண்ணற்ற பரிமாணத்திலிருந்த சவாரிகள் நல்ல அனுபவத்தைக் கொடுத்தது. திரையில் சண்டை போட்டு ஒருவன் கீழே தண்ணீரில் விழுந்தான். அந்தத் தண்ணீர் எங்கள் மீது தெளித்தது. எலிகள் கூட்டம் கூட்டமாகத் திரையிலிருந்து ஓடிவந்து எங்கள் கால்களுக்கு அடியில் செல்ல அதை எங்களால் நன்றாகவே உணர முடிந்தது. அருவருப்பில் கால்களைத் தூக்கிக்கொண்டோம். திரையில் நாயகன் அடிவாங்கிய பொழுதெல்லாம் நாங்கள் உட்கார்ந்திருந்த சொகுசு நாற்காலி அதிர்ந்தது. திரையின் பொருட்கள் எங்களை நோக்கிப் பாய்ந்து வந்தது. கண்முன்னே அரங்கேறும் காட்சிகளைப் பார்த்துப் பெரியோர்களே சற்று அதிர்ச்சியுடன் இருந்தோம். அப்பொழுதுதான் சிறுவர் சிறுமியர்களுக்கு அனுமதி மறுக்கப்பட்டதற்கான காரணம் விளங்கியது. முன்னிருக்கைத் துளையின் வழி தண்ணீரை எங்கள் முகத்தில் பீய்ச்சி அடித்திருந்தார்கள். எலி ஓடியதை உணர மிதமான காற்றைக் காலடியில் செலுத்தியிருந்தார்கள் என்பதைப் பின்னர்தான் தெரிந்துகொண்டோம். பெரும்பாலான சவாரிகள் அமெரிக்கக் கேளிக்கைப் பூங்காக்களின் தாக்கத்தால் உருவானவையாகவே இருந்தது.

பாலிவுட் பார்க்

உலகின் முதல் பாலிவுட் தீம் பார்க்கான பாலிவுட் பார்க்கின் சவாரிகள், நேரலைப் பொழுதுபோக்குகளை இரசிக்க நாம் பாலிவுட் படங்களின் இரசிகர்களாக இருக்க வேண்டும் என்று எந்த அவசியமும் இல்லை. என்ன.. ஷாருக்கான் இரசிகர்கள் கொஞ்சம் அதிகமாகவே கொண்டாடிக்கொள்வார்கள். ராஜ்மஹால் தியேட்டர் முன்பு நடக்கும் நடன நிகழ்ச்சிகள் உற்சாகம் கொடுக்கக்கூடியவை. பிரபல திரைப்படங்களை மையமாக வைத்தே அனைத்துச் சவாரிகளும் வடிவமைக்கப்பட்டிருக்கும். ஆடத்தெரியாதவர்களும் ஆடுவதற்கு ஏற்றார்போல நல்ல இந்திப் பாடல்கள் பாலிவுட் பகுதிகளில் ஒலித்துக்கொண்டிருந்தன. இந்தி நடிகர்களான ஷாரூக்கான், ஹ்ரித்திக் ரோஷன் அதிசய சக்திவாய்ந்த கதாநாயகர்களாக நடித்திருந்த ரா–1, கிருஷ் படங்களைக் கதைக் களமாகக்கொண்டு சில சவாரிகளை அமைத்திருந்தார்கள். ரா–1 படத்தின் எந்திர பொம்மையும் தத்ரூபமாகக் காட்சிப்படுத்தப்பட்டிருந்தது. பழைய இந்திப் படங்களை மையமாக வைத்துப் பல வடிவமைப்புகளைக் காண

முடிந்தது. மின் விளக்குகளால் அலங்கரிக்கப்பட்ட அரண்மனையின் அருகே குடும்பத்துடன் ஒளிப்படம் எடுத்துக்கொள்ள அனைவருமே விருப்பப்பட்டார்கள்.

ஹாலிவுட் அரங்கில் மனிதர்கள் ஆங்கிலத் திரைப்படத்தின் கதாப்பாத்திரங்களாகவே மாறி ஒப்பனை செய்து உலாவிக்கொண்டு இருந்தார்கள். பிரபலமான ஆங்கிலப் படங்களை மையமாகக்கொண்டு பல சவாரிகளை நிறுவியிருந்தார்கள். கூட்டத்தில் ஒவ்வொரு சவாரிக்கும் கால்கடுக்க நின்றதுதான் நேரத்தை விழுங்கியது. சூனியக்காரி வேடமிட்டிருந்த பெண்ணைப் பார்த்தாலே பலரும் மிரள, சிலர் மட்டும் தைரியமாக ஒளிப்படம் எடுத்துக்கொள்ள முன்வந்தார்கள். திரைப்படங்களை மையமாக வைத்துப் பல சவாரிகள் நிறுவப்பட்டிருந்ததால் திரைப்பட இரசிகர்களுக்குக் கொண்டாட்டமாய் இருந்தது. உணவுகளின் விலைப் பட்டியலும் எப்போதும்போல அதிகமாய் இருந்ததால் தின்பண்டங்களை வெளியிலிருந்து கொண்டு வருவதே வசதியாய் இருந்தது. ஐரோப்பிய நாட்டுத் தெருக்களில் நடக்கும் மாயையைக் கொடுத்த பூங்காவின் வாசலுக்கு நிர்வாகம் ஏற்பாடு செய்திருந்த தனிப் பேருந்தில்தான் செல்ல வேண்டும் என்பதிலேயே பூங்காவின் நிலப் பரப்பை உணர்ந்துகொள்ளலாம்.

ரிவர்லேண்ட் துபாய்

ரிவர்லேண்ட் துபாய் பகுதியில் ஒரு கிலோமீட்டர் தூரத்திற்கு 6 அடி ஆழத்தில் 50 அடி அகலத்தில் ஒரு நதி உருவாக்கப்பட்டுள்ளது. இதைச் சுற்றியுள்ள 1930 ஆம் ஆண்டு காலகட்டத்திலான இந்தியத் தெருக்கள் பாலிவுட் பார்க்கிற்கு வழிவகுக்கின்றன. பிரெஞ்சு கிராமத்திற்கு இடையேயான வழி லீகோ லேண்ட் துபாயில் முற்றுப்பெருகின்றது. 1600களில் ஐரோப்பிய நாடுகளின் அமைப்புகள், 1950 களின் அமெரிக்கா என்று பல்வேறு நாட்டுச் சூழலைக் காட்சிப்படுத்தியுள்ள ரிவர்லேண்ட் துபாய்க்கு அனுமதி இலவசம். நதிக்கரையில் அமைந்திருக்கும் பீட்சா, பாஸ்தா, ஸ்டார் பக்ஸ் உணவகங்களிலும், கடைகளிலும் நேரம் செலவழிப்பதற்காகவே பலரும் குடும்பமாய் வருகை தருவதுண்டு.

12 விண்ணை முட்டும் புர்ஜ் கலிஃபா

தன் பிரம்மாண்டமான நிலப்பரப்பின்படி, துபாய் பேரங்காடி உலகின் மிகப்பெரிய பேரங்காடிகள் பட்டியலில் இடம்பெற்ற ஒன்று. உலகின் உயர்ந்த கட்டிடமான புர்ஜ் கலிஃபா இதன் அருகிலேதான் அமைந்துள்ளது. குளிரூட்டப்பட்ட மூடுபாதை வழியாக, மெட்ரோ நிறுத்தத்தில் இருந்து துபாய் பேரங்காடிக்குச் செல்ல 'வாக்கிங் எஸ்கலேட்டர்களில்' ஜனங்கள் பரபரத்துக் கொண்டிருந்தார்கள். விண்ணைமுட்டும் உயரத்தில், வெயில் பட்டு மினுங்கும் புர்ஜ் கலிபா கட்டடத்தைச் சுரங்கப்பாதை உள்ளிருந்தே ரசிக்கக் கண்ணாடிச் சாளரங்கள் உதவுகின்றன. வழியெங்கும் இடைவிடாது விளம்பரங்களை ஒளிபரப்பு செய்து கொண்டிருக்கும் எல்.ஈ.டி திரைகளும், வாடிக்கையாளர்களைக் கவர்ந்திழுக்கும் வகையில் அலங்கரிக்கப்பட்ட ஆடைகள், மணல் ஓவியங்களை விற்பனை செய்யும் கடைகளும் அதுவரை வெளியுலகோடு நமக்கிருக்கும் தொடர்புகளைத் துண்டித்துவிடும் தன்மை கொண்டவை.

கினக்கோனியா

ஆயிரத்து இருநூறு கடைகள், 250 தங்கும் விடுதிகள், 120 உணவு விடுதிகள், உலகிலேயே மிகப் பெரிய திரையரங்கக் குழுமமான ''ரீல்' சினிமாஸின் 22 திரையரங்குகள், 14 ஆயிரம் வாகனங்களுக்கான நிறுத்துமிடம் என 50 கால்பந்து மைதானங்களுக்குச் சமமான நிலப்பரப்பைக் கொண்டது துபாய் மால். ஆண்டுதோறும் மில்லியன் மக்களை வரவேற்கும் இப்பேரங்காடியில்தான் ஐக்கிய அரபு அமீரகத்தின் பெரிய புத்தகக் கடையான கினக்கோனியா அமைந்துள்ளது. அரபு, ஆங்கிலம், பிரஞ்சு, ஜெர்மன், சீனா மற்றும் ஜப்பானிய மொழிகளில் வெளிவரும் ஆயிரத்திற்கும் மேற்பட்ட நாளிதழ்கள், சஞ்சிகைகளை ஒரே இடத்தில் வாங்கி வாசிக்கக்கூடிய வாய்ப்பை கினக்கோனியாவில் பெறமுடியும். ஜப்பானைத் தலைமையிடமாகக் கொண்ட இந்த 'கினக்கோனியா' புத்தக நிறுவனம் உலக அளவில் 11 நாடுகளில் இதுபோல 27 பிரம்மாண்ட புத்தக விற்பனை நிலையங்களை ஏற்படுத்தியிருக்கிறது. துபாய் மாலின் 68 ஆயிரம் சதுர அடியில் அரை மில்லியன் புத்தகங்களோடு இயங்கிவரும் கினக்கோனியாவில் தமிழ்ப் புத்தகங்களைத் தேடிக் கண்கள் அலைபாய்ந்தாலும் மனதைக் கட்டுப்படுத்திக்கொண்டேன். வருங்காலங்களில் தமிழ்ப் புத்தகங்களோடு நம்முடைய புத்தகமே

கூட இங்கு விற்பனைக்கு வரவேண்டும் என்று மனம் விரும்பியது.

உலகின் மிகப்பெரிய அக்வேரியம்

இங்குள்ள உள்ளரங்க அக்குவேரியம் கின்னஸ் சாதனைப் பட்டியலில் இடம்பெற்றிருக்கிறது. 86 இனவகையைச் சேர்ந்த 33,000 நீர்வாழ் உயிரினங்களைக் கொண்ட இந்த அக்வேரியத்தைப் பார்வையிடவும், கிளாஸ் பாட்டம் ரையிட், ஸ்கூபா டைவிங், சுறாக்களுடன் நீந்துவது போன்ற சாகசங்களுக்கெனத் தனியாகக் கட்டணங்கள் உண்டு. தண்ணீரில் வசிக்கும் எலிகள், கடற் குதிரைகள், 'நீமோ' புகழ் க்ளவுன் மீன்கள், ஆபத்தான ப்ரானா மீன்கள், ஜெல்லி மீன்கள், கார்டன் ஈல்ஸ், நன்னீரில் வசிக்கும் அராபைமா மீன்கள், ஹம்போல்ட் பென்குயின்கள், ஆப்ரிக்கக் குள்ள முதலைகள் என அங்கிருந்த உயிரினங்களின் பெயர்ப் பட்டியல் வித்தியாசமானது. எதிரில் இருக்கும் எல்.ஈ.டி திரையில் விரல் வைத்தால் குறிப்பிட்ட சில விலங்குகளின் இனம், வயது, அறிவியல் பெயர்கள் உட்பட அத்தனை விபரங்களும் திரையில் தோன்றின. 360 டிகிரி கோணங்களில் அந்த விலங்குகளை அதன் வசிப்பிடத்திலேயே பார்வையிடும் விதத்தில் உயரிய தொழில்நுட்பங்களைக் கொண்டு அதனை வடிவமைத்திருந்தார்கள்.

துபாய் மால் – அக்வாரியம்

ஐஸ் ரிங்க்

குளிரூட்டப்பட்ட ஐஸ் ரிங்க் உள்ளரங்கத்தைச் சுற்றி அமைந்துள்ள இரண்டு தளங்களிலும் அமர்ந்து பனிச்சறுக்கு ஹாக்கி விளையாட்டினை வேடிக்கை பார்க்கலாம். அவ்வளவு பெரியது. ஒன்றரை அங்குல உயரமுள்ள பனிப் படுக்கையில் ஒலிம்பிக் போட்டிகள் நடத்தும் தரத்தில் அமைக்கப்பட்டுள்ள இந்தப் பனிச் சறுக்கு அரங்கில் எமிரேட்ஸ் 'ஐஸ் ஹாக்கி லீக்' ஆட்டங்கள் நடைபெற்றிருக்கின்றன. ஐஸ் ஹாக்கி விளையாட, பனிச்சறுக்குப் பழக, பொழுதுபோக்கு அம்சங்களுடன் கூடிய இரண்டாயிரம் பேருக்கான ஐஸ் ரிங் அரங்கம் வெயில் பிளக்கும் பாலைவனத் தேசத்தின் குளிரூட்டப்பட்ட ஆச்சர்யம். நான்கு தளங்கள் உயரத்திற்கு எண்ணற்ற சிறு துளைகள் கொண்ட செயற்கை அருவியில் கண்ணாடியிழைகளால் செய்யப்பட்டிருந்த மனித உருவங்கள் டைவ் அடிப்பதுபோல வடிவமைக்கப்பட்டிருந்த காட்சி சாகச மனங்களை உற்சாகத்தில் தளும்பச் செய்யும்.

கேண்டி ஸ்டோர்

உலகின் மிகப்பெரிய கேண்டி ஸ்டோர் மிட்டாய்க் கடையில் பணியாளர்கள் செய்யும் மிட்டாய்களையே கண் இமைக்காமல் பார்க்கலாம். பஞ்சு போன்ற மேஷ்மலோசில் மாட்டிறைச்சி கலந்திருப்பதாக மிட்டாய்களின் உறையிலேயே குறிப்பிடப்பட்டு இருந்தது. மாட்டிறைச்சியில் நாட்டமில்லாதவர்கள் மீன் இறைச்சியாலான மிட்டாய்களைத் தேர்ந்தெடுத்தார்கள். என்னைக் கேட்டால் மாட்டிறைச்சி கலந்த மேஷ்மலோஸுக்கே நினைவில் நிற்கும் சுவை என்பேன். பல வண்ணங்களில் பல வகையான வடிவமைப்புகளில் தயாரிக்கப்பட்ட மிட்டாய்கள் பெரியவர்களுக்கும் சிறுவர்களுக்குமான வேறுபாட்டைச் சுலபமாய்த் தகர்த்துவிடும் போல.

நடன நீரூற்று

உலகின் மிகப் பெரிய உயரமான நடன நீரூற்று ஏரியானது துபாய் மால் வளாகத்தின் உள்ளேயே அமைந்திருக்கிறது. இவ்வாறு நீரூற்று நடனக் காட்சிகளை வடிவமைப்பதில் பிரசித்திபெற்ற நிறுவனமான கலிபோர்னியாவைச் சேர்ந்த வெட் டிசைன்தான் இந்த துபாய் (WET) நீரூற்று நடனக் காட்சியையும் வடிவமைத்திருக்கிறார்கள். உயர் அழுத்த ஜெட் மோட்டார் மூலம் 500 முதல் 700 அடி உயரம் வரை பீய்ச்சி அடிக்கப்படும் நீரூற்று அதன் அருகிலிருக்கும் 50 மாடிக்

கட்டிடத்தின் உயரத்தைத்துச்சமாக எட்டும். வான் நோக்கி எழும் நீர், அந்நீர்கால்களின் அசைவுக்கு ஏற்பப் பின்னணியில் ஒலிக்கும் பாடல்களைத் தேர்ந்தெடுப்பதற்கென்றே ஒரு குழு இயங்குகின்றது என்றால் பார்த்துக்கொள்ளுங்களேன். அத்தனை தத்ரூபமான பாடல் மற்றும் இசைத் தேர்வுகள்.

துபாய்மாலும் அதன் நீரூற்றும்

புர்ஜ் கலிஃபா – அகம் புறம்

துபாய் நீரூற்றின் நெருக்கத்திலே புர்ஜ்கலிஃபாவை முழுமையாக ரசிக்க முடியும் என்பதால், அந்தக் கட்டடத்தோடு ஒளிப்படம் எடுத்துக் கொடுக்கப் புகைப்படக்காரர்கள் சுற்றுவட்டாரங்களில் மிகுதியாகக் காணப்பட்டார்கள். 2004ல் 'புர்ஜ் துபாய்' என அடித்தளமிடப்பட்ட இக்கட்டிடத்திற்கு, அபுதாபி அரசர் 'ஷேக் கலிபா பின் சயீத் அல் மெஹியான்' அளித்த நிதியுதவியின் (25 பில்லியன் டாலர்) நன்றிக்காக 'புர்ஜ் கலிபா' எனப் பின்னாளில் பெயர் சூட்டப்பட்டது. பாரிஸின் ஈபிள் கோபுரத்தை விட மூன்று மடங்கு உயரம், எம்பயர் ஸ்டேட் பில்டிங்கை விடக் கிட்டத்தட்ட இரண்டு மடங்கு உயரம், உலகின் உயர்ந்த கட்டிடம் என்பதுடன் தனித்து நிற்கும் கட்டிடம், அதிக அடுக்குகளைக் கொண்டது, உயரமான வெளிப்புற மாடமும் மிக நீண்ட தூரத்தைக் கடக்கும் மின் ஏணியும், உயரமான மின்தூக்கியும் கொண்ட கட்டடமாகக் கூடுதலாக ஆறு பெருமைகள் புர்ஜ் கலிபாவுக்கு உண்டு.

புர்ஜ் கலிபாவின் இருப்பு

புர்ஜ் கலிபா கட்டி முடிக்கப்பட்ட ஆறு ஆண்டுகளில் ஒரு நாளைக்குச் சுமார் 12 ஆயிரம் பேர் கட்டுமானப் பணிகளில் ஈடுபட்டிருக்கிறார்கள். 'ஹைமனோகாலிஸ்' எனும் பாலைவனப் பூவின் உள்ளடுக்குகளைப் பிரதிபலிக்கும் வகையில் அமைக்கப்பட்டுள்ள இக்கட்டடத்தின் உயர்கோபுர வடிவம் புவி சுழற்சியின்போது ஏற்படும் வெளிக்காற்றின் தாக்கத்தை எதிர்கொள்ளும் விதமாக உருவாக்கப்பட்டிருக்கின்றது. பாலைவனத்தின் கோடைகால வெப்பநிலையைத் தாங்கிக்கொள்ளும் விதமாக, சீனாவிலிருந்து இறக்குமதி செய்யப்பட்ட வெப்பம்தாங்கும் 26 ஆயிரம் கண்ணாடி பேனல்களையும், அலுமினியம் மற்றும் கடினமான துருப்பிடிக்காத எஃகு உலோகங்களையும் பயன்படுத்தியிருக்கிறார்கள்.

குத்துமதிப்பாகச் சொன்னால், உபயோகப்படுத்தப்பட்டுள்ள கான்கிரீட்டின் எடை 1,00,000 யானைகளின் எடைக்குச் சமம். அதேபோல, மொத்தப் பயன்பாட்டு அலுமினியத்தின் எடை ஐந்து 'ஏ-380' ரக விமானங்களின் எடைக்கு நிகர்பெறும். ஆரம்பத்தில், 90 அடுக்குமாடிகளுடன் திட்டமிடப்பட்ட இக்கட்டடம், துபாய் அரசர் 'ஷேக் மொஹமத் பின் ராஷித் அல்மக்தூம்' அவர்களின் அறிவுறுத்தலின் பேரில் 163 அடுக்குமாடிக் கட்டடமாக வளர்த்தெடுக்கப்பட்டது. மனித உழைப்பின் அசாத்திய

சாதனையாகக் கருதப்படும் புர்ஜ் கலிபாவை, 95 கிலோமீட்டர் தொலைவிலிருந்து பார்த்தாலும் அதன் உச்சியின் கூர்முனை கண்களுக்குத் தெரியும். புர்ஜ் கலிபா கட்டிமுடிக்கப்பட்ட பிறகு, விமானங்கள் பறக்கும் உயரத்தைக் கணக்கில் கொண்டு, உள்நாட்டில் நுழையும், பிரத்யேகமாக துபாய் நகருக்குள் தரையிறங்கும், புறப்படும் விமானங்கள் அந்தரத்தில் இயங்கும் முறையே மாற்றியமைக்கப்பட்டது. உலகிலேயே உயரமான இக்கட்டடத்தில் பல்வேறு பன்னாட்டு நிறுவனங்களின் கிளைகள் இயங்கி வந்தாலும், 22 குடியிருப்புகளைத் தென்னிந்தியாவைச் சேர்ந்த தொழிலதிபரான 'ஜார்ஜ் வி நிரையபிரம்பிள்' என்பவர் தனக்குச் சொந்தமானதாக்கியுள்ளார்.

ஜார்ஜ் வி நிரையபிரம்பிள்

திருச்சூரின் வணிகக் குடும்பத்தில் பிறந்த ஜார்ஜ் இளவயதிலேயே, புளி மற்றும் பருத்தி விதைகளிலிருந்து பிசின் தயாரித்து, அதன் கழிவுகளைக் கால்நடைகளுக்கு வழங்கி லாபம் ஈட்டிக்காட்டியிருக்கின்றார். 1976இல் ஐக்கிய அரபு அமீரகத்தில் ஆட்டோமொபைல் மெக்கானிக்காகப் பணியாற்றியவர் பாலை வெயிலின் தாக்கத்தைப் புரிந்து குளிர்சாதனங்கள் மற்றும் அதன் உதிரி பாகங்களுக்கான வியாபாரத்தைத் தொடங்கினார். துபாய் மெட்ரோ நிலையங்களின் ரெட் லைன் மற்றும் கிரீன் லைன் வழித்தடத்தின் அனைத்து நிருத்தங்களுக்கும் குளிர்சாதன வசதி செய்திருப்பது இவரது ஜியோ நிறுவனம்தான். கொச்சியின் சர்வதேச விமான நிலையத்தின் முக்கியப் பங்குதாரரான ஜார்ஜ் அவர்களுக்குச் சொந்தமாக ஐக்கிய அரபு அமீரகத்தில் மட்டுமல்லாமல் இந்தியாவிலும் திரையரங்கு, மருத்துவமனை, குளிர்சாதன உற்பத்தித் தளங்கள், வர்த்தக நிறுவனங்கள் எனப் பல ஸ்தாபனங்கள் இயங்கிக்கொண்டு இருக்கின்றன. திரைப்படத் தொழில் வளர்ச்சி மற்றும் மேம்பாட்டுக்காக மட்டுமல்லாமல் தொண்டு நிறுவனங்களுக்கும் பல உதவிகளைச் செய்துள்ளார். ஒவ்வொரு வருடமும் மூன்று மில்லியன் திராம்களைச் செலவழித்து புர்ஜ் கலிபாவில் உள்ள தனது அடுக்குமாடிக் குடியிருப்புகளைப் பராமரித்து வருகின்றார்.

புர்ஜ் கலிபாவில் இருக்கும் 100 முதல் 150 அடுக்குமாடிக் குடியிருப்புகள் இந்தியர்களுக்குச் சொந்தமானதாக இருக்கின்றது. அதில் நடிகர்கள் மோகன்லால், ஷில்பா ஷெட்டி, அவரது கணவர் ராஜ் குந்த்ரா, வழக்கறிஞர் ரோஹித் கோச்சர் போன்றவர்களைக்

குறிப்பிட்டுச் சொல்லலாம். அமீரகத்தின் என்.எம்.சி. மருத்துவமனை மற்றும் யு.ஏ.இ. எக்ஸ்சேஞ் பண பரிமாற்ற நிறுவனத்தின் உரிமையாளரான பி.ஆர். ஷெட்டி 100 வது தளத்தை மொத்தமாக வாங்கியிருப்பதாகச் சொல்லப்படுகின்றது. சுதந்திர தினம் குடியரசு தினம் போன்ற விசேஷ காலங்களில் பல நாடுகளின் கொடிகள் ஒளி, ஒளிமி லேசர் வழி புர்ஜ் கலிபாவின் மேல் படரவிடப்பட்டு, நட்பு பாராட்டப்பட்டு இருக்கின்றது. இந்தியக் கொடியும் புர்ஜ் கலிஃபாவை ஒளியால் அலங்கரித்திருக்கிறது.

புர்ஜ் கலிஃபாவை மையமாகக்கொண்டு நடத்தப்படும் எல்.ஈ.டி தொழில்நுட்பத்துடனான புத்தாண்டுக் கொண்டாட்டம் உலகப் பிரசித்தம். பல நாடுகளிலிருந்து வருகைதரும் லட்சக்கணக்கானோரை எதிர்கொள்வதற்காகவே பணியாளர்களின் ஆறுமாதக் கடின உழைப்பு அவசியம். 2016 புத்தாண்டு வரவேற்பில் புர்ஜ் கலிஃபாவின் பக்கத்து நட்சத்திர விடுதியில் தீவிபத்து ஏற்பட்டது. 'பட்டாசு நிகழ்ச்சி நடைபெறுமா?' என்ற கேள்வி எழுந்திருந்த வேளையில் பட்டாசு வேடிக்கையைப் பார்த்த பின்னரே பலரும் வீடு திரும்பியது அவர்களது சட்ட ஒழுங்கிற்கு ஓர் உதாரணம்.

புர்ஜ் கலிஃபாவின் 'அட் த டாப்' வாயிற் கதவிற்கு அருகே பாதுகாப்புச் சோதனைகள் முடித்து, மாதிரி புர்ஜ் கலிஃபாவிற்கு அருகே ஒளிப்படம் எடுத்தபின் 124வது மாடிக்கு மின்தூக்கியில் சென்றோம். கட்டடத்தை எவ்வாறு கட்டினார்கள்? எந்தெந்த வருடம் எத்தகைய உயரத்தை அடைந்தது? எந்தெந்தச் சாதனையை முறியடித்தது? அதன் அடித்தளமான ஒய் வடிவமைப்பு, உலகின் பிரபலமான கட்டடங்களுக்கும் இதற்குமான ஒப்பீட்டுக் காணொளிகளை வழிநெடுகிலும் ஒளிபரப்பி இருந்தார்கள். ஒரு குறிப்பிட்ட இடத்தில் நின்றுபார்த்தால் புர்ஜ் கலிஃபாவில் எத்தனையாவது மாடிக்குச் செல்கிறோம் என்பதை உணர முடிந்தது.

கட்டடத்தின் 124வது மாடியை 1 நிமிடத்திற்குச் சற்று குறைவான நேரத்தில் கடந்துசென்றோம். அந்த 58 நொடிகளிலும் அலுப்பு ஏற்படாமல் இருக்க மின் ஏணியிலும் காணொளிகள் ஒளிபரப்பப்பட்டன. விரைப்பாக உடையணிந்த பாதுகாவலர்கள் வழியெங்கும் சிரித்தமுகத்துடன் வரவேற்று, சிறப்பாக வழிகாட்டினார்கள். புர்ஜ் கலிஃபாவின் மொத்தமுள்ள 163 மாடிகளில், 154 மாடிகள் உபயோகத்திற்காகவும் 9 மாடிகள் பராமரிப்புப் பயன்பாட்டிற்காகவும் ஒதுக்கப்பட்டிருக்கிறது. 124 மற்றும் 125வது மாடிகளின் மூடப்பட்ட கண்ணாடி முகப்புகள்

வழியே பார்த்தால் சாலையிலுள்ள வண்டிகள், குழந்தைகள் விளையாடும் பொம்மை வண்டிகளையும் விடச் சின்னச் சின்னப் புள்ளியாக ஆழத்தில் தெரிகிறது. திறமையான பணியாளர்களும், கட்டிடப் பொறியாளர்களும், துபாயின் ஒவ்வொரு கட்டடமும் தனித்தன்மையுடன் இருப்பதற்குக் காரணமான பிதாக்களாய்த் தெரிந்தார்கள்.

கழுத்து வலிக்க நிமிர்ந்து பார்த்த கட்டடங்களைத் தலைகுனிந்து தேடினோம். பலகால நிலைகளில், வருடங்களுக்கு முன் என்று துபாயின் வளர்ச்சியையும், அழகையும் இரசிக்க இயந்திரங்கள் கைபிடித்து அழைத்துச் சென்றன. 10 திராம்களை எந்திரத்தில் திணித்தால் புர்ஜ் கலிஃபாவின் உருவம் பதித்த நினைவுச்சின்னத்தைக் கையில் வைத்தது. புர்ஜ் கலிஃபாவின் உருவம் பதித்திருந்த குவளைகள், சட்டைகள் சிறந்த நினைவுகளைக் கடத்திவரத் தயாராய் இருந்தன. புர்ஜ்கலிஃபாவின் தளங்கள், அலுவலகங்கள், குடியிருப்புகள், தங்கும் விடுதிகள், உணவகங்களென பாரபட்சமில்லாமல் எல்லாவற்றையும் அரவணைத்து இருந்தன.

புர்ஜ் கலிஃபாவின் புகழுக்காக உழைத்த அனைத்துத் துறை மக்களும் தங்கள் அனுபவத்தைப் பகிர்ந்த காணொளியைச் சொகுசான மெத்தை இருக்கையில் அமர்ந்து பார்க்க ஏற்பாடு செய்திருந்தார்கள். புர்ஜ் கலிஃபாவின் வெளிப்புறக் கண்ணாடிகளைச் சுத்தம் செய்பவர்கள் நேர்கொள்ளும் ஆபத்துகள் காண்போரை மெத்தையின் நுனிக்குக் கொண்டு வந்தன. புர்ஜ் கலிஃபாவிலோ அல்லது அதனைக் கட்டிய இமார் குழுமத்திலோ பணிபுரிபவர்களுக்கு நுழைவுச்சீட்டில் சலுகை விலை கொடுக்கப்பட்டிருந்தது. பல தேசங்களில் இருந்து வந்த தொழிலாளர்களின் இரத்தத்தாலும் தசையினாலும் இழைத்து உண்டாக்கப்பட்ட கட்டடம் இன்று ஜீவனோடு எழுந்து நின்று உலகையே வியக்கச் செய்கிறது.

13 க்ரீக்

துபாயின் நாகரிக வளர்ச்சிக்கு அடித்தளமாக அமைந்திருப்பது க்ரீக் என்னும் கடற்கழி. நீரோட்டம் இன்றி கடலின் கழிமுக ஆறாகக் காட்சியளிக்கும் க்ரீக் துபாயை தேரா, பர்துபாய் என இரு கூறாகப் பிரிக்கிறது. இந்தக் கடற்கழியின் கரையில்தான் அல் மக்தூம் வம்சத்தினர் ஆட்சியைக் கைப்பற்றும் முன்பு அவர்களது முன்னோடிகளான பனியா பழங்குடியினர் தங்கள் இருப்பிடங்களை அமைத்திருந்தனர். பண்டைய கிரேக்கர்கள் இந்தக் கடற்கழியைத்தான் "சரா நதி' என்று அழைத்திருக்கிறார்கள். இந்தியா மற்றும் கிழக்கு ஆப்ரிக்க தேசத்தைச் சேர்ந்த கப்பல்கள் துபாயின் கரைகளில் வந்து இளைப்பாறிப் போக இந்த க்ரீக் உபநதியின் தேக்கமே உதவி செய்தது. நாளடைவில், துபாயின் வணிக வளர்ச்சிக்கு, அதன் துறைமுகமாக விளங்கும் க்ரீக் போர்ட்டின் பங்கு அளப்பரியது. 2016ல் கட்டப்பட்ட துபாய் கால்வாய்க்காக க்ரீக்கின் வழித்தடம் மாற்றம் செய்யப்பட்டு தற்போது பாரசீக வளைகுடா வரைக்கும் க்ரீக்கின் நீளம் செயற்கையாக அதிகரிக்கப்பட்டுள்ளது.

ஆரம்ப காலங்களில் க்ரீக் கடற்கழியில் தண்ணீர் சுழற்சிக்கான வாய்ப்பில்லை. ஆனால், பல வகையான உயிர் ஆதாரங்களுக்கு வசிப்பிடமாக அமைந்ததுடன் மீன்பிடித் தொழிலுக்கும் முக்கிய ஆதாரமாக விளங்கியிருக்கின்றது. எண்ணெய் கண்டுபிடிக்கப்படும் முன், துபாயின் வணிக வளர்ச்சிக்கு முதுகெலும்பாக விளங்கியது முத்து வணிகம்தான். 1930களின் முற்பகுதியில் வளர்ப்பு முத்துக்களை உருவாக்கத் துவங்கிய துபாயின் தொழில்நுட்ப வளர்ச்சிக்கு, க்ரீக் கடற்கழியில் நடத்தப்பட்ட சோதனைகள்தான் அடிப்படை. 1961ல் இந்தக் கடற்கழி தூர்வாரப்பட்ட பிறகு, கப்பல் சரக்குப் பரிவர்த்தனைகள் மேம்படுத்தப்பட்டன. 2007 ஆம் ஆண்டில், டாலர் மில்லியன் செலவில் இந்தக் கழிமுகம் சீரமைக்கப்பட்டு புதுப்பொலிவு பெற்றது. தற்போது (2019), புர்ஜ் கலிபாவைவிட உயரமான கட்டிடத்தைக் கட்டுவதற்கான ஆயத்தப் பணிகள் துபாய் க்ரீக் துறைமுகத்தில் நடந்துகொண்டிருக்கிறது. அதற்கு 'துபாய் க்ரீக் டவர்' எனப் பெயரிடப்பட்டுள்ளது.

அப்ரா படகு

'அபாரா' என்றால் 'கடந்து போதல்' என்கிறார்கள் அரபியில். தமிழில் அபரா என்பதற்கு மேற்புறம் அல்லது மேற்கு என்று பொருள். அபரா என்ற வார்த்தையில் இருந்தே அரபி என்ற சொல் பிறந்திருக்கலாம் என்பது சிலரது நிலைப்பாடு. தமிழ்க் கடல் வணிகத்தோடு நெருங்கிய தொடர்பில் இருந்த அரபியர்களின் கடலும் தமிழ்ப் பெயராலேயே வழங்கப்பட்டு இருக்கிறது. க்ரீக்கில் இன்றும் தங்கள் படகுகளை அப்ரா என்றே அழைக்கிறார்கள். அவர்களது வரலாற்றுப் பாரம்பரியச் சின்னமாக விளங்கும் அப்ரா படகுச் சவாரி பல நூற்றாண்டுகளாக துபாயின் நீர்வழிப் போக்குவரத்துச் சேவையின் அங்கமாக விளங்குகிறது. ரயில் நிறுத்தங்கள் போல அப்ரா படகு நிறுத்தங்களும் புகழ்பெற்றவை. பெட்ரோல் அல்லது மின்சார மோட்டாரில் இயங்கும், குளிர்சாதன வசதியுடன் கூடிய இன்றைய நவீனப் படகுப் பிரயாணத்தை விரும்பாதவர்கள் குறைவு. குறைந்தபட்சக் கட்டணம் கூட ஒரு திராம்தான்.

துபாய் க்ரீக் பார்க்

ஒவ்வொரு வாரமும் கடற்கழியின் குளிர்க்காற்றை அனுபவிப்பதற்காகவே நூற்றுக்கணக்கான குடும்பங்கள் உம் குஃரைரில் அமைந்திருக்கும் க்ரீக் பூங்காவிற்கு வருகின்றார்கள்.

டால்பினோரியம்

மூளையின் ஒரு பகுதியை ஓய்வெடுக்க வைத்துவிட்டு சாகசங்களைச் செய்யும் திறமை டால்பின்களுக்கு உண்டு. மத்தியக் கிழக்கு நாடுகளின் முதல் குளிரூட்டப்பட்ட டால்ஃபின் நீர்நாய்க் காட்சிசாலை 2008 இல் தொடங்கப்பட்டிருக்கின்றது. 1250 பேருக்கான அரங்கத்தில் பயிற்சியாளரின் மொழிகளுக்குக் கட்டுப்படும் டால்ஃபின்களும் நீர்நாய்களும் நடனம், தாவிக் குதிப்பது, பந்து விளையாடுவது என்று பல சாகசங்களை நடத்துகின்றன. சாகசம் முடித்து ஆசை ஆசையாய் உணவைப் பரிசாகப் பெற்றுக்கொள்ளும் டால்பின்களும் நீர்நாய்களும் சிறு குழந்தைகளை ஞாபகப்படுத்துகின்றன. டால்பின்கள் வரைந்த ஓவியங்கள் ஏலத்தில் கண்சிமிட்டும் நேரத்திற்குள் விற்றுத்தீர்கின்றன. வாய் மற்றும் கண் பகுதிகளைத் தொடக்கூடாது என்ற அறிவுரையுடன் டால்பின்களைத் தொட்டுப்பார்த்து, கட்டிப்பிடித்து, முத்தம் கொடுத்து ஒளிப்படம் எடுக்க அனுமதி உண்டு. பாட்டில் நோஸ் டால்பின்களுக்கும், நீர்நாய்களுக்கும் அழகான பெயர்களையும் சூட்டியிருக்கின்றார்கள்.

எக்சாடிக் பேர்ட் ஷோ

நீலம், பச்சை, சிவப்பு, தங்க நிறங்களிலான இருவாய்க் குருவி, ஐவண்ணக் கிளி, நீள இறகுக் கிளிகள் போன்று இருபது வகைகளுக்கும் மேற்பட்ட கிளிகளுடன் வெளிநாட்டுப் பறவைகளை பேர்ட் ஷோவில் பார்க்க முடியும். இவற்றுள் மெக்காஸ், காக்கடாஸ், கான்யூர்ஸ், ஹார்ன்பில் வகை பறவையினங்களும் அடங்குகின்றன. அறிவுக் கூர்மையுடன் சாகசங்கள் செய்த பறவைகள் அதன் பயிற்சியாளருடன் உரையாடுவதுடன் அவர்களது கட்டளைகளுக்குக் கட்டுப்பட்டு நம் தலையை உரசிப் பறந்து செல்கின்றன. மிதிவண்டி ஓட்டி, புதிர்களுக்குச் சரியான விடையைக் கண்டுபிடித்த பறவைகள் சிங்கப்பூர் பறவைக்காட்சி சாலையைப் பிரதிபலிக்கின்றன. கொடி ஏற்றுவது, உயரக் கூடையில் பந்தைப் போடுவது, வரைவது, பறக்கும்பொழுதே வீசப்படும் உணவை லாவகமாகப் பிடிப்பது, ஆங்கிலம், சீனம், அரபி மொழிகளில் பேசுவதைப் பறவைகள் இயல்பாய் நடத்திக் காட்டின. நிகழ்ச்சியைப் பார்த்தவர்கள் இனி யாரையும் ‘பறவை–மூளை’ என்று கேலி செய்யமாட்டார்கள். பறவைகளின் இயற்கை வாழ்விடங்கள், அவற்றைப் பயிற்றுவிக்கும் முறை, உணவு மற்றும் பாதுகாப்பு வசதிகளைத் தெரிந்துகொள்ள இது நல்ல வாய்ப்பு.

சில்ட்ரன் சிட்டி

அறிவியல் கூற்றுகளை சுவாரசியமாக்கும் எந்திரங்களுக்காகவே சிறுவர்களை அழைத்துச்செல்லலாம். உலகப்புகழ் கட்டடங்களைத் தொட, தொடுதிரையில் குவியும் விவரங்களை விழுங்க நமக்குத்தான் நேரம் பிடிக்கும். குளிரூட்டப்பட்ட அறையில், அமைதியான சூழலில், சொகுசு மெத்தையில் அமர்த்தித் தன்மையான ஒற்றைக் குரலில் பிரபஞ்சத் தோன்றலின் தகவல்களைக் காணொளியாய் ஆங்கிலத்தில் ஒலி ஒளி வடிவில் ஒளிபரப்பினார்கள். குதிரை, ஒட்டகச்சவாரி செய்ய விரும்புகிறவர்களுக்கெனச் சில ஏற்பாடுகளைச் செய்திருந்தார்கள். கபாப், தந்தூரி வகைகளுக்கு ஹராப்பா நாகரிகம்தான் முன்னோடி. அதைச் சமைத்து ருசிப்பதற்காகவே பார்க்குகளில் அதற்கான வசதியைச் செய்து தந்திருக்கின்றார்கள். ஆஸ்திரேலிய மெல்போர்ன் கோபுரத்தின் மாதிரிக் கோபுரம், தண்ணீரில் இறங்கிப் புறப்படும் விமானத்தின் சிறிய தளம், குளிர்க்காற்றுடன் பறவைகள், மீன்களைப் பார்ப்பதற்கு ஏதுவான உப நதியின் மரப்பலகைகள், விஞ்ச் வழிப் பயணங்களைப் பார்த்து அனுபவிப்பதற்காகவே க்ரீக் பார்க் சென்று வரலாம். இங்கிருந்து

ஒரு டாக்சியைப் பிடித்தால் வாஃபி பேரங்காடியையும் ஒரு சுற்று சுற்றி வர முடியும்.

வாஃபி பேரங்காடி

ஓத் மேத்தா சாலையில் அமைந்திருக்கும் எகிப்திய கூர்ங் கோபுர வாஃபி பேரங்காடி 1973இல் கட்டப்பட்டது. துபாய் நகரத்தின் மற்ற பேரங்காடிகளிலிருந்து முற்றிலும் மாறுபட்டு அமைதியான சூழலுடன் குறைந்த கூட்டத்தைக் கொண்டிருக்கும் பேரங்காடி எகிப்திய மற்றும் துருக்கிய பாணியில் கட்டமைக்கப்பட்டு இருக்கின்றது. கண்ணாடி உட் கூர்க்கோபுர மேற்கூரையில் எகிப்திய ஓவியக்கலையுடன் உலக இஸ்லாமியக் கட்டடத்தின் தாக்கத்தை உணரமுடியும். 350க்கும் மேற்பட்ட கடைகள், சேனல் கிவிஞ்சி போன்ற சர்வதேச வர்த்தக நிறுவனங்கள் இயங்கும் பேரங்காடியில் உலகக் கலைஞர்களால் உருவாக்கப்பட்ட பொருட்களைப் பலரும் தங்கள் அன்புக்குரியவர்களுக்கு நினைவுப் பொருட்களாக வாங்கிச் செல்கின்றார்கள்.

வாஃபி அங்காடி

துபாயிலேயே பெரிய அறை என்ற பெருமையை, பேரங்காடியுடன் இணைந்திருக்கும் ராபல்ஸ் துபாய் ஐந்து நட்சத்திர விடுதியின் அறை பெற்றுள்ளது. பிரபல பாடகி ஆஷா போன்ஸ்லேவின் ஆஷாஸ் உணவகம் அமைந்திருக்கும் பேரங்காடிக்குப் பாத்தியப்பட்ட கிளியோபாட்ரா நீரூற்று ஸ்பாவிற்குப் போய்வர குடியிருப்புவாசிகளுக்கு அனுமதி இலவசம். பேரங்காடியின் இளம்பழுப்புச் சுவர்கள் எகிப்திய கட்டடக் கலைக்குச் சான்று.

கலைஞர்களின் சொர்க்கமாக விளங்கும் பேரங்காடியின் பிரம்மாண்ட எகிப்திய சிலைகள் இரவில் ஒலி ஒளி, ஒளிமி ஆடைகளால் மூடப்படுகின்றன. உருவச் சிலைகளுடன் எடுத்துக் கொண்ட ஒளிப்படங்கள் எகிப்திற்குச் செல்லும் ஆசையைத் தணிக்கும்.

சூக் கான் மர்ஜுன்

நிலப்பரப்பின் கீழ் அமைந்திருக்கும் சூக், ஆடம்பரமான அரபிய பாரம்பரிய சந்தையைக் கண்முன் நிறுத்துவதுடன் உலக அரபு வணிகர்களை ஒன்றிணைத்திருக்கின்றது. பாக்தாத்தில் 14–வது நூற்றாண்டிலிருந்த சந்தையின் பெயரையே இந்த மார்க்கெட்டுக்குச் சூட்டி இருக்கின்றார்கள். இதன் கட்டமைப்பு எகிப்திய, சிரிய, துருக்கி, மொராக்கோ கட்டிடக் கலைகளின் கலவையாகக் காணப்படுகின்றது. வித்தியாசமான விளக்குகளுடன் அரபு நாட்டுக் கைவினைப் பொருட்கள், நினைவுச் சின்னங்கள் விற்கப்படும் வண்ண வேலைப்பாட்டுடனான மேற்கூரை உடைய சந்தையில் அரேபியச் சூழலுடன் அழகாக அலங்கரிக்கப்பட்ட உணவகமும் உண்டு.

பழங்காலச் சந்தை அமைப்பிலான சூக் கான் மர்ஜுன்

'டிஸ்க்' விடுதி

சுற்றுலாப் பயணிகளைக் கவரும் விதமாக துபாயில் கடலுக்குக் கீழே 30 அடி ஆழத்தில் பிரம்மாண்ட 'டிஸ்க்' ஓட்டலை துபாய் அரசு ரூ.660 கோடியில் அமைக்க உள்ளது. சுனாமி போன்ற ஆபத்துகள் வந்தால், கடலுக்குக் கீழிருக்கும் ஓட்டல் டிஸ்க் போலச் சுழன்று,

கடல் மட்டத்துக்கு மேல் வந்துவிடும். துபாய் அரசுக்குச் சொந்தமான முதலீட்டு நிறுவனம் 'துபாய் வேர்ல்டு'.

உலகிலேயே உயரமான 'புர்ஜ் கலிபா' கோபுரத்தைக் கட்டியது, பனை மரம் போன்ற 'பாம் ஐலேண்ட்' தீவை உருவாக்கியது, உலக மேப் போலவே கடலில் செயற்கைத் தீவுகளை உருவாக்கி வருவது ஆகியவை இது செயல்படுத்திய பிரமாண்ட திட்டங்கள் ஆகும். கடலுக்கு அடியில் பிரம்மாண்ட ஓட்டல் அமைக்கவும் 2 ஆண்டுகளுக்கு முன்பு திட்டமிடப்பட்டது. நிதி நெருக்கடி காரணமாக ஒத்திப்போடப்பட்ட இந்த சூப்பர் பிளானை துபாய் வேர்ல்டு நிறுவனம் மீண்டும் தூசி தட்டி எடுத்திருக்கிறது. 'வாட்டர் டிஸ்கஸ்' என்பது ஓட்டலின் பெயர். மேலும் கீழுமாக இரு டிஸ்க்குகள் இருப்பது போல ஓட்டல் வடிவமைக்கப்படுகிறது. மேல் டிஸ்க், கடல் மட்டத்துக்கு மேல் சில அடி உயரத்தில் இருக்கும். கீழ் டிஸ்க், கடல் மட்டத்தில் இருந்து சுமார் 35 அடி ஆழத்தில் இருக்கும். ஓட்டலின் இரு டிஸ்க் பகுதிகளையும் இணைக்கும் மத்தியப் பகுதியில் மாடிப்படி இருக்கும். இரு டிஸ்க்குகளும் சுழலும் வகையில் அமைக்கப்படும் என்று தெரிவித்து இருக்கின்றார்கள்.

14 மிராக்கிள் கார்டனும் பட்டாம்பூச்சிகளும்

அகர் லாண்ட் ஸ்கேப்பிங், ஜோர்டனைச் சேர்ந்த வேளாண் நிறுவனம், துபாய் ப்ராபர்டீஸ் குரூப் போன்ற பெருநிறுவனங்களின் கலைவண்ணமாகக் காட்சியளிக்கும் மிராக்கிள் கார்டன் துபாய் அல்பர்ஷா பிராந்தியத்தின் அடையாளம். உலகின் மிகப்பெரிய இயற்கைப் பூங்காவான இந்த 'மிராக்கிள் கார்டனை' அக்டோபர் – ஏப்ரல் மாத இடைவெளிகளில் மட்டுமே தரிசிக்க முடியும். மில்லியன் கணக்கான பூக்களினால் உருவாக்கப்பட்ட வடிவமாதிரிகளில் விமானம், வீடு, தேசிய அடையாளச் சின்னங்கள், பறவைகள், விலங்குகள் மற்றும் டால்பின் உருவங்களுடன் பூத்துக்குலுங்கும் நந்தவனமாகக் காட்சியளிக்கும் மிராக்கிள் கார்டனுக்கு அமீரகப் பேரங்காடியின் மெட்ரோ நிறுவனத்திலிருந்து 105 ஆம் எண் கொண்ட பேருந்தில் ஏறி பயணமானோம். கார்டனைப் போல இந்தப் பேருந்துச் சேவையும் குறிப்பிட்ட ஆறுமாதங்கள்தான் இயங்கும்.

அடுத்துவரும் ஆறுமாத காலத்தில் துபாயின் தட்பவெப்பம் 40 டிகிரி வெப்பநிலைக்கு மேல் சென்றுவிடுவதால் தாவரங்களின் பராமரிப்புக்காகப் பூங்காவின் கதவுகளோடு, அந்தப் பகுதியின் ஜனச் சந்தடியே அடங்கிவிடும். இடைப்பட்ட காலகட்டங்களில் புதிய பூச்செடிகளை வளர்த்து, அவற்றில் மாதிரி வடிவங்களை உருவாக்கத் துவங்கிவிடுவார்கள். இத்தனித்துவமிக்க மினியேச்சர் வடிவங்களுக்காக மிராக்கிள் கார்டன் பலமுறை கின்னஸ் சாதனை விருதுகளை வாரிக் குவித்திருக்கிறது. உலகின் அனைத்து மூலைகளிருந்தும் 45 வகையான பூக்கள் இந்தப் பூங்காவிற்குத் தருவிக்கப்பட்டுள்ளன. மருத்துவக் குணம் கொண்ட செடிகளும் 200 நாடுகளிலிருந்து கொண்டுவரப்பட்டுள்ளன.

மிராக்கிள் கார்டனுடைய பறவைக்கோணம்

அன்பென்ற மலரிலே...

உலகம் முழுவதிலும் அன்பையும் நல்லிணக்கத்தையும் பரப்பும் நோக்கத்தோடு 2013ம் ஆண்டு பெப்ரவரி மாதம் 14ம் நாளில் திறந்து வைக்கப்பட்ட இப்பூங்காவைப் பல்வேறு தேசங்களின் செடி, கொடி, பூக்கள், மரங்களால் நிறைத்து, உலகக் காதலர்களையே திரும்பிப் பார்க்கச் செய்துவிட்டார்கள். மிராக்கிள் கார்டனின் ஒட்டுமொத்த வடிவமும் ஒரு நீள்வட்டமாய் கிரிக்கெட் மைதானம் போலக் காட்சி அளிப்பதுடன் வான்வழியாகப் பார்க்கும்பொழுது பூக்களால் ஆன ஒலிம்பிக் மைதான அரங்கத்தை நினைவூட்டும். சுற்றுப்புறக் காற்றின் வேகத்தைக் கட்டுப்படுத்துவதற்கு கார்டனின் எல்லைகளை உயரமான மரங்களைக்கொண்டு பாதுகாக்கிறார்கள். சாமந்தி, பெடுனியா, டூலிப், ஜெரானியம், அந்தோரியம், ஆர்கிட்ஸ், விங்கா, போகன்வில்லா, இம்பேஷன்ஸ், லில்லி, அகாபாந்தஸ், ஹெலிகோனியா, எகூனியா, கார்னேஷன், குலாபி, சைக்லோமன், பாயின்செடியா உள்ளிட்ட விதவிதமான மலர்களால் அலங்கரிக்கப்பட்ட இப்பூந்தோட்டத்தில் ‘பெடுனியா’தான் மலர்களின் ராணி.

பெடுனியா

தட்பவெப்பநிலைக்கு வளைந்து கொடுக்கும் பெடுனியா பூக்களே பெரும்பாலான வடிவமைப்புகளை அலங்கரிக்கின்றன. வெள்ளை, சிவப்பு, நீலம், ஊதா, மஞ்சள் என்று பல வண்ணங்களில் பூப்பதால் அதிகமாகப் பயன்படுத்தப்படுகிறது. மிதமான சூரிய ஒளியே பெடுனியா மலர்கள் பூப்பதற்கு ஏதுவான காலநிலையாக இருப்பதால் மழையை எதிர்பார்க்காத துபாயின் சீதோஷ்ணநிலை அவற்றின் வளர்ச்சிக்குச் சாதகமாகிறது. சிறிய தொட்டிகளில் வளர்க்கப்படும் பெடுனியா மலர்களை மிகச்சுலபமாக வேறு இடத்திற்கு மாற்றமுடியும். அனைத்திற்கும் மேலாக பெடுனியா மலர்களின் ஆயுட்காலம் அதிகம் என்பதோடு, எளிதில் உதிராத் தன்மையும் கொண்டது. மிராக்கிள் கார்டனில் சுகமான வாசனையைப் பரப்பும் மலர்கள் ஏராளமாக இருந்தாலும் நறுமணம் பரப்பும் பெடுனியா மலர்கள் குறிப்பிடத்தக்கவை. அதிலும் சர்ஃபீனிய நீல நிற பெடுனிய மலர்களின் வாசம் மனங்களை மயக்கடிக்கும். நேர்மறை எண்ணங்கள் மிகுந்திருக்கும் இடங்களில் மட்டுமே பெடுனிய மலர்கள் பூத்துக் குலுங்கும் என்பது அரபுநாட்டில் நிலவும் இன்காக்களின் நாட்டுப்புறக் கதைக் கூற்று.

காயர் பித் தோட்டங்கள்

பயிர்கள் வளரும் வளமான வண்டல் மண்ணுக்கு நிகரான தாவர வளர்ச்சி சத்துக்களைக் கொண்டது காயர் பித் எனப்படும் தென்னைநார்க் கழிவுகள். அரபு போன்ற பாலைவனப் பிரதேசங்கள் இன்று உள்நாட்டு விவசாயத்தில் (வெப்பமண்டலத் தாவரங்கள் தவிர்த்து) சக்கைபோடு போடுகிறது என்றால் அதற்கு முக்கியக் காரணம் இந்தக் காயர்பித் தோட்டங்கள்தான். தேங்காய் நார்களின் மஞ்சுகளில் இருந்தே கயிறு தயாரிக்கும் பழக்கம் தென்னிந்தியாவில் உருவானது. அவற்றில் கிடைக்கும் நார்க்கழிவுத் துகள்களை எதற்கும் உதவாது என்று கருதி நெருப்பு மூட்டுகிற பழக்கத்தை நாங்களே கூட கிராமத்தில் முன்பு கடைபிடித்து இருக்கின்றோம். என்னுடைய தந்தையார் தேங்காய் விற்பனைக்கூட உரிமையாளர் என்பதால் இதுபற்றிய விபரங்கள் சிறுவயது முதலே அறிந்திருந்தவைதான். ஆனால், நாங்கள் கழிவாகக் கருதிவந்த ஒரு பொருள் கடந்த பத்தாண்டுகளில் பொன்முட்டையிடும் வாத்தாக மாறிப்போகும் என்பதை யாரும் சொன்னால்கூட நம்பியிருக்க மாட்டார்கள்.

தூசும் தும்புமாகக் கழிக்கப்பட்ட இத்தேங்காய் நார்க் கழிவுகள் இப்போது நேரடியாகவே அரவை இயந்திரங்கள் மூலம் நெரிவழி செய்யப்பட்டு, குறைந்தபட்ச ஈரப்பதத்துடன் 'டை'களில் இறுக்கி, அகலமான செங்கல் போன்ற வடிவத்தில் துபாய் உட்பட அரபுநாடுகளுக்கு ஏற்றுமதி செய்யப்படுகின்றன. பாலைவனத் தோட்டங்களை வந்தடையும் காயர்பித் கட்டிகளின் மீது தண்ணீர் பாய்ச்சும்போது அவை உருக்குலைந்து மண்சேறுபோலக் காட்சியளிக்கின்றன. அதனோடு மணல், சாம்பல் போன்றவற்றைக் கலந்து விதைகளை நட்டுப் பெரிய பெரிய தோட்டங்களை உருவாக்குகிறார்கள். இன்று மாடித்தோட்டம், நர்சரி உட்பட மண்ணில்லா விவசாயத் தோட்டங்களில் 'காயர் பித்'தான் உயிர் ஆதாரமாக இருக்கின்றது. மிராக்கிள் கார்டனுக்கும்தான்.

நீர் மேலாண்மை

அரபு தேசங்களின் வறண்ட பாலையில் ஈரப்பதம் ஏற்படுத்தி வெக்கையைப் போக்கச் சொட்டு நீர்ப் பாசனமும், மறுசுழற்சி முறையில் சுத்திகரிக்கப்பட்ட கழிவுநீர் முறைகளும் கைகொடுக்கிறது. மிராக்கிள் கார்டனின் 18 ஏக்கர் நிலப்பரப்பில் மீள் சுழற்சி செய்யப்பட்ட நீரை, விரைந்து ஆவியாகாமல் தவிர்க்க, இங்குள்ள மலர்ச் செடிகளுக்குப் பாய்ச்சப்படும் உபரி நீரை வடிகால்களின்

வழியாகச் சேமித்து, மீண்டும் பம்ப் செய்துகொள்கிறார்கள். தவிர, வெப்பச் சூழலுக்கு ஏற்றவா நீரைச் செலுத்துவதற்குத் தண்ணீரைக் கட்டுப்பாட்டில் வைத்திருக்கும் டிரிப்பர்கள், '/////' வடிவக் குறைந்த திண்மமுள்ள ரப்பர் குழாய்களை உபயோகிக்கிறார்கள். பூந்தொட்டிகள் வெளித் தெரியாதவாறு அடுக்கியிருந்தாலும் அதிலுள்ள எண்ணற்ற நுண்துளைகள் கொண்ட மைக்ரோ ஸ்ப்ரேயர் வழியாகத் தண்ணீரைத் தெளிக்கிறார்கள்.

பூக்களைக்கொண்டு ஒவ்வொரு வடிவமைப்பை உருவாக்கும்போதே அதற்கான தண்ணீர்விடும் முறையையும் தீர்மானித்துவிடுவது மிராக்கிள் கார்டன் நிர்வாகிகளின் பழக்கம். வெப்பத்தைத் தாங்கிக்கொள்ளும் விதையைச் சரியாய்த் தேர்ந்தெடுத்து, தேவையான உரத்துடன் கலவை மண்ணைத் தயார்செய்து, அளவான தண்ணீரைப் பாய்ச்சுவதே அவர்களது வெற்றியின் இரகசியமாக இருக்கின்றது. ஒவ்வொரு பூக்களுக்கும் ஏற்றவாறு உரத்துடனான மண்கலவையை உருவாக்குவதுதான் முக்கியம். இதற்காகவே மண்பற்றிய சிறப்பான நிபுணத்துவம் பெற்ற வல்லுநர்களையும் நியமித்து இருக்கின்றார்கள். ஒவ்வொரு நாளும் மக்களின் பார்வை நேரத்திற்குப் பின் இரவு 9 மணி முதல் காலை 9 மணி வரை வேலை செய்யும் 200 பணியாளர்கள் தேவையில்லாத செடிகளை அப்புறப்படுத்திப் பூங்காவின் அழகிற்குக் காரணமாக இருக்கின்றார்கள்.

பட்டாம்பூச்சிப் பூங்கா

மிராக்கிள் கார்டனுக்கு மிக அருகிலே அமைந்திருக்கிறது துபாய் பட்டாம்பூச்சிப் பூங்கா. பூங்காவிற்குள் நுழைந்த போது முழுக்க முழுக்க நாமே ஒரு பட்டாம்பூச்சியாக மாறிச் சிறகசைப்பது போல லேசாகிப் போன ஓர் உணர்வுதான் மனமெங்கும். வகையான 15 ஆயிரத்திற்கும் மேற்பட்ட பட்டாம்பூச்சிகளுடன் 2015 ஆம் ஆண்டு துவங்கப்பட்ட உலகின் மிகப்பெரிய உள்ளரங்கப் பட்டாம்பூச்சிப் பூங்கா இதுதான். அரங்கத்தின் வாயிலிலே மக்களை வரவேற்க பிரம்மாண்ட பட்டாம்பூச்சி உருவங்களை வாசலில் நிறுத்தி வைத்திருந்தார்கள். 'பாடம்' செய்யப்பட்ட பட்டாம்பூச்சிகளால் துபாய் மன்னர்களின் உருவங்களை அற்புதமாய்க் காட்சிப்படுத்தியிருந்தார்கள்.

ஒன்பது குவிமாடங்களுடனான குளிரூட்டப்பட்ட உள்ளரங்கினுள் இருந்த மரம், செடி, கொடி, பூக்கள், மாதிரி பறவைகள், நீரோடைகள்,

மன்னரும் பட்டாம்பூச்சிகளும்

குழந்தைகளைக் கவரும் பொம்மைக் கதாப்பாத்திரங்கள் யாவும் காட்டிற்குள் அழைத்துச் சென்றன. பணியாளர்களால் குடுவையிலிருந்து வான் நோக்கிப் பறக்கவிடப்பட்ட வண்ணத்துப்பூச்சிகள் மனித வியர்வையில் ஈர்க்கப்பட்டு எங்களுடைய உடலில் ஒட்டிக்கொண்டன. கழுத்திலும் தலையிலும் பட்டாம்பூச்சிகள் ஒட்டிக்கொண்டிருக்கும் வேளையில் குழந்தையாகிப்போகும் மனதின் உற்சாகத்தைக் கணக்கிடவே முடியாது. பட்டாம்பூச்சிகளின் உடற்கூறு அதன் வாழ்க்கைச் சுழற்சி மற்றும் உருமாற்றத்தைத் தெளிவாகவே காட்சிப்படுத்தியிருந்தார்கள். அதன் இனப்பெருக்கத்துடன் உணவுத் தேவையைப் பூர்த்தி செய்வதற்காகத் தேன் சுரக்கும் பூக்களையும், வண்ணத்தட்டுகளில் பழத்துண்டுகளையும் பரப்பி வைத்திருந்தார்கள்.

கூட்டுப்புழு பருவம் தொடங்கி, பட்டாம்பூச்சிகளை வளர்க்கும் பிரிவுகளும் தனியாகப் பராமரிக்கப்படுகிறது. பட்டாம்பூச்சிகளின் வசிப்பிடம் 28 டிகிரி வெப்பநிலைக்குக் குறைந்தபட்ச நெருக்கத்தில் இருக்கவேண்டும் என்பதாலும், பார்வையாளர்கள் மற்றும் வளர்ப்புத் தாவரங்களின் நன்மைக்காகவும் வெப்பநிலையை 24 டிகிரி செல்சியஸில் கட்டுப்பாட்டில் வைத்திருக்கிறார்கள். சுற்றுச்சூழலை ரம்மியமாக்க அருவி மற்றும் பதிவுசெய்யப்பட்ட பறவைகளின் ஒலியை உள்ளடக்கிய காட்டின் இசையை அரங்கம் முழுவதிலும் ஒலிக்கவிட்டிருந்தார்கள். இப்படியான சூழலில் பட்டாம்பூச்சிகளைப் தள்ளிநின்று ரசிக்கவும் புகைப்படமெடுக்கவும் எந்தத் தடையும் இல்லை. ஒரேயொரு நிபந்தனை.. அதன் சிறகுகளைத் தொடவே கூடாது. உலக மக்களைத் தம் நாட்டை நோக்கிக் கவரும் வகையில் சுற்றுலா இடங்கள் சார்ந்த இதனை விஷயங்களையும் பார்த்துப் பார்த்துச் செய்திருக்கிறார்கள். இது நாட்டின் வளர்ச்சிக்குப் பெரிதும் உதவுகிறது.

15 கூடாரங்களின் தலைவன்

ஐக்கிய அரபு அமீரகத்தின் வடக்கு மண்டலத்தில் அமைந்துள்ளது ராஸ் அல் கைமா. மலைகளும், கடலும் சூழ்ந்த சிறந்த சீதோஷ்ணநிலை கொண்ட ராஸ் அல் கைமாவை அறுபது ஆண்டுகளுக்கும் மேலாக ஆட்சிபுரிந்தது மன்னர் ஷேக் சகிர் அல் முகமது காஸ்மி. 1869 ஆம் ஆண்டு வரை ஷார்ஜாவின் கட்டுப்பாட்டில் இருந்த ராஸ் அல் கைமா தனக்கான விடுதலையை அடைந்தபோதும், 1900 முதல் அடுத்த 21 ஆண்டுகள் ஷார்ஜாவின் கட்டுப்பாட்டிலேயே இருந்தது. 1948ல் அரியணை ஏறிய ஷேக் சகிர் அல் முகமது காஸ்மி மன்னனுடைய ஆட்சிக்காலத்தில் முதன்முதலாக ஐக்கிய அரபு அமீரகத்துடன் ராஸ் அல் கைமாவை இணைத்து அமீரக வரலாற்றில் முக்கியத்துவம் வாய்ந்த மன்னராக ஆனார். கவனித்துப் பார்த்தால் ஷார்ஜாவை ஆளும் மன்னர் குடும்பமும், ராஸ் அல் கைமா மன்னர் குடும்பத்தினரும் ஒரே வம்சாவளியைச் சேர்ந்த பங்காளிகளே. இவ்விரு அமீரகங்களும் 'காஸ்மி' குடும்பத்தின் இருவேறு பிரிவினர்களால் ஆட்சி செய்யப்பட்டு வருகின்றது. காஸ்மி மன்னர்களின் முன்னோர்கள் ஒருகாலத்தில் ராஸ் அல் கைமாவின் கடலோரப் பகுதிகளில் சிறு சிறு கூடாரங்கள் அமைத்து வாழ்ந்தவர்கள். அவர்களது கூடாரங்களில் ஏற்றப்படும் விளக்கின் வெளிச்சம் கரையோரம் ஒதுங்கும் கப்பல்களுக்கும், படகுகளுக்கும் கலங்கரை விளக்கம்போலச் செயல்பட்டன. மத்திய கிழக்கிலிருந்து தங்கத்தையும், மிளிர்கற்களையும், நறுமணப் பொருட்களையும் பின்தொடர்ந்து வந்த 'ராணி ஷீபா' ராஸ் அல் கைமாவின் குடில்களில் தங்கிச் சென்றவர் என்ற புகழால் அதற்குக் 'கூடாரங்களின் தலைவன்' என்ற பெயர் வரலாற்றில் நிலைத்துவிட்டது.

ஜல்பர்

மீன் பிடிப்பதையும், முத்துக் குளிப்பதையும் முதன்மையாய்க் கொண்ட ராஸ் அல் கைமாவின் பழைய பெயர் ஜல்பர். ஜல்பர் என்பதன் நேரடிப் பொருளைத் தேடிய ஆய்வாளர்களுக்குக் கிடைத்த பதில், 'பாரசீக வளைகுடாவின் முதல் மருந்துத் தொழிற்சாலையின் பெயர் அது' என்பதுதான். பண்டைய ஜல்பர் நகரம் ஆசியா, சீனா, ஆப்ரிக்கா மற்றும் ஐரோப்பிய நாடுகளிடையே 5000 வருடத்திற்கு முன்பிருந்தே வணிகம் மேற்கொண்டிருந்தது என்பதை அகழ்வாராய்ச்சியாளர்கள் விவரிக்கின்றார்கள். ராஸ் அல் கைமாவின்

மலைகளிலிருந்து பெறப்படும் மருந்து தயாரிப்புகள் உலகப் பிரசித்தி பெற்றிருப்பதைத் தொடர்புபடுத்திப் பார்க்கும்போது, பல உண்மைகள் வெளிச்சமாகும். வேதியியல் குறியீடுகளை வைத்து ஒப்பிட்டுப் பார்த்தால் 'ஜல்பர்' என்ற பெயர் நறுமணப் புகையினை உருவாக்கும் சாம்பிராணியைக் குறிக்கலாம்.

பழங்குடி மக்கள்

ராஸ் அல் கைமாவில் வாழும் மக்கள் பழங்குடிச் சமூகமாக அங்கீகரிக்கப்பட்டு, மலைவாழ்ப் பழங்குடிகள், கடல்வாழ்ப் பழங்குடிகள், பாலைநிலப் பழங்குடிகள் என மூன்று முக்கியப் பிரிவுகளாக வகுக்கப்படுகின்றார்கள். அல் ஷெஹி, அல் ஹெப்சி, அல் தொஹாரி பிரிவினைச் சேர்ந்த மக்கள் மலைவாழ்ப் பழங்குடிகளாகவும், அல் கத்ரி, அல் சம்சி, அல் கிட்பி பிரிவினைச் சேர்ந்தவர்கள் பாலைநிலப் பழங்குடிகளாகவும், அல் அலி, அல் சாபி, அல்தெனாஜி பிரிவினைச் சேர்ந்த மக்கள் கடல்வாழ்ப் பழங்குடி யினர்களாகவும் கருதப்படுகின்றார்கள். இவர்களில் ஒவ்வொரு பிரிவினரும் அவர்களது குடும்பப் பெயரின் கீழ் பல்வேறு இனக்குழுச் சமூகமாக அழைக்கப்படுகின்றார்கள். அவர்களுக்கெனச் சிறப்பான வட்டார மொழியையும் பேசுகிறார்கள். அவற்றுள் மலைவாழ்ப் பழங்குடிகளின் மொழியானது மிகவும் கடினமானது. ஒவ்வொரு வார்த்தையிலும் எழுத்துக்களின் வரிசையை மாற்றிக் குறிப்பிடுவது, குறியீட்டு முறையில் அதை உச்சரிப்பது என மற்ற இனக்குழுவினரே கடினமாகக் கருதும் அளவுக்குத் தனித்துவமான வட்டார மொழி அவர்களுடையது. நீர் வளமை பெற்றிருக்கும் மலைவாழ்ப் பழங்குடிகள் மற்ற பிரிவினருடன் இது போன்ற கடினமொழித் தொடர்பைக் கொண்டதற்கு நீரைப் பங்கிட்டுக்கொடுக்கத் தேவை ஏற்பட்டுவிடுமோ என்பதும் ஒரு காரணமாக அமைந்திருக்கலாம்.

ஹட் நீரூற்று

பல்லாயிரக் கணக்கான ஆண்டுகளுக்கு முன்பு செங்குத்தான பள்ளத்தாக்கில் ஏற்பட்ட மழை வெள்ளத்தால் செழுமையான நீர்நிறைந்த நிலம் ராஸ் அல் கைமாவில் உருவானது. நீர் நிலைகள், உணவு உற்பத்தி மற்றும் பனை வகைத் தோட்டங்களின் வளர்ச்சிக்கு முக்கிய ஆதாரம் அதுவே. ராஸ் அல் கைமாவின் தென்கிழக்கு மலைப்பகுதியிலுள்ள 'ஹட்' நீரூற்று ஒரு வெந்நீரூற்று ஆகும். ஏறத்தாழ, 5000 ஆண்டுகளுக்கு முன்பே இப்பகுதியில் குடியேற்றங்களும் பழங்குடியினர்களுக்கு இடையே சண்டைகளும்,

போர்களும் நடைபெற்ற கதைகள் கூட உண்டு.

சிமல் கல் வீடுகள்

கடலோரப் பகுதிகளில் கடுமையாகப் பணியாற்றி வந்த மக்கள் இந்த நீர் ஆதாரங்களில் புதிய பாசன அமைப்புகளை ஏற்படுத்தி, அதன்மூலம் பனைவகைத் தோட்டங்களை உருவாக்கி அவற்றைப் பராமரிப்பதிலும் ஈடுபட்டார்கள். அப்படி அவர்கள் உண்டாக்கின சமவெளிப் பிரதேச வேளாண் நிலங்களும் குடியிருப்புகளுமே சிமல் கிராமமாக அறியப்பட்டது. சிமல் கிராமத்தின் பெரும்பான்மையான குடியிருப்புகள் பனைப் பொருட்களால் ஆனவை. அவை 'அரிஷ்' என்றுஅழைக்கப்பட்டது. பணவசதிபடைத்தகுடும்பத்தினர்மட்டுமே கல் வீடுகள் கட்டிக்கொள்ள வாய்ப்பிருந்தது. தொல்பொருள் ஆய்வின்போது கண்டுபிடிக்கப்பட்ட இரண்டு சிமல் கல்வீடுகள் அவர்களது கடந்தகால வாழ்க்கைமுறைக்குச் சான்றாகும். நீர்நிலைக் கற்களாலும் சுண்ணாம்புக் கலவையாலும் கட்டப்பட்டிருக்கும் இவ்வீடுகளில் வடக்குப் பகுதியில் சாளரங்களும் தெற்கில் 'விண்ட் கேட்சர்களான' காற்றுக் கோபுரங்களும் வெயில் உள்நுழையாமல் பசுமையான காற்றோட்டத்தை வீட்டுக்குள் கொண்டுவரும்படியும் அமைக்கப்பட்டிருக்கின்றன.

அதிகபட்ச வெப்பநிலை நிலவும் பாலைவனப் பிரதேசத்தில் நல்ல காற்றோட்டமும் காற்றின் ஈரப்பதத்தைத் தக்க வைப்பதும் அவசியம் என்பதை அன்றைய மக்கள் புரிந்து வைத்திருந்தார்கள். அவரவரது வீடுகளில் அமைக்கப்பட்டிருந்த காற்றுக் கோபுரங்களின் உயரத்தை வைத்தே அவர்களது செல்வமும் செழிப்பும் கூட மதிப்பிடப் பட்டது. வேலைப்பாடுகள் மிக்கக் கதவுகள், பரண்கள் மற்றும் அடுக்கு அலமாரிகள் கொண்ட சுவர்கள் என மிகச் சிறப்பான கட்டுமானம் அவர்களுடையது. இதுதவிர, அறைகளோடு இணைக்கப்பட்ட குளியல் அறைக்கு 'ஹமாம்' (துருக்கியச் சொல்) என்று பெயரிட்டிருக்கிறார்கள். அக்குளியல் அறைகளிலிருந்து வடிகால்களும் அமைக்கப்பட்டிருந்தன. இங்கு கண்டெடுக்கப்பட்ட தொல்பொருட்கள் பலவும் 'ஹரப்பா' நாகரீகத்தோடு தொடர்புடையவை என்பதும் குறிப்பிடத்தக்கது.

உம் அன் நர் கல்லறை

இறந்தவர்களைப் புதைத்து நடுகல்லை வைக்கும் முறை இங்கும் பின்பற்றப்பட்டிருக்கின்றது. சிமல் கிராமத்தில் அகழ்ந்தெடுக்கப்பட்ட கல்லறையான உம் அன் நர்–ன்

கட்டமைப்பு கூட வழக்கமான முறையிலிருந்து மாறுபட்ட ஒன்று. வட்டமான கிணற்றின் சுற்றுச்சுவர் வடிவத்தில் கட்டப்பட்ட தொட்டிக்குள் இரு அடுக்குகளாக உடல்களைப் புதைத்து வைத்திருக்கிறார்கள். கிமு 2600 – 2000 BCE ஆண்டுகளுக்குட்பட்ட இந்த 'உம் அன் நர் டோம்ப்' கல்லறையில் மட்டும் 430 உடல்கள் புதைக்கப்பட்டிருந்தன. இரண்டு அல்லது மூன்று மீட்டர் உயரக் கல்லறையில் உட்புறச் சுவர்களால் பிரிக்கப்பட்ட அறைகளில் இவ்வுடல்கள் அடக்கம் பண்ணப்பட்டிருந்தன. சுண்ணாம்புப் பாறைகளிலிருந்து லாகவமாக வெட்டி எடுக்கப்பட்ட கற்களாலும், செதுக்கப்பட்ட கற்சுவர்களாலும் வட்டக் கேணி வடிவில் கட்டப்பட்ட கல்லறைக்குள், மழைநீர் சென்றுவிடாதபடி மேற்புறம் வடிகால்களும் பொருத்தப்பட்டிருக்கின்றன. உடல்களை உள்ளே வைப்பதற்கேற்ப வாசல் போன்ற சிறு திறப்பு உள்ளது. சற்றே சிக்கலான கட்டடக்கலை கொண்ட இக்கல்லறையில், மெசப்பட்டோமியா, ஹரப்பா, சிந்து தமிழர் நாகரிகத்தைச் சேர்ந்த மட்பாண்டம், நகைகள், ஆயுதங்கள் மற்றும் கல்பொருட்கள் போன்ற தனிமனித உடைமைகளும் கிடைத்துள்ளன. இது கி.மு.3000 ஆண்டில் அமீரகத்தின் பிராந்தியங்களில் மேற்கொள்ளப்பட்ட

உம் அன் நர் கல்லறையும் அதன் உட்புற வடிவமைப்பும் கடல்வழி வணிகத்தின் அன்றைய வளத்திற்குச் சான்று.

உம் அன் நர் என்ற சொல்லுக்குத் 'தீயின் தாய்' என்று பொருள். தமிழகத்தின் ஆதிச்சநல்லூர் போல ஐக்கிய அரபு அமீரக மற்றும் ஓமன் நாட்டின் மிகப் பெரிய வரலாற்றுச் சிறப்புமிக்க கல்லறையாக ராஸ் அல் கைமாவிலுள்ள 1950களில் டேனிஷ் தொல்பொருள் ஆராய்ச்சியாளர்களால் அபுதாபி தீவில் கண்டெடுக்கப்பட்ட

சமாதியை ஒத்திருந்ததாலேயே இப்பெயர் வந்தது. கி.மு. 3000 ஆண்டுகளில் மெசப்பட்டோமியா (ஈராக்) மற்றும் சிந்து பள்ளத்தாக்கு (பாகிஸ்தன்) ஆகிய நகரங்களுக்கு ஹஜர் மலைகளில் இருந்து ஆயுதப் பயன்பாட்டுப் பொருள் உற்பத்திக்காக அதிகபட்ச அளவிலான செம்புப் பொருட்கள் ஏற்றுமதி செய்யப்பட்டிருக்கின்றன.

ஷீபா அரண்மனை

கிபி 13 முதல் 16 ஆம் நூற்றாண்டு வரையிலான காலகட்டத்திற்குள் கட்டப்பட்டிருக்கலாம் என்று ஷிமல் கிராமத்தின் உச்சியில் அமைந்திருக்கும் பழமையான அந்தச் சிதைந்த அரண்மனையைச் சொல்கிறார்கள். வடிவமைப்பு மற்றும் அங்கு கண்டெடுக்கப்பட்ட தொல்பொருள் சான்றுகளை வைத்து இந்த அரண்மனை போர்த்துகீசியர்களால் கட்டப்பட்டு பின், ஆங்கிலேயர் அல்லது டச்சுக்காரர்களால் சிதைக்கப்பட்டிருக்கலாம் என்ற கருத்துகளும் நிலவுகின்றன. இன்னொரு பக்கம், வளைகுடாவின் பிரபலமான வணிக நகரமான ஜல்பரின் (அன்றைய ராஸ் அல் கைமா) ஆட்சியாளர்களே இந்த அரண்மனையில் வாழ்ந்திருப்பார்கள் என்ற நம்பிக்கையும் ஆய்வாளர்களுக்கு உண்டு.

ஆனால், ராஸ் அல் கைமாவில் வாழும் பழங்குடி மக்களிடையே நிலவும் நாட்டார் வழக்குக் கதைகள் அந்தச் சிதைந்த அரண்மனையின் எச்சங்களைக் குறித்து வேறொரு கோணத்தை நமக்கு அறிமுகப்படுத்துகிறது. கி.பி. ஆயிரமாம் ஆண்டில் யேமனில் உள்ள மரிஃப் பேரரசை ஆட்சி செய்தவர் ஷீபா என்னும் பெண்ணரசி. விவிலியம் மற்றும் அல்குரானில் இடம்பெற்றுள்ள புகழ்பெற்ற அரசியான ஷிபாவுக்கும் சாலமன் அரசருக்கும் பிறந்த மகனிடம் இருந்தே எத்தியோப்பியாவின் அரச வம்சம் துவங்கியதாகக் கதைகள் உள்ளன. இஸ்லாமிய அரசியான ஷீபா, கிறிஸ்தவ மன்னனான சாலமனின் புத்திக் கூர்மையைக் கேள்விப்பட்டு, நேரே சந்தித்து அவரைத் தன் கேள்விகள் மற்றும் விடுகதைகளால் சோதிக்கிறாள். ஷீபாவின் அத்தனை கேள்விகளுக்கும் பதிலளித்த சாலமன் மன்னன் மீது அவளுக்குக் காதல் பிறக்கிறது. ஏமனின் அரசியான ஷீபா, சாலமன் மன்னனுக்குத் தங்கம், வாசனைப்பொருட்கள், விலையுயர்ந்த வைடூரியக் கற்கள் என அன்பளிப்பாக வழங்குகிறாள். இந்தச் செய்தி பைபிளில் இடம்பெற்றிருக்கின்றன. இவ்வாறு புகழ் வாய்ந்த பெண்ணரசியாக அறியப்படும் ஷீபா வசித்த மாளிகையே ஷிமல் கிராமத்தின் உச்சியில் காணப்படும் அரண்மனை என்பது ஜல்பர் (ராஸ் அல் கைமா) பழங்குடி மக்களின் நம்பிக்கை.

லயன் ஆஃப் தி ஸீ (கடற்சிங்கம்)

தடித்த, சாம்பல் நிறத் தாடியுடன் இருண்ட பழுப்பு நிறக் கண்களைக் கொண்ட தலைப்பாகை கட்டிய மீனவரை ராஸ் அல் கைமாவின் அடையாளமாகக் கொண்டாடுவதற்கு ஒரு காரணம் இருக்கிறது. கிபி 1421 ஆம் ஆண்டு ராஸ் அல் கைமாவின் கடல்வணிகப் பாரம்பரியம் கொண்ட குடும்பத்தில் பிறந்து மேற்கு நாடுகளில் புகழ்பெற்ற வரைபடவியலாளர் அஹ்மத் இபின் மஜீத். இவரைத்தான் உலகக் கடற்பயணிகள் அத்தனைபேரும் 'லயன் ஆப் த ஸீ' என்று பெருமையுடன் புகழ்கிறார்கள். பெருங்கடல் அலைகள், கடற்பறவைகள், காற்றுவீசும் காலம், திசை, இரவில் தொடரும் நட்சத்திரங்கள், மேகத்திரள், கடற்கரையோர நகரங்கள், கணியம் பார்க்கும் குன்றுகளின் அடையாளங்கள் ஆகியவற்றைக் கண்டும் கணித்தும் எழுதியிருக்கும் இவரது 'கிதாப் அல் ஃபாவா'வின் குறிப்புகளே பின்னால் வந்த 15-ஆம் நூற்றாண்டு முதலான பயணிகளுக்கு அரிச்சுவடி. இவரது கடல்வழிப் பயணப் புத்தகங்களின் கைப்பிரதி, பாரிசின் தேசிய நூலகத்தில் பாதுகாக்கப்படுகின்றன.

கடற்சிங்கம் அஹ்மத் இபின் மஜீத்

போர்ச்சுகீசிய ஆராய்ச்சியாளர் வாஸ்கோடகாமாவுக்கு, ஆப்ரிக்காவிலிருந்து இந்தியாவிற்கு வருவதற்கான இந்தியப் பெருங்கடலின் அரபு வழித்தடங்களைக் குறிப்பிட்டவர் அஹ்மத் இபின் மஜீத்தான். மதுமயக்கத்தில் தானறிந்த வழித்தடங்களைக் கூறிவிட்டார் என்று யேமனி எழுத்தாளர் இவரைப் பற்றிக் குறிப்பிட்டது சர்ச்சைக்குள்ளானாலும் ராஸ் அல் கைமாவைச் சேர்ந்த இபின் மஜீத்தை ஓமானியர் என்று சொந்தம் கொண்டாடவும் செய்கிறார்கள். அதுமட்டுமல்ல, தனித்துவிடப்பட்டு தாயகம் திரும்ப விரும்பிய இந்தியர் ஒருவர்தான் வாஸ்கோடகாமாவுக்கு

வழிகாட்டியது என்றும் போர்ச்சுகீசியத் தரப்பின் எதிர்வினைகள் உண்டு. 1497 ஆம் ஆண்டு வாஸ்கோடகாமா தனது பயணத்தை ஆரம்பிக்கும் முன்னேயே இவர் பணி ஓய்வு பெற்றதும் இங்கே குறிப்பிடத்தக்கது. நுட்பமான அறிவுடன் இவர் எழுதிய புத்தகங்கள் பல மாலுமிகளின் கடினமான பயணங்களில் வழிகாட்டியாக அமைந்திருக்கின்றன. கடற்படை வீரர், கவிஞர், அறிஞராய் அறியப்பட்ட இவர், இன்றும் 'லயன் ஆப் த ஸீ' என்று பெருமையுடன் அழைக்கப்படுகின்றார்.

ஃபலாயா கோட்டை

மலைகளும் பனைவகைத் தோட்டங்களும் சூழ்ந்த இடத்தில் அமைந்துள்ளது ஃபலாயா கோட்டை. 18 ஆம் நூற்றாண்டில் கட்டப்பட்ட இந்தக் கோட்டையிலே, குவாசிம் ஆட்சியாளர்களுக்கும் பிரிட்டிஷ் / ஓமனி படைகளுக்கும் இடையே கிபி 1819 முதல் 1820 ஆம் ஆண்டு வரை நடைபெற்ற யுத்தத்தின் முடிவில், வளைகுடா நாடுகளின் ஷேக்குகளுக்கும் பிரிட்டிஷ் அரசாங்கத்திற்கும் இடையே சமாதான உடன்படிக்கை கையெழுத்திடப்பட்டது. சொல்லப்போனால் இன்றைய ஐக்கிய அரபு அமீரகம் என்ற ஏழு தேசங்களின் ஒருங்கிணைப்பு உருவாக ஃபலாயா கோட்டையின் கையெழுத்திடப்பட்ட உடன்படிக்கையே காரணம். நம்முடைய தமிழகக் கோயில்களின் உருவமைப்பை ஒத்த உயரமான கோபுர நுழைவாயிலும், குடியிருப்புகளும் கொண்ட கல்லாலான இக்கோட்டையில் ராஸ் அல் கை மாவின் ஆட்சியாளர்களான அல்குவாசிம் குடும்பத்தினர் பயன்படுத்திய பண்டையகால மசூதி ஒன்றும் அமைந்துள்ளது. இன்றைய பிரம்மாண்டமான கட்டடக் கலைகளிலிருந்து அந்நியப்பட்டு எளிமையின் அடையாளமாக இம்மசூதி விளங்குகிறது.

ரேக் செராமிகஸ்

வரலாற்றுக் குறிப்பில் ஜல்பர் என்று அழைக்கப்படும் ராஸ் அல் கைமாவிற்கு, உலகின் அரிதான மற்றும் பாரம்பரியமிக்க பீங்கான் பாத்திரத் தயாரிப்பில் முக்கிய இடம் உண்டு. அதுமட்டுமல்லாமல், அமீரகத்தில் 1970களில் துவங்கிய முதல் சிமெண்ட் தொழிற்சாலை, 1980களில் தொடங்கப்பட்ட ராஸ் அல் கைமா செராமிக்ஸ் பீங்கான் மட்பாண்ட தொழிற்சாலை என செராமிக் பொருட்களுக்கான உற்பத்தி சார்ந்த மூலப் பொருட்கள் அனைத்தையும் அவர்களுக்கு வாரி வழங்குவது 'அல்–ஹஜர்' என்னும் கருநிற மாமலையே.

அரபியில் 'ஹஜர்' என்றால் 'கடினப் பாறை' என்று பொருள். சுண்ணாம்புக் கல் தாமிரம் மற்றும் ஒபியோலைட்ஸ் போன்ற தாது வளம் நிறைந்து காணப்படும் இம்மலைத் தொடர் 2.58 மில்லியன் ஆண்டுகளுக்கு முன்பு, ஈரானிய நிலத்தட்டின் மீது (Iranian plate) அரேபிய நிலத்தட்டு (Arabian plate), ஏற்படுத்திய மோதலின் விளைவாக உருவானதாக ஆய்வாளர்கள் சொல்கிறார்கள். கனிம வளத்தின் அளவுக்கு 'ஜெபல் அக்தர்', 'ஜெபல் நகல்' மற்றும் சமைல் பள்ளத்தாக்கு (samail valley) ஆகிய செழிப்புமிக்க அடர் வனப் பகுதிகளும் இம்மலைத் தொடரில் அமைந்துள்ளன. மொத்தம் 500 கிமீ தூரம் கொண்ட இம்மலைத் தொடரின் மீதே அமீரகம் மற்றும் ஓமன் நாடுகளை இணைக்கும் பாதைகளும் அமைந்துள்ளன.

அமீரகத்தின் பிரசித்திபெற்ற நட்சத்திர உணவு விடுதிகளில் ராஸ் அல் கைமா தயாரிப்புகளான பீங்கான் தட்டுக்கள் மற்றும் குவளைகளுக்குத் தனி மதிப்பு உண்டு. இருளில் ஒளிரும் தன்மைகொண்ட ஜாடிகள், குடுவைகள் என விதவிதமான புதிய தயாரிப்புகளைச் சந்தையில் அறிமுகப்படுத்திக்கொண்டே இருக்கின்றார்கள். உலக அளவில் பீங்கான் தயாரிப்புகளுக்கு முக்கியத்துவம் பெற்ற சீனாவின் சந்தையை விஞ்சும் அளவுக்கு அல்ஜீரியா, மொராக்கோ, லிபியா, சிரியா உட்பட 160க்கும் மேற்பட்ட நாடுகளுக்கு இவை ஏற்றுமதி செய்யப்படுகின்றன. வடக்குப் பகுதியில் ஓமன் எல்லையையும், கிழக்கே ஹஜ்ஜர் மலைத் தொடரையும், மேற்கே பாரசீக வளைகுடாவுடனும், வரைபடங்களில் கூடாரம் போன்ற நிலப்பரப்பைக் கொண்டிருக்கும் ராஸ் அல் கைமாவின் தலைநகரின் பெயரும் அமீரகத்தின் பெயரும் ஒன்றுதான். மலை, கடல், பாலை, விவசாய நிலம், சதுப்பு நிலம் என்று பல வகையான நிலப்பரப்பைக் கொண்டிருக்கும் ராஸ் அல் கைமாவில் ஐக்கிய அரபு அமீரகத்தின் சிறப்பான மண் வளமும் மலை வளமும்கொண்ட கருங்குன்று நிலம் என்பதாலும் ஆண்டுதோறும் நல்ல மழைப்பொழிவைக் கொண்டிருப்பதாலும் மொத்த ஐக்கிய அரபு அமீரகத்திற்கே ராஸ் அல் கைமாவால் உணவு வழங்க முடிகின்றது. எண்ணெய் வளத்தில் பின்தங்கியிருந்தாலும் கருங்குன்றின் சுரங்கங்களில் இருந்து தாதுப் பொருட்களையும் பனைவகைத் தோட்டம் மற்றும் வேளாண் நிலங்களில் இருந்து உணவு உற்பத்தியையும் தன் தனிச்சிறப்பாகக் கொண்டிருக்கிறது.

16 ராஸ் அல் கைமா உள்ளும் புறமும்...

ராஸ் அல் கைமாவின் ஜெபல் ஜெயிஸ்தான் ஐக்கிய அரபு அமீரகத்திலேயே உயரமான மலை. கிட்டத்தட்ட 6345 அடி உயரம். மலைப் பாதையின் ரம்மியமான சூழ்நிலை, கற்கள், மணல், மலைகள், பள்ளத் தாக்குகளையும் தனி வாகனம் எடுத்துக்கொண்டு சுற்றிவரப் புறப்பட்டிருந்தோம். அமீரகத்தின் பெரு நகரங்களிலிருந்து விலகி வாழும் உள்ளூர் மக்கள் தங்களின் மலையடிவாரத்திலேயே சமைத்துச் சாப்பிட்டு ஆட்டம் பாட்டமென இயற்கையான பிரம்மாண்டத்தைக் கொண்டாடுகிற மனதைப் பெற்றிருக்கிறார்கள். மலையென்றால் செடி, கொடி, மரங்கள், ஹேர்பின் வளைவுகள் என்ற எதிர்ப்பார்த்த எங்களுக்கு ஜெபல் ஜெயிஸின் பிரம்மாண்ட கரும்பாறைக் குவியல் அடுக்குகள் ஆச்சர்யத்தைக் கொடுத்தன.

வண்டியின் மேற்கதவைத் திறந்து மலைப்பாதையின் வளைவுகளைக் காணொளியில் பதிவு செய்ய முயலும்போது, புறக்காற்றின் வேகம் எங்கள் காதுகளில் கர்ஜனை செய்துவிட்டுப் போனது. சாகச விரும்பிகள் தங்கள் பயிற்சியாளர்களுடன் செங்குத்து மலையேறிக் கொண்டிருக்க வண்டியை ஓரமாக நிறுத்திவிட்டு அவர்கள் மலையேற்றத்தை வேடிக்கை பார்த்தோம். பல ஆயிரமடி உயரத்தில் அவர்கள் முன்னேறிக் கொண்டிருக்கக் கீழிருந்த எங்களுக்கோ மனம் பதபதைத்தது. அதுமட்டுமில்லாமல் பள்ளத்தாக்கின் ஒருமுனையிலிருந்து மற்றொரு இடத்திற்குக் கம்பிகளின் வழியாகத் தொங்கிக்கொண்டு பயணிப்பவர்களின் சாகசங்கள் திரைப்படக் காட்சிகளை மிஞ்சியது.

சிப் லைன் சவாரி

2018 இல் உருவாக்கப்பட்ட 2832 மீட்டர் உயரத்திலிருந்து மணிக்கு 150 கிலோமீட்டர் வேகத்தில் பயணிக்கும் உலகின் மிக உயரமான சாகச சவாரியாய்த் தேடிச் சுற்றுலாப் பயணிகள் குவிந்து வருகின்றார்கள். மலை ஏற்றம் மட்டுமல்ல கோல்ஃப் விளையாட்டும் பைக் சவாரியும் கூட அங்கே பிரபலம். பயணிகளை விட ஓட்டுநர்கள் மலைப்பாதைச் சவாரியை மிகவும் விரும்புகின்றார்கள். புழுதிக்காற்று மண்ணைத் தூக்கி வாரும் மலை உச்சிக்கு மேலேயும் செங்குத்தான வழியில் சிலர் ஆர்வத்துடன் தங்கள் வண்டியை லாகவமாகவும், எச்சரிக்கையுடனும் ஓட்டிச் செல்கிறார்கள். பாலை

நிலத்தின் சீதோஷ்ண நிலையை மனதில் கொண்டு, ராஸ் அல் கைமா மலையேறினால், பேசும்போது வெளிப்படும் பனிப்புகையுடன், உடல் நடுங்க வைத்துவிடும் குளிர் அங்கு எங்களை வரவேற்றது. ஆம்! ஜெபல் ஜெயிஸ் மலை உச்சியில் இதுவரை அதிகபட்சமாக –5 டிகிரி செல்சியஸ் வரை குளிர் பதிவாகி இருக்கின்றது.

ஸ்டேர்வே டு ஹெவன்

ஜெபல் ஜெயிஸ் மலையும் உலகின் உயர்ந்த சவாரியும்

ராசல் கைமாவின் கடற்கரையோரத்தில் செங்குத்தான பாறைகள் நிறைந்திருக்கும் வாதி கலீலாவைப் 'பரலோகத்திற்குச் செல்லும் பாதை' என்று கொஞ்சம் மிரட்டலாகவே அறிமுகப்படுத்துகிறார்கள். 'ஸ்டேர்வே டு ஹெவன்' என்று சொல்லப்படும் இங்கே காற்றில் ஈரப் பதமும் வெப்பமும் அதிகம் என்பதால் உயிருக்கு ஆபத்தான வகையில் மலை ஏற்றம் புரிபவர்களைக் குறித்து இந்த வார்த்தை சொல்லப்பட்டதாம். ஆனால், உண்மையில் மலை உச்சியில் நாம் காணும் காட்சிகள் சொர்க்கத்துக்கு அழைத்துவரப் பட்டதைப்போலக் காணும் இடம் யாவும் அவ்வளவு ரம்மியமான சூழல் தென்படுகிறது.

கோஸ்ட் வில்லேஜ்

14 ஆம் நூற்றாண்டில் ஆட்சி செய்துகொண்டிருந்த சாய்ப் பழங்குடியினருடன் இணைந்த பழங்குடியின மக்கள் அல் ஜசிராத் அல் ஹம்ரா கிராமத்தை உருவாக்கியிருந்தார்கள். *1830* ஆம் ஆண்டில்

பல குடும்பங்கள் வசித்த இச்சிறு கிராமத்தில் பெரும்பாலான மக்கள் முத்துக் குளிப்பையும் மீன்பிடித்தொழிலையும் வாழ்வாதாரமாகக் கொண்டிருந்தார்கள். பவளப்பாறைக் கட்டமைப்புடன் கடலோரக் குடியேற்றத் தீவாக இருந்த இக்கிராமத்தில் இருபதாம் நூற்றாண்டில் மக்கள்தொகை சுமார் 2,000 ஆக உயர்ந்திருந்தது. ஆனால், அப்போதைய ராஸ் அல் கைமா ஆட்சியாளருடன் ஏற்பட்ட மனக்கசப்பில் அனைத்து மக்களும் ஒட்டுமொத்தமாக அபுதாபிக்குக் குடிபெயர்ந்து சென்றுவிட, இன்று தனித்துவிடப்பட்ட பேய்க் கிராமம் போலக் காட்சியளிக்கிறது அல் ஜசிராத் அல் ஹம்ரா.

அரபு மொழியில் 'சிவப்புத் தீவு' என்று பொருள்தரும் இக்கிராமத்தைச் சுற்றுலாவாசிகள் சென்று பார்வையிடும் விதத்தில், போக்குவரத்து வசதிகள் செய்துகொடுக்கப்பட்டுள்ளன. சரியாகச் சொன்னால் எண்ணெய் வளம் கண்டுபிடிக்கப்படும் முன்பு, அமீரக மக்களின் வாழ்க்கை முறையையும், அவர்கள் வாழ்ந்த வீடு, தெரு ஆகியவற்றின் தன்மையையும் தெரிந்துகொள்ள விரும்புபவர்கள் ராஸ் ஆல் கைமாவின் பேய்க் கிராமத்தை நோக்கித் தங்கள் பயணத்தைத் தொடரலாம்.

கோஸ்ட் வில்லேஜ்

அல் வஹாபியா

62 கி.மீ. தொலைவு வெள்ளை மணற் கடற்கரையைக் கொண்டிருக்கும் ராஸ் அல் கைமாவில் பனானா ரைட், வின்ட் சர்பிங், வேக் போர்டிங்க், பாடி போர்டிங்க் எனப் பொழுதுபோக்கு அம்சங்களுக்கான வசதிவாய்ப்புகள் நிறைந்து கிடக்கின்றன. தங்களது கலை மற்றும் நடனங்களிலும் தனித்துவங்களைக் கொண்டிருக்கிற ராஸ் அல் கைமா மக்கள் ஆடும் பிரத்யேக நடனத்துக்கு 'அல் வஹாபியா' எனப் பெயர் சூட்டியிருக்கிறார்கள். முதலில், பாடலை மூன்று பிரிவுகளாகப் பிரித்துக்கொள்கிறார்கள். டிரம்ஸ் வாசிக்கும் கலைஞர்கள் நடனம் ஆடும் குழுவினர்களுக்கு நடுவே நின்றுகொள்கிறார்கள். நடனமாடுபவர்களுள் ஒருவர் பாடலின் ஒரு வரியைப் பாட ஆரம்பிக்கின்றார். குழுவினர்கள் அனைவரும் அந்த வரியை மனனம் செய்யும் வரை திரும்பத் திரும்பப் பாடிக்கொண்டே இருக்கின்றார்கள். பாடலின் அடுத்த வரியை அவர் பாட ஆரம்பிக்க, குழுவினர்கள் அதைத் திரும்பப் பாடும் முறை தொடர்ந்துகொண்டே இருக்கின்றது. இதனூடாக நடனக் குழுவினர்கள் முன்னும் பின்னும் அசைந்து ஆடுகின்றார்கள். போர் முழக்கங்களை வீரர்களுக்கு அறிவிப்பதுபோல வாட்கள் மற்றும் துப்பாக்கிகளுடன் இந்நடனம் அரங்கேற்றப்படும்பொழுது வஹாபியா நடனக் கலைஞர்களுக்கு ஒரு ராஜ கம்பீரம் வந்துவிடுகிறது. பழமையான கலை வடிவங்களில் ஒன்றாகக் கருதப்படும் அல்வஹாபியா நடனம், ராஸ் அல் கைமாவின் விருந்து நாட்கள் மற்றும் திருமண நிகழ்சிகளில் மட்டுமே அதிகளவு நிகழ்த்தப்படுகின்றது.

தயாஹ் கோட்டை

ஏழாயிரம் ஆண்டுகளுக்கும் மேலான நிலவியல் வரலாற்றைத் தனக்குள் புதைத்து வைத்திருக்கும் ராஸ் அல் கைமாவில் கோட்டைகளுக்கும் குறைவில்லை. அவற்றில் பெரும்பாலானவை அரண்மனை, அருங்காட்சியகம், 18 வரலாற்றுக் கட்டடங்கள் என அதன் பழமை மாறாமல் இன்றும் பாதுகாக்கப்பட்டு வருகின்றன. இருந்தும் ஐக்கிய அரபு அமீரகத்தின் மலை உச்சியில் தற்பொழுது எஞ்சியிருக்கும் ஒரேயொரு கோட்டை 'தாயாஹ்' மலைக்கோட்டைதான். தற்போது ராஸ் அல் கைமாவை ஆட்சி செய்யும் அல் குவாசிம் குடும்பத்தினரால் 16 ஆம் நூற்றாண்டு காலகட்டத்தில் இக்கோட்டை கட்டப்பட்டிருக்கலாம் என்று கருதப்படுகிறது. மண்–செங்கல்லினால் ஆன தாயாஹ் கோட்டையின் நேரெதிர்த் திசைகளில் இரு கண்காணிப்புக் கோபுரங்கள்

அமைக்கப்பட்டிருந்தும் தண்ணீர்த் தேக்கம் உட்பட அடிப்படைக் கட்டமைப்பு ஏதும் சரியாக இல்லை. அதனால் பாதுகாப்பு மற்றும் குறுகிய கால ராணுவ நடவடிக்கைகளுக்கு மட்டுமே இக்கோட்டை பயன்பட்டிருக்கலாம் என்று கருதப்படுகின்றது. 1825 ஆம் ஆண்டில் ராஸ் அல் கைமா பழங்குடியினருக்கு எதிரான தாக்குதல்களின்போது செங்குத்தான மலையை அடைய ஆங்கிலேயப் படைகள் சிரமப்பட்டாலும் தங்களின் இரண்டு பீரங்கிக் குண்டுகளால் இம் மலைக்கோட்டையைக் குறிவைத்துத் தாக்கி, அங்கு பாதுகாப்பாக இருந்த பழங்குடியினரைச் சரணடையச் செய்திருக்கிறார்கள். பழைய கோட்டையின் எஞ்சிய சுவடுகளை மீண்டும் புனரமைத்து 1990 ஆம் ஆண்டில் பொதுமக்கள் பார்வைக்காகத் திறந்துவிடப்பட்டது.

சையத் கிராமம்

சையத் கிராமம் ராஸ் அல் கைமாவின் அல் பத்தீன் மாவட்டத்தில் அமைந்திருக்கிறது. புனித குர்ஆனில் தொடங்கி, எமிரேட்ஸ் மற்றும் அரேபிய தீபகற்பத்தின் வரலாறு, விஞ்ஞானம், புவியியல், அரசியல், இலக்கியம், சட்டம், பொருளாதாரம் என ஆங்கிலம் மற்றும் அரபி மொழியிலான 5000 க்கும் மேற்பட்ட புத்தகங்களைக் கொண்ட பெரிய நூலகம், துப்பாக்கி, பழைய ஆயுதங்களைக் காட்சிப்படுத்தியுள்ள அருங்காட்சியகம் நகைகள், கைவினைப் பொருட்கள், உலகின் பல்வேறு பகுதிகளிலிருந்தும் அமீரகத்திற்கு வழங்கப்பட்ட பரிசுகள், பழங்காலப் பொருட்கள், கழுத்தணிகள், சிகை அலங்காரப் பொருட்கள், பதக்கங்கள், கொள்கலன்கள், சுவர் அலங்காரப் பொருட்களைக் கொண்ட கண்காட்சி அரங்கங்கள் என மூன்று பிரிவுகளாகப் பிரிக்கப்பட்டிருக்கிறது சையத் கிராமம்.

ராஸ் அல் கைமாவின் முன்னாள் ஆட்சியாளர் ஷேக் சக்கர் பின் முகமது அல் காசிமி, தற்போதைய ஆட்சியாளர் ஷேக் சவுத் பின் சக்ர் அல் காஸ்மி மற்றும் அபுதாபியின் இளவரசர் மற்றும் ஐக்கிய அரபு அமீரகத்தின் ஆயுதப் படைகளின் துணைத் தலைமைத் தளபதி ஷேக் முகமது பின் சயத் அல் நஹியான் ஆகியோரின் பெயரை இந்தப் பிரிவுகளுக்குச் சூட்டியிருக்கிறார்கள். ஐக்கிய அரபு எமிரேட்ஸின் முன்னோர்கள் வசித்து வந்த பல்வேறு வகையான வீடுகளைத் தத்ரூபமாகக் காட்சிப்படுத்தியிருப்பது சையத் கிராமத்தின் சிறப்பம்சம்.

தேசிய அருங்காட்சியகம்

18 ஆம் நூற்றாண்டைச் சேர்ந்த ராஸ் அல் கைமாவின் பழைய கோட்டை, 1964 வரை அதன் ஆட்சியாளர்களான அல்குவாசிம் குடும்பத்தினரின் குடியிருப்பாகவும், பின்பு காவல் நிலையம் மற்றும் சிறை வளாகமாகவும் செயல்பட்டு, 1987 ஆம் ஆண்டு ராஸ் அல் கைமாவின் முதல் தேசிய அருங்காட்சியமாக மாற்றப்பட்டது. 1621 இல் போர்ச்சுகீசியர்களாலும், 1820 இல் ஆங்கிலேயர்களாலும் தாக்குதலுக்கு உள்ளாகி, பின்பு சீரமைக்கப்பட்ட இக்கோட்டையில் ராஜ குடும்பத்தினரும் முந்தைய குடியேற்றவாசிகளும் பயன்படுத்திய பாரம்பரிய ஆயுதங்களுடன் அமீரகக் கட்டிடக்கலை, முத்துக் குளிப்பு, பேரீட்சை வளர்ப்பு, விவசாயம், மீன்பிடிப்புடன், தொல்பொருளியல் பொருட்கள், ராஸ் அல் கைமா மற்றும் கிரேட் பிரிட்டன் ஆட்சியாளர்களிடையே கையெழுத்திடப்பட்ட பல்வேறு ஆவணங்கள், ஒப்பந்தங்கள், கையெழுத்துப் பிரதிகள், கற்கள், மங்கலான சிவப்பு நிற டெரக்கோட்டா தாழிகள், சிக்கலான வடிவமைப்பு கொண்ட மென் பாத்திரங்கள் ஆகியவை காட்சிக்கு வைக்கப்பட்டிருக்கின்றன. வெண்பவளப் பாறைக் கற்களால் கட்டப்பட்ட இக்கோட்டையின் உட்தளங்கள் கோடை காலத்தில் குளிர்ச்சியையும் குளிர்காலத்தில் இதமாக இருக்கும் தட்பவெப்பத்தையும் தரும் விதத்தில் உருவாக்கப்பட்டிருக்கிறது.

வாதி அல் பீ

ஐக்கிய அரபு அமீரகத்தின் பெரிய செங்குத்தான பள்ளத்தாக்கின் ஆழம் ஒரு கிலோமீட்டர். ஆம் நிச்சயமாக ஒரு கிலோமீட்டர் இருக்கும். எட்டிப் பார்த்தபோது அடிவயிற்றில் கவ்விய பயம் அதனை உறுதி செய்தது. ஹஜர் மலைத் தொடரில் இருந்து, ஓமன் வழியாகச் செல்லும் பாதையில் அமைந்திருக்கிறது 'வாதி அல் பீ' பள்ளத்தாக்கு. இப்பள்ளத்தாக்கில் இயற்கை அழகுடன் பழுப்புக் கீச்சான், பிணந்தின்னி, கதிர்குருவி, குண்டுக் கரிச்சான், காடை, கௌதாரி, பாடும் பறவை, வல்லூறு, கழுகுகள் என 141 இனவகைப் பறவைகளை இரசிக்க முடியும். அமீரகத்தில் இவ்வளவு பறவையினங்களா என்று நமக்கே ஒருவித ஆச்சர்யம் தொற்றிவிடும். ஆண்டுதோறும் இங்கு நடைபெறும் மராத்தான் தொடர் ஓட்டம் மிகப் பிரபலம். 'வாதி' என்பதற்குப் பள்ளத்தாக்கு என்றுதான் அரபியில் பொருள் சொல்கிறார்கள்.

தாவரங்களும் பறவைகளும்

வன்னி, வேலமரம் இரண்டும் ராஸ் அல் கைமாவின் பருவ நிலைக்கு ஏற்ற தாவரங்கள். குளிர்கால மழைக்குப் பிறகு, ராஸ் அல் கைமாவின் மலைகளில் ஊதா அல்லிகள், காட்டு ஐரிஸ் மற்றும் வெள்ளை டெய்ஸி மலர்கள் பூத்துக் குலுங்கிவிடும். ஆதாம் முதன்முதலில் பறித்துச் சாப்பிட்ட பழம் என்று நம்பப்படும் சிதார் இலந்தை மரமும் இங்கே காணப்படுகிறது. இதன் பூக்களில் உள்ள மகரந்தம் சிறந்த தேனீக்களை ஈர்ப்பதால் அவை உயர்ரகத் தேனை உற்பத்தி செய்யத் துவங்கிவிடுகின்றன. ராஸ் அல் கைமாவின் நிலப் பரப்பிற்கு ஏற்றவாறு அதன் பறவைகளும் வகைப்படுத்தப்பட்டு இருக்கின்றன. காடை, கௌதாரி, பாடும் பறவை, வல்லூறு, கழுகுகளை மலைப்பகுதிகளில் காண முடிகின்றது. வானம்பாடி, சிலம்பன்கள், அண்டங்காக்கைகளையும் பாலைகளில் பார்க்க முடியும். பனங்காடை, தேன்சிட்டுகள், பஞ்சுருட்டான், கொண்டாலத்தி, கிளிகளையும் தோட்டங்களில் காண முடிகின்றது. நீரில் நடக்கும் பறவை, உள்ளான்கள், ஆட்காட்டி குருவியினத்தைச் சேர்ந்த பறவை வகை, கொக்குகள், ஆலா, நாரைகள், நீர்க் காகங்கள் கடற்கரைகளில் நிறைந்து நிற்கின்றன.

விலங்குகள்

ஒட்டகங்கள், ஆடுகள், காட்டுக் கழுதைகள் ஆகியவை ராஸ் அல் கைமாவின் பாலூட்டிகளாக அணிவகுக்கின்றன. வனப்பகுதி அல்லது மலைகளில் வசிக்கும் விலங்குகள் இரவில் நடமாடுபவையாக இருந்தன. எலி வகைகளை அதிகமாகக் காண முடிகின்றது. நரிகள், வௌவால்கள், முயல்கள், அரிய வகை ஓரிக்ஸ், கசல் வகை மான்களையும் சில நேரங்களில் காடுகளில் காண முடிகின்றது.

ஆவாஃபி திருவிழா

டிசம்பர், சனவரி மாதங்களில் பாரம்பரிய உணவு, வாண வேடிக்கைகள், நடனத்துடன் நுழைவுக் கட்டணமின்றி மூன்று வாரங்கள் நடக்கும் ஆவாஃபி திருவிழாவால் ஐக்கிய அரபு அமீரகப் பாலைவனம் களைகட்டியிருக்கும். திறமை வாய்ந்த நான்கு சக்கர வாகன ஓட்டுநர்களின் போட்டிகளை மணல்மேடுகளில் காண்பதற்காகவே மக்கள்கூட்டம்கூட்டமாய் குடும்பத்துடன்சுற்றுலா வருவதுண்டு. டக் ஆப் வார், ஆர்ம் ரெஸ்ட்லிங்க், கால்பந்து மற்றும் ஆண்களின் உடற்கட்டுப் போட்டிகளுடன் கேன்சர் ஆராய்ச்சிக்காக வருடா வருடம் ஒட்டப் பந்தயங்களும் நடத்தப்படுகின்றன.

டொயோடா கார்களின் மிகப் பெரிய அணிவகுப்பு நடத்தப்பட்டு கின்னஸ் சாதனைகளில் இடம் பெற்றிருக்கின்றது. 2007 இல் உலகப் புகழ் பெற்ற வீரர்களை நெடுந்தூர மாரத்தான் ஓட்டப் போட்டியில் பங்கேற்கச் செய்து, உலக விளையாட்டு ஊடகங்களைத் திரும்பிப் பார்க்க வைத்த பெருமை ராஸ் அல் கைமாவிற்கு உண்டு.

17 அபுதாபி-மான்களின் தாயகம்

கடந்த காலத்தைத் தெரிந்துகொள்ளாதவனால் சிறந்த நிகழ்காலத்தையும் எதிர்காலத்தையும் உருவாக்க முடியாது.

– ஷேக் சயத் பின் சுல்தான் அல் நஹியான்
ஐக்கிய அரபு அமீரகத்தின் நிறுவனர்

மான்களின் தாயகம்

ம்லய் என்ற பூர்வீகப் பெயரைக் கொண்டிருக்கும் அபுதாபி, பாரசீக வளைகுடாவின் கடல் நீரையும், நகரைச் சுற்றியுள்ள உப்புச் சதுப்பு நிலத்தையும் குறிக்கின்றது. கசல்ஸ் வகை மான்களின் வசிப்பிடமே அபுதாபியின் பெயர்க் காரணமாக அமைந்திருக்கின்றது. 'மான்களின் தாயகம்' என்று பொருள் கற்பிக்கும் உம் தாபி என்ற பெயரே அபுதாபி என்று திரிந்ததாகவும் சொல்லப்படுகின்றது. லிவா சோலையைச் சேர்ந்த பெதோயின் வேட்டைக்காரர்கள் கசல் மானைத் துரத்தி வந்தபொழுது நீருற்றுடனான பகுதியை வந்தடைந்திருக்கின்றார்கள். அதைத் தங்கள் தலைவரான ஷேக் தியாப் பின் ஈசாவிற்குத் தெரிவிக்க அபுதாபியின் வரலாறு தொடங்கியது. அபு என்றால் தந்தை என்று பொருள். திப்பா என்ற சொல் கூட்டமான மான்களைக் குறிப்பிடும் பன்மைச் சொல். அபுதாபி என்ற சொல் 'ஃபாதர் ஆப் கசல்ஸ்' என்று அர்த்தம் கற்பிக்கின்றது. 1761 ஆம் ஆண்டு பனியாஸ் இன பெதோயின் பழங்குடி மக்கள் அபுதாபியில் குடியேறினார்கள்.1793 ஆம் ஆண்டு லிவா சோலையில் வசித்து அபுதாபிக்குக் குடிபெயர்ந்த அல்நஹியான் குடும்பத்தினர்தான் தற்பொழுது அபுதாபியை ஆட்சிசெய்து வரும் அரச குடும்பத்தினர்.

ஐக்கிய அரபு அமீரகத்தில் 86 சதவீத நிலப்பரப்பைக் கொண்டிருக்கும் அபுதாபி, ஒட்டு மொத்த அமீரகத்திற்கும் தலைநகரமாக விளங்குகின்றது. மற்ற அனைத்து அமீரகத்தை விடவும் ஆறு மடங்கு பரப்பளவுடன் சுமார் ஒன்றரை மில்லியன் மக்களைக் கொண்டிருக்கும் அபுதாபி மத்திய மேற்குக் கரையோரத்திலிருந்து பாரசீக வளைகுடாவிற்குள் நுழையும் ஜி வடிவ தீவில் அமைந்திருக்கின்றது. சௌதி அரபியா, ஓமன் மற்றும் பாரசீக வளைகுடாவை எல்லைகளாகக் கொண்டிருக்கும் அபுதாபியானது அமெரிக்கா, ஆப்ரிக்கா, ஆசிய, ஐரோப்பா போன்ற கண்டங்களுடன்

வர்த்தகம் புரிவதற்கான சரியான நிலப்பரப்பில் அமைந்திருப்பதால் உலகச் சந்தைக்கான சர்வதேச மையமாய் விளங்குகின்றது. ஃபெடரல் அரசாங்க அலுவலகங்கள், அரச குடும்பங்கள் மற்றும் தொழில், அரசியல் நடவடிக்கைகளின் மையமாக விளங்கும் அபுதாபி ஐக்கிய அரபு அமீரகத்தின் பொருளாதாரத்தில் மூன்றில் இரண்டு பங்கு வகிக்கின்றது. கட்டிடக்கலையில் சிறந்து விளங்கும் அபுதாபி நகரம் ஷேக் சயத் அவர்களின் வழிகாட்டுதலின்படி 1967 இல் ஜப்பானியக் கட்டிடக்கலை நிபுணரான டக்காஹஷியினால் வடிவமைக்கப்பட்டது.

40,000 மக்களைக் கொண்டு ஆரம்பமான அபுதாபியின் நாகரிகம் 600,000க்கும் மேலான மக்கள்தொகையுடன் நவீன நகரமாக மாறியிருக்கின்றது. மக்கள்தொகையில் 40% மக்கள் இந்தியர்கள்தான். 2000 க்கும் மேற்பட்ட பூங்காக்களைக் கொண்டிருக்கும் அபுதாபியில் லேக் பார்க் அதிகச் சுற்றுலாப் பயணிகளை ஈர்க்கின்றது. 200க்கு மேற்பட்ட தீவுகளைக் கொண்டிருக்கும் அபுதாபியின் கரையோரத்தின் நீளம் மட்டுமே 700 கிலோமீட்டரைத் தாண்டுகின்றது. உலகின் எண்ணெய் உற்பத்தியில் 9% பங்களிப்பும் , எரிவாயு உற்பத்தியில் 5% பங்களிக்கும் அபுதாபியின் இயற்கை வளம், ஐக்கிய அரபு அமீரகத்தின் எண்ணெய் உற்பத்தியில் 95 சதவீதமும், எரிவாயு உற்பத்தியில் 92 சதவீதமும் எனப் பங்கு வகிக்கின்றது. வருடத்திற்குத் தோராயமாக 93000 டன் பேரிச்சைகளை உற்பத்தி செய்யும் அபுதாபியில் 4 லட்சம் ஒட்டகங்களைக் காண முடியும். அபுதாபியில் வீட்டுவாடகை, வாழ்கையை நடத்துவதற்கான செலவு ஆகியவை மற்ற அமீரகத்தை விடவும் அதிகம் என்பதால் சம்பளம் கொஞ்சம் அதிகமாகக் கொடுக்கின்றார்கள். உலக நாடுகளில் அதிகம் செலவாகும் நாடுகளின் பட்டியலில் அபுதாபிக்கு 68 வது இடம். துபாயின் குறைந்தபட்சக் கட்டணமே 12 திராம்கள் இருக்க இங்கு வாடகை வண்டிகளில் குறைந்தபட்சக் கட்டணம் இல்லை. ஐக்கிய அமீரகத்திலேயே செல்வச் செழிப்பான அபுதாபியின் கொடி சிவப்புத் துண்டில் ஓர் ஓரத்தில் செவ்வகத்துண்டை வெட்டி எடுத்தது போல இருக்கும்.

அபுதாபி சர்வதேசப் புத்தகக் கண்காட்சி

1981 ஆம் ஆண்டில் மறைந்த மன்னர் ஷேக் சயீத் பின் சுல்தான் அல் நஹ்யன் அவர்களால் துவங்கப்பட்ட 'இஸ்லாமியப் புத்தகக் கண்காட்சி'' அபுதாபி சர்வதேசப் புத்தகக் கண்காட்சியாய் வளர்ச்சி அடைந்துள்ளது. மத்திய கிழக்கு மற்றும் வட ஆப்பிரிக்க நாடுகளின்

மத்தியில் வேகமாக வளர்ந்துவரும் அபுதாபி இன்டர்நேஷனல் புக் ஃபேர் (ADIBF) புத்தகக் கண்காட்சியில் சுமார் 65 நாடுகளிலிருந்து பங்கேற்கும் 1300 பதிப்பாளர்கள் 5 லட்சத்திற்கும் அதிகமான புத்தகங்களைக் காட்சிப்படுத்துகின்றார்கள். கிதாப் (KITAB) நாலட்ஜ் இன்ஃபர்மேசன் டெக்னாலஜி அன்ட் த அரபிக் புக்ஸ் , ஜெர்மனியின் ப்ராங்பர்ட் புத்தகக் கண்காட்சி அமைப்புடன் இணைந்து நடத்தும் நிகழ்ச்சியில் மொழிபெயர்ப்புக்கான கருத்தரங்குகளும் பயிற்சிப் பட்டறைகளும் நடத்தப்படுகின்றன. கிதாப் என்றால் இந்தியில் புத்தகம் என்று பொருள். 2019 ஆம் ஆண்டின் சிறப்பு விருந்தினராக அழைக்கப்பட்டிருக்கும் நாடு இந்தியா என்பதால் எதிர்பார்ப்பு அதிகரித்துள்ளது. ஒவ்வோர் வருடமும் ஒரு சிறந்த ஆளுமையைக் கொண்டாடும் வகையில் அரபுக் கவிஞர்களுள் முக்கியமான அல் முத்நபியைச் சிறப்பித்திருக்கின்றார்கள்.

புரட்சிக்கவிஞன்

அபு அத்–தயிப் அகமது இபின் அல் ஹுசைன் அல் முத்நபி, புத்தகத்தின் சிறப்பைப் பற்றிக் கவிதைகள் எழுதியிருக்கின்றார். இளமைக் காலத்தில் புத்தகங்கள் வாங்கப் பணம் இல்லாமல் மிகவும் சிரமப்பட்டுள்ளார். அதனால், தானே புத்தகங்கள் எழுதி அவற்றை எல்லா இடங்களுக்கும் எடுத்துச்சென்றிருக்கிறார். சிரியாவில் இவர் 9 வருடம் வாழ்ந்ததாகக் கருதப்படும் வீட்டை அருங்காட்சியகமாக மாற்றும் யோசனை, போரினால் நிறுத்திவைக்கப்பட்டுள்ளது. இவர் சிலருக்கு எதிராக எழுதிய புரட்சிக் கவிதைகளே இவருக்குக் காலனாய் மாறியது குறிப்பிடத்தக்கது.

கொடிகாத்த குமரன்

ஐக்கிய அரபு அமீரகம் உருவாக்கப்பட்டபின் உயிர்நீத்த முதல் வீரரான சலீம் சுஹைல் பின் கமிஸ் அவர்களின் நினைவுத் தினமான நவம்பர் 30 தியாகிகள் தினமாகக் கடைபிடிக்கப்படுகிறது.1971 ஆம் ஆண்டு துன்ப் தீவில் காவல் காத்துக்கொண்டிருந்த காவல் நிலையத்தின் ராஸ் அல் கைமா கொடியை தான் இறக்க மறுத்ததால் ஈரானியப் படையால் சுட்டுக் கொல்லப்பட்டு அங்கேயே புதைக்கப்பட்டிருக்கின்றார். ராஸ் அல் கைமாவின் ஆட்சிக்கு உட்பட்ட கிரேட்டர் துன்ப், லெஸ்ஸர் துன்ப், ஷார்ஜாவின் ஆட்சிக்கு உட்பட்ட அபு முசா தீவுகள் ஆகியவை இன்னும் இரானிய ஆக்கிரமிப்பில்தான் உள்ளன. வீரர்களின் தியாகத்தை நினைவு கூறும் வகையில் தியாகிகள் தினம் அரசு விடுமுறையாகச் சிறப்பிக்கப்பட்டு வருகின்றது.

வாகத் அல் கராமா

இராணுவ வீரர்களின் தியாகத்தைப் போற்றும்படி தியாகிகள் தினத்தன்று திறக்கப்பட்ட நினைவு மண்டபம்தான் வாகத் அல் கராமா. ஆங்கிலத்தில் 'ஒயாசிஸ் ஆஃப் டிக்னிடி' என்று பொருள் தருகின்றது. 1200 பேர் அமரும் திறந்த வெளி அரங்கிற்கு நடுவே உள்ள 15 மில்லி மீட்டர் ஆழமுடைய 'பூல் ஆஃப் இன்பினிட்டி' குளத்தைப் பாரம்பரிய பலாஜ் பாசன அமைப்பை மையமாகக்கொண்டு அமைத்திருக்கின்றார்கள். முடிவில்லா நீரூற்றானது வீரர்களின் நினைவுகள் முடிவற்றது என்பதைக் குறிக்கின்றது. இதில் தெரியும் ஷேக் சாயித் மசூதியின் பிரதிபலிப்பு இக்குளத்திற்கு மேலும் அழகூட்டுகின்றன. ஷேக் சயத் பின் சுல்தான் அல் நஹியான் மற்றும் அரச குடும்பத்தினரின் கவிதைகளும் மேற்கோள்களும் பொறிக்கப்பட்டிருக்கும் சாய்வான 31 அலுமினியத் தூண்கள் வீரர்களின் ஒற்றுமையையும் ஆதரவையும் குறிக்கின்றன. ஆயுதப் படைகளில் பயன்படுத்தப்பட்ட கவச வாகனங்களிலிருந்து கிடைத்த அலுமினியத் தகடுகளில் மறைந்த வீரர்களின் பெயர்களைப் பொறித்துக் காட்சிப்படுத்தப்பட்டுள்ள இடம் 'பெவிலியன் ஆஃப் ஹானர்' என்று அழைக்கப்படுகின்றது. ஏழு அமீரகத்தைக் குறிப்பிடும் ஏழு கண்ணாடிப் பேனல்களில் ஐக்கிய அரபு அமீரகத்தின் உறுதிமொழி பொறிக்கப்பட்டுள்ளது.

சாய்வு கோபுரமும்(கேப்பிடல் கேட் டவர்) தியாகத்திடலும்(வாகத் அல் கராமா)

கேப்பிடல் கேட் டவர்

பைசா நகரக் கோபுரத்தை விட 4 மடங்கு சாய்வான 160 மீட்டர் உயரமும் 35 தளங்களையும் கொண்ட கேப்பிடல் கேட் டவர் கின்னஸ் புத்தகத்தில் இடம் பிடித்துள்ளது. கோபுரத்தின் ஸ்பளாஸ் வளைவு வடிவம் கடல் அலைகள், பாலைவன மணற் தடங்களுடன் மணல் சுழலைக் குறிப்பிடுகின்றது. 18 டிகிரி சாய்வாகக் கட்டப்பட்டுள்ளதால் 'உலகின் மனித உருவாக்கத்திலான மெல்லிய சாய்ந்த கோபுரம்' என்ற பெருமையும் இதற்குண்டு. இக்கட்டிடத்தின் ஒவ்வொரு அறையும், 12, 500 கண்ணாடிகளும் மற்றொன்றைப் போல் அல்லாமலிருப்பது இதன் தனிச்சிறப்பு. ஈர்ப்பு விசையையும் காற்றின் அழுத்தத்தையும் சமாளிப்பதற்கு 100 அடி துளையிடப்பட்ட அடித்தளம் அமைத்திருக்கின்றார்கள்.

ஃபெர்ராரி வேல்டு

ஃபெர்ராரி வண்டியைக் கருப்பொருளாகக் கொண்டு உலகில் கட்டப்பட்டிருக்கும் முதல் அம்யூஸ்மன்ட் பார்க்கை அபுதாபியின் யாஸ் தீவில் பார்க்கலாம். 7 கால்பந்து மைதானப் பரப்பளவில் அமைந்திருக்கும் தீம் பார்க்கின் மேற்கூறையில்தான் உலகின் மிகப் பெரிய ஃபெராரியின் குதிரைச் சின்னம் பொறிக்கப்பட்டிருக்கின்றது. ஃபெராரி வாகனத்தின் உடற் பகுதி தாக்கத்தை மேற்கூரையின் வளைவுகளில் காண முடியும். இதன் உருவாக்கத்திற்குப் பயன்படுத்தப்பட்டிருக்கும் 12,370 டன் ஸ்டீல் என்பது ஈஃபில் டவரின் ஸ்டீல் பயன்பாட்டை விட இரண்டு மடங்கு அதிகம். உலகின் மிகப் பெரிய உள்ளரங்க தீம் பார்க்கை உருவாக்கியிருக்கும் அல்தார் ப்ராபர்டீஸ் பாலையின் வெப்பத்தையும் கண் கூச்சத்தையும் சமாளிக்க மெட்டல் மற்றும் கம்பிகளைப் பயன்படுத்தி இருக்கின்றார்கள். ஒரு நாளைக்கு 10, 000 மக்களின் வரவை எதிர்நோக்கும் பார்க்கில் 900 பணியாளர்கள் பணிபுரிகின்றார்கள். பண்டிகைக் கால நேரங்களில் தீம் பார்க்கைச் சுற்றிப் பார்க்க மாலை நேரங்களில் அனைவருக்கும் இலவச அனுமதி வழங்கப்படுவதுண்டு. நுழைவு வாயிலைப் பேரங்காடிக் கடைகளால் அலங்கரித்து வகையான பெராரி வண்டிகளையும் ஆங்காங்கே நிற்க வைத்திருக்கின்றார்கள். வயது வரம்புக்கு ஏற்ப நுழைவுச்சீட்டை வகைப்படுத்தி, எல்லாச் சவாரிகளிலும் எண்ணற்ற முறை பயணிக்கவும் வாய்ப்பளிக்கப்பட்டுள்ளது.

ரோலர் கோஸ்டர்கள்

உலகின் அதிவேகமான ரோலர் கோஸ்டரான ஃபார்முலா ரோசா சவாரிப் பயணித்தில் அதிவேகக் காற்று, பாலை மணல் மற்றும் பூச்சிகளிடமிருந்து கண்ணைப் பாதுகாக்கக் கண்ணாடிகளைக் கொடுத்தார்கள். உயரமானவர்களும், அகலமானவர்களும் ஒன்றரை நிமிடம் வயிற்றை உள்ளிழுத்தும் கால்களை மடக்கியும் அமர வேண்டியதாக இருந்தது. ஃபெராரி வண்டியாய் வடிவமைக்கப்பட்டிருந்த பெட்டி மணிக்கு 240 கிலோ மீட்டர் வேகத்தில் பறந்து காற்றைக் கிழித்துக்கொண்டு என்ற வாக்கியத்தின் அர்த்தத்தை உணர்த்தியது. முகத்தின் தசைகள் கிழியும் படி அசுர வேகத்தில் கீழே பாய்ந்தது. வளைவுப் பாதைகளில் ஆங்காங்கே வைக்கப்பட்டிருந்த புகைப்படக் கருவிகளில் எடுத்த புகைப்படங்களை அச்சிட்டுத் தர ஏற்பாடு செய்திருந்தார்கள். ரோலர் கோஸ்டர் சாயலிலேயே மொத்தம் மூன்று சவாரிகளை வடிவமைத்திருந்தார்கள். உலகின் அதிக வளைவுகளுடனான ப்ளையிங் ஏசஸ் ரோலர் கோஸ்டர் சவாரிக்கான காத்திருப்பை அதன் கலைநயம் மிக்க சுற்றுப்புறச் சூழலும் இனிமையாக்கியது.

குகைச் சுற்றுப்புற அரங்கில் குடும்பத்துடன் பெரிய பெட்டியில் அமர்ந்து கையில் லேசர் ஒளிமித் துப்பாக்கியுடன் திரையில் தெரியும் தீய சக்திகளைச் சுட்டு வீழ்த்தி மதிப்புப் புள்ளிகளைச் சம்பாதிக்கும் சவாரிகள் சிறுவர்களுக்கு மிகவும் பிடித்ததாக இருந்தது. ஒலி ஒளியுடன் கதாப் பாத்திரங்களும் மிருகங்களும் பேசுவதே குடும்பச் சவாரிகளுக்கு அடிப்படை. உயரத்தையும், வயதையும் கணக்கிட்டுச் சிறுவர்களைச் சவாரிகளுக்கு அனுமதித்தார்கள். சில சவாரிகளில் பெரியோரின் துணையைக் கட்டாயமாக்கி இருப்பதுடன் குறிப்பிட்ட நேரங்களில் மட்டுமே இயக்கினார்கள். இத்தாலி நாட்டைச் சுற்றிக் காண்பிக்கும் பெல் இடாலியா சவாரி முடியும்வரை அடுத்ததென்ன என்ற ஆர்வம் நீண்டுகொண்டே இருந்தது. வரிசையாகப் போடப்பட்டிருந்த இருக்கைகள் மேலே உயர வானில் பறந்து இத்தாலி நாட்டு மலை, இயற்கைக் காட்சிகள் என நகர அழகைச் சுற்றிப் பார்த்தோம். திரையில் ஓடுவது காட்சிகள் என்ற நினைப்பு துளியும் ஏற்படவில்லை. 40,000 மினியேச்சர் மரங்களை நட்டுச் சில பயணத்தை நிஜமாய் உணர வைத்திருந்தார்கள்.

அதே போன்று பெராரி வண்டியில் காடு, மலையை அதிவேகமாகச் சுற்றிக்காட்டும் பயணமானது உண்மை அனுபவத்திற்குக் குறைவில்லாமல் இருந்தது. இருக்கையில்தான் அமர்ந்திருக்கிறோமென்று தெரிந்தாலும் வண்டி மலையின் ஓரத்திலே சென்று சாகசங்கள் புரிய பதற்றம் அதிகரித்தது.

153 அபிநயா ஸ்ரீகாந்த்

பூங்காவின் அனைத்துச் சவாரிகளிலும் அமெரிக்கக் கேளிக்கைப் பூங்காக்களின் சாயலை உணர முடிந்தது. மாதிரி சிமுளேடர் ஃபெராரி வண்டிகளுக்கு இடையே நடக்கும் வாகனப் பந்தயத்தில் அதிகபட்சம் எட்டுப் பயணிகள் பங்கேற்கலாம். இருக்கும் இடத்திலிருந்தே வண்டியை ஓட்டினாலும் திரையின் வழியே சாலை ஓரத்திலுள்ள பலகையையெல்லாம் இடித்துத்தள்ள, பேரதிர்வையும் அடிகளையும் உணர முடிந்தது. ஃபெராரி வண்டிகள், அதன் உதிரிப் பாகங்கள், உடையை மையமாகக் கொண்ட அருங்காட்சியத்துடன் சிறுவர்களுக்கான பயிற்சிப் பள்ளிகள், மாதிரி ரேஸ்களையும் பார்வையிட்டு வரலாம்.

எஃப் ஒன் ரேஸ்

ஃபெராரி வேர்ல்டுக்கு அருகிலேயேதான் பார்முலா ஒன் பந்தய மைதானமும் அமைந்துள்ளது. உலகின் சிறந்த தொழில்நுட்பம் வாய்ந்த சுற்றுப் பாதையாகக் கருதப்படும் 5.5 கிமீ யாஸ்மரினா சர்க்யூட் 21 ஹெக்டேர் பரப்பளவில் 21 வளைவுகளைக் கொண்டுள்ளது. பெஃராரி பந்தய மைதானத்தின் நடுவே உள்ள ஐந்து நட்சத்திர விடுதி, உலகப் பந்தய மைதானத்திற்குள் இருக்கும் பெரிய நட்சத்திர விடுதியென்ற பெருமையைத் தட்டிச் சென்றிருக்கிறது. யாஸ் தீவிலுள்ள சொகுசு விடுதிகளிலும், ஆடுகளத்தின் நடுவிலிருக்கும் ஐந்து நட்சத்திர விடுதியிலும் விடுமுறை நாட்களைச் செலவிடவரும் கூட்டம் நாளுக்கு நாள் அதிகரித்துக்கொண்டே இருக்கின்றது.

ஃபெராரி வேர்ல்டும் யாஸ் வாட்டர் வேர்ல்டும்

யாஸ் வாட்டர் வேர்ல்ட்

கொளுத்தும் வெயிலைச் சமாளிக்க ஐக்கிய அரபு அமீரகம் உருவாக்கியிருக்கும் சிறந்த வாட்டர் பார்க்குகளில் அட்லாண்டிஸ் அக்வாவெஞ்சர், யாஸ் வாட்டர் வேர்ல்ட், புர்ஜ் அல் அராப் அருகேயிருக்கும் வொயில்வாடி வாட்டர் பார்க் ஆகியவற்றைக் குறிப்பிட்டுச் சொல்லலாம். வண்ணச் சறுக்குகளில் வழுக்கி வருவது, சறுக்குப் பலகையின் மேல் படுத்துச் சறுக்குவது, எட்டு வடிவப் படுக்கைகளில் பயணம் செய்வது என்று எல்லா தீம் பார்க்குகளிலும் ஒரே சவாரிகளைக் கொஞ்சம் மாற்றம் செய்து வடிவமைத்திருக்கின்றார்கள். தண்ணீரின் ஊடே செல்லும் ரோலர் கோஸ்ட்டர் இந்த வாட்டர் வேர்ல்டின் சிறப்பம்சம். செயற்கைக் கடல் அலைகளை ஏற்படுத்தி சாகசச் சவாரி செய்யவைக்கும் விளையாட்டு அரங்கமும் உண்டு. இணையக் காணொளிகளில் எல்லா சவாரி அனுபவங்களையும் சிறப்பாகவே படமாக்கி இருக்கின்றார்கள். ஐக்கிய அரபு நாட்டின் தற்காலிகக் குடியுரிமை உள்ளவர்களுக்குச் சலுகை கொடுக்கப்படுகின்றது. பேரங்காடிகள், வீட்டுப் பொருட்களுக்கான அய்கியா கடை, வார்னர் சகோதரர்களின் கதாப்பாத்திரங்களால் அமைக்கப்படும் மூன்றாவது பெரிய பார்க் என யாஸ் தீவு விரிவடைந்துகொண்டே செல்கின்றது. செயற்கையாய் வடிவமைக்கப்பட்ட யாஸ் தீவின் குழிப்பந்தாட்ட கோல்ஃப் மைதானம் உலகப் பிரசித்தம். பாராசூட் வழி சாகச விரும்பிகள் பறக்க, படகுகள் சீறிப் பாய்கின்ற காட்சிகளைப் பார்த்துக்கொண்டே யாஸ் தீவைக் கடக்கலாம்.

ஜெபல் தென்னா

வட அபுதாபியில் மலைகள் சூழ ஓடிய பழமையான நதி வற்றி, பாறைகளில் நீர் யானையின் தாடை, 8 மில்லியன் வருடப் பழமையான முதலையின் மண்டையோடு, யானையின் கடைவாய்ப் பல் போன்ற அசாதாரண படிமங்களைக் காண முடியும். ஐக்கிய அரபு தேசத்தின் உருவாக்கத்திற்கு முன்னேயே உருவாகியிருக்கும் பாறைப் படிமங்கள் பிரமிப்பை ஏற்படுத்தக் கூடியவை.

அல்வத்பா சதுப்பு நிலச் சரணாலயம்

சர்வதேச முக்கியத்துவம் வாய்ந்த 2,000 க்கும் அதிகமான நிலப் பகுதிகளில் ஒன்றாக அங்கீகரிக்கப்பட்டுள்ள சரணாலயம் 1998 ஆம் ஆண்டு ஷேக் சயீத் பின் சுல்தான் அல் நஹியானால் துவங்கப்பட்டது. நன்னீர் ஏரி, உப்பு நீர் ஏரி, மணல் மேடுகள், மரங்கள், புதர்கள், 3

அடி உயரமான பச்சைப் புற்கள் நிறைந்த 5 சதுர கிலோ மீட்டர் நிலப் பரப்பிலான சரணாலயத்தில் 4000 செந்நாரைகள், தட்டான் பூச்சிகள், தும்பி வகைகள், உள்ளான்கள், சிறிய உப்புக் குத்திகள், கழுகுகள், ஆள்காட்டிப் பறவைகள் என அனைத்தையும் பார்த்து இரசிக்க முடியும்.

18 அபுதாபியில் ஒரு பிரார்த்தனை

ஃபிலீஸ் தேநீர்

துபாயிலிருந்து அபுதாபிக்குச் செல்லும் பயணத்தை மம்சார் கடற்கரையில் கிடைக்கும் தித்திக்கும் ஏலக்காய் மணக்கும் ஃபிலீஸின் குங்குமப்பூ தேநீருடன் தொடங்கினோம். தென்னிந்தியர் அப்துல் ரஃபி ஃபிலீஸின் தேநீர்க் கடை பல கிளைகளுடன் ஐக்கிய அரபு அமீரகத்தில் பலரையும் தனக்கு நிரந்தர வாடிக்கையாளர்களாக்கி வைத்திருக்கின்றது. பள்ளியில் தனக்குச் சூட்டப்பட்ட ஃபிலீ என்ற பட்டப்பெயரைத் தனது கடைக்குச் சூட்டியிருப்பதுடன் அதைத் தன் பெயருடன் இணைத்து அதிகாரப் பூர்வமாக மாற்றி இருக்கின்றார் இதன் உரிமையாளர். அடுத்த பத்து வருடங்களில் ஸ்டார் பக்சின் வியாபாரத்தை மிஞ்சிவிடும் என்று எதிர்பார்க்கப்படுவதுடன் அஜ்மான், ஷார்ஜா என்று அமீரகத்தில் மட்டுமல்லாமல் கத்தார், பஹ்ரைன், சவுதி, இந்தியா, லண்டன் போன்ற பல நாடுகளிலும் தன் கிளைகளைப் பரப்பத் தயாராய் இருக்கின்றது. ஒவ்வொரு நாளும் *25,000* முதல் *30,000* கோப்பைகள் விற்கப்படும் தேநீர் நம்முடைய காஷ்மீர் தேநீரைப் போல் இருப்பதாகவும் சிலர் கூறுகின்றார்கள்.

எதிஹாட் ம்யூசியம்

1971 ஆம் ஆண்டு ஐக்கிய அரபு அமீரகம் உருவாவதற்குக் காரணமான உடன்படிக்கையைக் கையொப்பம் இட்ட பேனாக்களை ஒத்துக் கட்டப்பட்டிருக்கும் அருங்காட்சியகத்தைக் கனடாவைச் சேர்ந்த மோரியமா மற்றும் டெஷிமா கட்டிடக் குழுமம் நேர்த்தியாக வடிவமைத்திருக்கின்றார்கள். நூலகம், கல்வி மையம், கண்காட்சி அறை ஆகியவற்றைக் கொண்டிருக்கும் அருங்காட்சியகத்தில் பழங்கால பாஸ்போர்ட்கள், மன்னர்கள் உபயோகப்படுத்திய மோதிரங்கள், முகக் கண்ணாடிகள், பாக்கெட் கடிகாரங்கள், ஸ்டாம்புகள் கடிதங்கள் போன்ற அரிய பொருட்களைப் பார்த்துவிட்டு வரலாம்.

வட்டக் கட்டிடம்

அபுதாபி நகரின் அல் ரஹா கடற்கரையின் அருகேயுள்ள அல்தார் ப்ராபர்டீசின் தலைமைச் செயலகம்தான் ஐக்கிய அரபு அமீரகத்தின் முதல் வட்ட வடிவக் கட்டிடம். இதன் வட்ட வடிவ முழுமைத் தன்மை, ஒற்றுமையின் குறியீடாக விளங்குவதுடன்

அமீரகத்தின் முத்து வணிகத்தை நினைவுகொள்ளும் வகையில் சிப்பியின் வடிவத்தையும் குறிக்கின்றது. கிரேக்க மற்றும் ரோமனியர்களின் கட்டடக் கலையில் சில கோவில்கள் வட்ட வடிவில் கட்டப்பட்டிருக்கின்றன. 110 அடி உயரக் கட்டிடத்தில் 25 தளங்களுடன் கிழக்கு மேற்காக அமைந்திருக்கும் இக்கட்டிடத்தின் கண்ணாடிச் சாளரங்களில் தெரியும் சூர்ய உதயமும் அஸ்தமனமும் கொள்ளை அழகு. ஸ்டீல், கான்கிரீட், கண்ணாடி போன்ற மறுசுழற்சி செய்யக்கூடிய பொருட்களைக் கொண்டே இக்கட்டிடத்தை உருவாக்கியிருக்கின்றார்கள். டைமன்ட் வடிவ எஃகுக் கட்டமைப்புடனான டைகிரிட் அமைப்பினால் கட்டிடத்தின் அழகு கூடியிருக்கின்றது என்றே சொல்லலாம். ஸ்பெயின் மாநாட்டின் 'சிறந்த கட்டிடத்திற்கான விருது' இந்த காயின் பில்டிங்கிற்கு வழங்கப்பட்டிருக்கின்றது.

சேக் ஷாயித் மசூதியும் நாணயக் கட்டிடமும்

சேக் ஷாயித் மசூதி

உலகின் ஆறாவது பெரிய மசூதியான அபுதாபியின் சேக் ஷாயித் மசூதி 38 ஒப்பந்த நிறுவனங்களின் உழைப்பில் 1996 முதல் 2007 வரையிலானகால இடைவெளியில் தினமும் சுமார் 3000க்கும் மேலான தொழிலாளர்களின் கடின உழைப்பால் உருவாக்கப்பட்டுள்ளது. இஸ்லாமிய கட்டடக் கலையையும், கலாச்சாரப் பன்முகத் தன்மையையும் ஒன்றிணைக்கும் கனவு கண்ட ஐக்கிய அரபு அமீரகத்தின் தந்தை சேக் ஷாயித் பின் சுல்தான் அல் நஹியானின் பூத உடல் அபுதாபியின் மிகப் பெரிய மசூதிக்குப் பின்னேயே புதைக்கப்பட்டு இருக்கின்றது. பாரசீக மற்றும் முகலாயக் கட்டிடக் கலையின் தாக்கத்துடன் எகிப்தின் அலெக்ஸாண்ட்ரியாவிலுள்ள அபு அல்–அப்பாஸ் அல்–முர்சி மசூதியின் வடிவமைப்பை ஒத்து இது கட்டப்பட்டு இருக்கின்றது.

மொராக்கோ, எகிப்து, துருக்கி, கிரீஸ், இத்தாலி, ஜெர்மனி, ஆஸ்திரியா, நியூசிலாந்து, சீனா, இந்தியா, பாகிஸ்தான் போன்ற நாடுகளிலிருந்து பல்வேறு கட்டிடப் பொருட்களைக்கொண்டு வந்து மசூதியை உருவாக்கி இருக்கின்றார்கள். ஸ்தூபிகளின் அழகிய வடிவமைப்பானது மாம்லுக், ஒட்டமன் மற்றும் பேட்டிமிட் கட்டிடக்கலைப் பாணியை ஒத்திருக்கிறது. நியூசிலாந்து மற்றும் இரான் நாட்டின் மூலப்பொருட்களுடன் சுமார் 1200 கம்பளிப் பணியாளர்கள் இரண்டு வருடங்களாக உருவாக்கிய இரானிய நிறுவனத்தின் கம்பளம் மசூதியை அலங்கரிப்பதுடன் உலகின் மிகப் பெரிய கம்பளி என்ற பெருமையையும் இது தட்டிச் சென்றிருக்கின்றது. ஜெர்மனியிலிருந்து இறக்குமதியான ஸ்வரோவ்ஸ்கி படிகக் கிரிஸ்டல்கள் ஏழு சர விளக்குகளாய் அலங்கரிக்கின்றன. உலகின் மூன்றாவது பெரிய சர விளக்கு, உலக மசூதியிலிருக்கும் சர விளக்குகளுள் இரண்டாவது இடம் என்று அதன் பெருமைகளும் ஜொலிக்கத்தான் செய்கின்றன.

ஐக்கிய அரபு அமீரகத்தின் திறமையான கையெழுத்து நிபுணர்களுடன் சிரிய, ஜோர்டான் நிபுணர்களும் கைகோர்த்து இறைவனின் 99 பெயரைச் சுவர்களில் செதுக்கியிருக்கின்றார்கள். இரவிலும் பெயர்கள் புலப்பட ஃபைபர் ஆப்டிக் தொழில்நுட்பம் கையாளப்பட்டுள்ளது. நீண்ட வரிசைத் தூண்களை உடைய நடைபாதையின் அருகே தண்ணீர் நிரப்பிய குளம் மசூதியின் அழகைப் பிரதிபலிக்கின்றன. காலை வேளையைக் காட்டிலும் இரவு மஞ்சள் மின்விளக்கின் அலங்காரம் மசூதியின் அழகை எடுப்பாய்க்

காட்டுகின்றது. உலகின் மிகப் பெரிய பூ வேலைப்பாட்டுடனான மொசைக் பளிங்குச் சலவைக் கற்கள் மசூதியின் முற்றத்தில் வழுவழுவென வரவேற்கின்றன. 41,000 பேர் ஒரே நேரத்தில் அமர்ந்து தொழுகை செய்யும் வசதிகொண்ட பள்ளிவாசல், பெண்களுக்கென தனித்தொழுகை அறையை ஒதுக்கியிருக்கின்றது. மசூதியின் மெல்லிய உயர்ந்த கோபுரமான நான்கு ஸ்தூபிகளும் நான்கு மூலையில் தலை நிமிர்ந்திருக்க 7 வகையான அளவுகளில் 82 குவிமாடங்கள் பிரம்மாண்டத்தைப் பரப்பியிருக்கின்றன.

உடைக் கட்டுப்பாடு

அமீரக அடையாள அட்டையைப் பெற்றுக்கொண்டு பெண்களுக்குக் கருப்புப் பர்தாவை வழங்குகின்றார்கள். சுற்றுலாப் பயணிகள் பாஸ்போர்ட்டைக் காண்பித்து பர்தாவை வாங்கிக்கொள்கிறார்கள். சிறுமிகளும் பர்தா அணியும் விதிமுறை, தலையிலிருக்கும் முக்காடு சிறிது விலகினாலும் எச்சரிக்கும் பாதுகாவலர்கள் போன்றவற்றைக் கடுமையான உடைக் கட்டுப்பாட்டுக்கு உதாரணமாய்ச் சொல்லலாம். அமெரிக்கப் பாடகி ரெஹானாவும், செலீனா கோம்சும் மசூதி தெரியுமாறு ஒளிப்படம் எடுத்துச் சமூக வளைதளங்களில் பதிவிட்டு எவ்வாறு சர்ச்சைகளில் சிக்கிக்கொண்டார்கள் என்பதை வைத்து இதை கிரகித்துக்கொள்ள முடியும்.

அமீரகத் தேசிய வாகன அருங்காட்சியம் (ENAM)

அபுதாபியிலிருந்து 45 கிலோ மீட்டர் தொலைவிலுள்ள லிவா தீவு செல்லும் வழியில் அமைந்திருக்கும் ஃபுதைசி தீவில்தான் பிரமிட் வடிவ எமிரேட்ஸ் நேசனல் ஆட்டோ மியூசியம் அமைந்துள்ளது. அபுதாபி இளவரசர் ஷேக் ஹமத் பின் ஹம்தான் அல் நஹியான் அவர்களுக்குச் சொந்தமான 200 வகையான வண்டிகளும் அங்கு தான் காட்சிக்கு வைக்கப்பட்டிருக்கின்றன. விண்வெளியிலிருந்து பார்த்தால் கூடப் புலப்படும் வகையில் ஹம்தான் அவர்களின் பெயர் ஃபுதைசி தீவில் ஆங்கிலத்தில் பொறிக்கப்பட்டு பின்னர் சில காரணங்களால் அழிக்கப்பட்டது. வானவில் சின்னம் பொறிக்கப்பட்ட ஏழு நிற மெர்சிடிஸ் வண்டிகளைக் காட்சிப்படுத்தியிருப்பதாலேயே இவருக்கு ரெயின்போ ஷேக் என்ற பட்டப் பெயரும் உண்டு. ஸ்டார் வார்சின் பறக்கும் அரண்மனையை ஒத்திருக்கும் இங்குள்ள அமைப்பு உலகின் இரண்டு சக்கரங்களில் அமைந்துள்ள மிகப் பெரிய மொபைல் வீடாகக் கருதப்படுகின்றது.

ஹெலிகாப்டர், விண்டேஜ் கார்கள், உலக உருண்டை அமைப்பிலான மொபைல் வீடு, கின்னஸ் புத்தகத்தில் இடம்பிடித்த சிவப்புநிற இராட்சத வண்டியுடன், அரிய ஊர்திகள், சாதாரண ஊர்தியைக் காட்டிலும் 8 மடங்கு பெரிய ட்ரக் வண்டி என அணிவகுக்கும் அருங்காட்சியகம் பிரபல பிபிசி தொலைக்காட்சியின் டாப் கியர் நிகழ்ச்சியில் ஒளிபரப்பப்பட்டு இருக்கின்றது. உலகளவில் பார்த்துப் பார்த்துச் சேகரிக்கப்பட்ட வண்டிகள் அப்படியே காட்சிப்படுத்தப் பட்டிருந்தாலும் ஒருசில வண்டிகள் குளிர்சாதனப் பெட்டி, தொலைக்காட்சிப் பெட்டியுடன் மாற்றம் செய்யப்பட்டிருக்கின்றன. வாகனப் பட்டறையும் உள்ளேயே இருப்பதால் படுக்கை அறை, குளிப்பந்தாட்ட மைதானத்துடன் இருக்கும் வண்டிகளையும் பரவலாகக் காண முடிகிறது. பந்தய வண்டிகள், பழைய காலத்து அமெரிக்க ஐரோப்பிய லிமொசென்கள் அணிவகுக்கும் அருங்காட்சியகத்தை இரண்டு மணிநேரத்தில் சுற்றி வரலாம்.

லிவா பேரீட்சைத் திருவிழா

பாலைவனச் சோலையான லிவாவில் நடக்கும் நான்கு நாள் திருவிழாவில் பல நாடுகளிலிருந்தும் சுமார் 15, 000 மக்கள் கலந்து கொள்கின்றார்கள். பங்குபெறும் 2500 விவசாயிகளுக்கும் 5 மில்லியன் திராம்கள் மதிப்பிலான பரிசுகளை வெல்ல வாய்ப்பளிக்கப்படுகிறது. சிறந்த பேரீச்சைப் பழ வகைகளுக்கு மட்டுமல்லாமல் மாம்பழம் மற்றும் எலுமிச்சைப் பழ வகைகளுக்கும் போட்டிகள் நடத்தப்படுகின்றன. சுவை, வடிவம், அளவு, எடை மற்றும் வண்ணத்தை வைத்துத் தரம் பிரிக்கப்படும் பேரீச்சைகளுக்கு மட்டுமல்லாமல் அதிக எடை கொண்ட பேரீச்சை கிளைகளுக்கும் (106 கிலோ) பரிசுகள் வழங்கப்படுகின்றன. பரிசுகள் பெறுவதில் குடும்பங்களுக்கு உள்ளேயே ஆரோக்கியமான போட்டிகள் நடைபெறுவதால் வெளிநாடுகளில் கற்றுத் திரும்பும் இளைஞர்கள் விவசாயத்தில் பல பரிசோதனைகளை மேற்கொள்கின்றனர். திசு வளர்ப்பு முறையில் நோய்கள் தீண்டாத உயர்தரப் பேரீட்சைகள் உற்பத்தி செய்யப்பட்டு ஏற்றுமதி செய்யப்படுகின்றன.

பேரீச்சைகளில் பூச்சிக்கொல்லிகளின் தடம் தெரிந்தால் போட்டிகளிலிருந்து நிராகரிக்கப்படுகின்றன. பேரீச்சைகள் ஏலம் விடப்பட்டுக் கிடைக்கும் பணம் மன்னர் நுயிமி அவர்களின் அறக்கட்டளைக்கு வழங்கப்படுகின்றன. பேரீச்சைகள், பனை வகைகளின் வளர்ப்பு, பாசன அமைப்பு பற்றி விழிப்புணர்வு

ஏற்படுத்திச் சாகுபடியை அதிகரித்து அதன் பாதுகாப்பு மற்றும் முக்கியத்துவத்தை உணர்த்த ஆவணப்படங்கள் ஒளிபரப்பப்படுவதுடன் கருத்தரங்குகளும் பயிற்சிப் பட்டறைகளும் நடத்தப்படுகின்றன. பேரீச்சை மற்றும் பனை வகை மரங்களில் தயாரிக்கப்பட்ட கைவினைப் பொருட்களுடன், பாரம்பரியச் சந்தைகளையும் காட்சிப்படுத்தி இருக்கின்றார்கள். பார்வையாளர்களைக் கவர நாட்டுப்புற நடனங்கள், போட்டிகள், பாரம்பரிய இசை, பேரீச்சைகளினாலான இனிப்பு வகைகள் மற்றும் இராணுவ நிகழ்ச்சிகளுக்கு ஏற்பாடு செய்யப்பட்டிருக்கின்றது.

அமீரக மிருகக்காட்சிச் சாலை

1700 மிருகங்களுடன், ஜோடி வெள்ளைப் புலிகள், 31 வயதான 300 கிலோ எடையுள்ள சைபீரியக் கரடி, செந்நாரைப் பறவைகள், சிங்கம், சிறுத்தை, வரிக் குதிரைகள், ஒட்டகங்கள், முயல்கள், செம்மறியாடுகளைக் கொண்டதுதான் அமீரக மிருகக்காட்சிச் சாலை. செயற்கைக் குளிர் வசதி சீதோஷ்ண நிலை வெப்பத்திலிருந்து தப்பிக்க உதவி செய்தது. கடித்துவிடுமோ என்ற பயம் இருந்தாலும் புதிதாய்ப் பிறந்த புலிக் குட்டியைக் கையில் வாங்கியபோது பிறந்த குழந்தையைக் கையில் ஏந்திய மகிழ்ச்சி உண்டானது. குறிப்பிட்ட நேரத்தில் நடத்தப்பட்ட 20 நிமிடத் துள்ளலான கடற்சிங்க வேடிக்கைக் காட்சிகள் சிறப்பாய் இருந்தன. ஆப்ரிக்க நாட்டு கானா இசைக் கலைஞர்களுடன் விலங்குகளும் சேர்ந்து ஆடிப்பாட, வெள்ளிக்கிழமை மாலை 4 மணி அளவில் முதலைகள் உணவு உண்ணுவதைப் பார்க்கவே ஒரு கூட்டம் கூடியது. 1200 கிலோ எடையுடன் 5 மீட்டர் உயரமுள்ள ஒட்டகச் சிவிங்கிக்கு ஏணியில் ஏறி கை நிறைய தாவரங்களை அள்ளிக்கொடுக்கப் பலரும் வரிசையில் நின்றார்கள். மது, இராதாயென இந்திய யானைகள் நாங்கள் கொடுக்கும் உணவிற்காகவே எங்கள் கைகளை ஆர்வமுடன் பார்த்துக்கொண்டிருந்தன. விலங்குகளும் பறவைகளும் எத்தனை தடவை பார்த்தாலும் சலிக்காதவை என்பதை உணர்ந்த நாள் அன்று.

லோவர் அருங்காட்சியகம்

உலகக் கலைப் படைப்புகளைக் காட்சிப்படுத்தியிருக்கும் ஐக்கிய அரபு அமீரகத்தின் மிகப்பெரிய அருங்காட்சியகத்தை இரசித்துப் பார்க்க 100 நாட்களாவது தேவைப்படும். லியார்னாடோ டாவின்சி வரைந்த உலகின் விலையுயர்ந்த ஓவியமான ஏசு கிறிஸ்துவின் சால்வடார் மண்டியுடன் பிரபல படைப்பாளர்களின் கலைப்

படைப்புகளும் காட்சிப்படுத்தப்பட்டுள்ளன. மியூசியத்தின் தூண்கள் உட்கூரைக்கு அடியில் அமைந்துள்ளதால் கழுகுப் பார்வைகொண்டு பார்க்கும்பொழுது அருங்காட்சியகத்தின் கூரை தண்ணீரில் மிதப்பது போன்று தெரியும். எட்டடுக்குக் கூரையில் நான்கடுக்கு அலுமினியத்தாலும் நான்கு அடுக்கு 7500 டன் ஸ்டைன்லஸ் ஸ்டீலாலும் அமைக்கப்பட்டுள்ளது. நட்சத்திர வடிவங்கள் நிறைந்த கூரை சூரிய வெப்பத்தைக் கடத்தாமல் அதன் ஒளியை மட்டும் கடத்த, குவிமாடத்திலுள்ள பலவகையான துளைகளால் ஏற்படும் ஜால வித்தை 'ரெயின் ஆப் லைட்' என்று அழைக்கப்படுகின்றது. முந்தைய காலத்தில் பனை நார்களைக் கூரையாய்க் கொண்டிருந்தபொழுது ஏற்பட்ட ஒளிக் கீற்றுகளை அடிப்படையாக வைத்தே இந்த ப்ரத்யேகக் கட்டமைப்பு வடிவமைக்கப்பட்டுள்ளது.

அருங்காட்சியைச் சுற்றி அமைந்திருக்கும் புல்தரை சுற்றுப்புறத்தைக் குளிர்ச்சியாய் வைத்துக்கொள்கின்றது. பிரதிபலிக்கும் பொருட்களைக்கொண்டு கட்டமைக்கப்பட்டிருக்கும் அருங்காட்சியகத்தில் குழந்தைகளுக்கான அருங்காட்சியகமும் உண்டு. கட்டடக்கலையில் நோபல் பரிசாகக் கருதப்படும் பிறிட்ஸ்கர் பரிசை வென்ற ப்ரான்ஸ் நாட்டுக் கட்டமைப்பாளர் ஜேன் நூவெல் அரபிய பொறியியல் முறையான பலாஜ் நீர்ப்பாசன அமைப்பை இந்த அருங்காட்சியகத்தில் செயல்படுத்தி உள்ளார். 30 ஆண்டுகள் பாரிஸ் நகரப் பிரபல லூவ்வர் அருங்காட்சியகத்தின் பெயரைப் பயன்படுத்திக்கொள்ளும் பிராண்ட் உரிமை பல மில்லியன் டாலர்கள் கொடுத்து வாங்கப்பட்டுள்ளது. அபுதாபியில் அமைந்துள்ள ப்ரான்ஸ் நாட்டின் நிரந்தர இராணுவத் தளமும், அதன் கலை மற்றும் கலாச்சாரத்தைப் பிரதிபலிக்கும் அருங்காட்சியகமும் இருநாட்டிற்கிடையேயான இணக்கத்திற்குச் சான்று. மனித வரலாற்றில், நாகரீகம், பேரரசுகளின் பிறப்பு, மதம் மற்றும் வர்த்தகத்தைக் காட்சிப்படுத்தும் 600 பொருட்களில் 300 பொருட்கள் ப்ரான்சு நாட்டிலிருந்து கொண்டுவரப்பட்டவை. இடைக்காலத்தைச் சேர்ந்த பைபிளும், ஏமனைச் சேர்ந்த யூத போதனைகள் கொண்ட தோரா நூலுகமும் மத நல்லிணக்கத்திற்கு உதாரணமாகக் காட்சிப்படுத்தப்பட்டுள்ளது. அரபு மொழியில் 'சந்தோஷத்தீவு' என்று பொருள் தரும் சதியாத் தீவில் அமைந்துள்ள ம்யூசியத்தைப் பார்வையிட்டு வருபவர்கள் மகிழ்ச்சியுடன்தான் திரும்பி வருவார்கள் என்று நிச்சயமாகச் சொல்லலாம்.

வாகன அருங்காட்சியகமும் லாஸ்ட் எக்சிட்டும்

லாஸ்ட் எக்சிட்

அபுதாபியிலிருந்து துபாய்க்குச் செல்லும் சாலையில்தான் வண்டிகளைக் கருப்பொருளாகக் கொண்ட திறந்தவெளி உணவகம் உள்ளது. ஒன்றின் மீது ஒன்றாக அடுக்கப்பட்டிருந்த வண்ண எந்திர ஊர்திகளும், வண்டிகளுக்குள்ளே அமைந்திருந்த உணவகங்களும், சாலையில் பயணிப்போரையும் ஒருதடவை உள்ளே வந்து பார்க்கத் தூண்டியது. ஆக்சிலேட்டரை அமுக்குவது போலக் காலால் அமுக்கினால் தண்ணீர் வரும் அமைப்பு, உதிரி பாகங்கள், எந்திர வண்டிகளுக்கான கருவிகளைக் கொண்டு அலங்கரிக்கப்பட்ட அறைகளின் சுற்றுப்புறம் ஆகியவை என்றும் நினைவில் நிற்கக்கூடியவை.

19 மொட்டை மலையின் வெந்நீரூற்று

அல் எய்ன்

அபுதாபி, துபாய், அல்எய்ன் ஆகிய நகரங்கள் 150 கிலோமீட்டர் தூரம் இருக்கும் முக்கோணத்தின் எல்லைகள். பாரசீக வளைகுடாவின் 'கார்டன்சிட்டி' என்று அழைக்கப்படும் அல்எய்னில் மரங்கள், பூங்காக்கள், பாலைவனச் சோலைகளான ஒயாசிஸ்கள் அதிகமாகக் காணப்படுகின்றன. அரபியில் 'வசந்தம்', 'கண்' என்று பொருள்தரும் அல்எய்னின் பெயரை முக்கிய ப்ராண்டாகக் கொண்ட குடிதண்ணீர், பழச்சாறு, பால் போன்ற பொருட்கள் சந்தையில் பிரசித்தம். முதன் முதலாக ஸ்ப்ரே டிரை டெக்னாலஜி மூலம் ஒட்டகப்பால் மாவையும், ஒட்டகப்பாலிலிருந்து தயாரிக்கப்படும் ஐஸ்க்ரீமையும் உலகுக்கு அறிமுகப்படுத்திய பெருமை அல்எய்ன் நிறுவனத்தையே சேரும். செய்தித்தாள்களில் வரும் அறிவிப்பைப் பார்த்து விண்ணப்பித்தால் அல் எய்ன் பண்ணையைச் சுற்றிப் பார்க்கும் வாய்ப்பு கிடைக்கும்.

பாலைவன மண் பரப்பைத் தாண்டியே அல்எய்னை அடைய முடியும் என்பதால் சாலையோரங்களில் ஒட்டகப் பண்ணைகளைப் பார்க்கமுடியும். பிரபலமான அல் எய்ன் ஒட்டச் சந்தைக்கு வரும் சுற்றுலாப் பயணிகள் போட்டிகளில் பங்குபெற இருக்கும் ஒட்டகங்களுக்கு உணவு கொடுக்க ஆர்வம் காட்டுவதுண்டு. பயணத்தின்போது ஒட்டகத்தை இடித்துவிட்டால், பெரிய அபராதத் தொகையைக் கட்டும் தேசத்தில்தான் ஒட்டகக் கறி எளிதில் கிடைக்கும் உணவகங்களும் இருக்கின்றது. மாட்டுக்கறியை விடச் சற்று கடினமாக இருக்கும் ஒட்டக இறைச்சிகளை அங்காடிகளில் வாங்கலாம். ஒட்டகக் கறி சமைத்துத்தரும் உணவகங்களையும் பஸ்தாக்கியா பகுதிகளில் காண முடியும்.

ஒட்டகப் பந்தயம்

அமீரகத்தில் காணப்படும் ஒட்டகங்கள் ஒரு திமில் கொண்டவை. ஐக்கிய அரபு அமீரகத்தின் பிரபல விளையாட்டான ஒட்டகப் பந்தயத்தில் நூறாயிரக்கணக்கான திராம்கள் புழங்குவதுண்டு. பந்தயத்தில் ரொக்கப் பரிசை வெல்வதைவிடப் போட்டிகளில் வெல்வதயே உரிமையாளர்கள் பெருமையாய்க் கருதுகின்றார்கள். மூன்று வயதிலிருந்தே பயிற்சி கொடுக்கப்படும் ஒட்டகங்கள் 15 வயது வரை போட்டிகளில் ஈடுபடுத்தப்படுகின்றன. தேன், பேரீட்சை, நெய், பார்லி, முட்டை, குதிரை மசல் என்றழைக்கப்படும் அல்பல்பா

போன்ற போஷாக்கான உணவுகளால் ஊட்டம் அளிக்கப்படுகின்றன. சிறுவர்கள் ஜாக்கிகளாக இருந்த வழக்கத்தை மாற்றித் தற்பொழுது ரோபோட்களை உபயோகிக்கின்றார்கள். பந்தயப் பாதையின் அருகிலிருக்கும் பாதையில் நான்கு சக்கர வண்டிகளில் விரைந்து வருபவர்கள் ரோபோட் ஜாக்கிகளை இயக்குகின்றார்கள்.

தங்களது ஒட்டகங்களின் முன்னேற்றத்தில் மட்டுமே கவனம் செலுத்தினாலும் விபத்து ஏற்படாமல் பார்த்துக்கொள்கின்றார்கள். விறுவிறுப்பாக நடக்கும் போட்டிகள் இடைவெளி இல்லாமல் நடைபெறுகின்றன. துபாய் – அல் எய்ன் பாதைகளில் அக்டோபர் முதல் மார்ச் காலங்களில் நடக்கும் பந்தயங்களுக்கு அனுமதி இலவசம். பெப்ரவரி மாதம் நடத்தப்படும் துபாய் கேமல் ரேசிங் பெஸ்டிவல் மற்றும் நவம்பர் காலங்களில் கொண்டாடப்படும் அல் மர்மௌம் விழாக்கள் ஒட்டகப் பந்தயங்களைப் பார்ப்பதற்கான சிறந்த வாய்ப்பு. ஐக்கிய அரபு அமீரகத்திலேயே ஒட்டகங்கள் அதிகமாகக் காணப்படும் அல் எய்ன் பகுதியில் போட்டிகள் நடத்தப்பட்டு அழகான ஒட்டகங்களுக்குப் பரிசுகளும் வழங்கப்படுகின்றன. அதிகாலையில் பேரம் நடக்கும் ஒட்டகச் சந்தைகளைப் பார்வையிடும் சுற்றுலாப் பயணிகள் அவற்றுடன் புகைப்படங்கள் எடுத்துக்கொள்வதுடன் கறந்த ஒட்டகப்பாலை அப்படியே குடித்து மகிழ்கின்றார்கள்.

பெதோயின் பழங்குடியினர்

அரபியில் பாலைவனவாசிகள் என்ற பொருளை உணர்த்தும் ‘பாதாவியின்’ என்ற சொல்லே மருவி பெதோயின் ஆகியிருக்கின்றது. அரபு இன மக்களாக அறியப்படும் பெதோயின் இன மக்களுள் 1,80,000 பேர் தற்பொழுது விவசாயிகளாக, மேய்ப்பவர்களாக, முத்து எடுப்பவர்களாக வடஆப்ரிக்கா மற்றும் ஐக்கிய அரபு அமீரகப் பகுதிகளின் குடிசைகளிலும் கூடாரங்களிலும் வாழ்ந்து வருகின்றார்கள். விலங்குகளின் ரோமங்கள் மற்றும் தோல்களிலிருந்து செய்யப்பட்ட கூடாரங்களால் தட்பவெப்ப நிலையைச் சமாளித்திருக்கின்றார்கள். எண்ணெய் வளம் கண்டுபிடிக்கப்படும் முன்பு எளிமையான பாரிஸ்ட் ஹவுஸ், பனை நரம்புகளிலிருந்து தயாரிக்கப்பட்ட அரிஸ் வீடுகளில் வசித்து வந்தார்கள். அரிஸ் வகை வீடுகள் வெப்பத்தைச் சமாளிக்கும் வகையில் காற்றை அனுமதிக்கக் கூடியவை. வீடு மட்டுமல்லாமல் கூடை, பாய் போன்ற பல வீட்டுப் பொருட்களையும் பனைவகை ஓலைகளிலேயே உருவாக்கி இருக்கின்றார்கள். வழிகாட்டுவதற்கான ப்ரத்யேகக் கருவிகள்

இல்லை என்றாலும் சூர்ய உதயம், அஸ்தமனம், காற்றடிக்கும் திசையை வைத்து வழியைக் கண்டுபிடிக்கும் சாமர்த்தியம் பெற்றவர்கள். கால் தடங்களை வைத்தே மக்களின் பாலினத்தையும், விலங்குகளையும் அறிந்துகொண்டார்கள். செம்மறி ஆடு, வெள்ளாடு, ஒட்டகங்களுடன் நாடோடி வாழ்க்கையை மேற்கொண்ட மக்கள் தண்ணீர் கிடைக்காத சமயங்களில் தாகத்தைத் தணித்துக்கொள்ள ஒட்டகப்பாலை பயன்படுத்திக் கொண்டார்கள்.

பாலைவனத்தில் பேரீட்சைகளையும் ஒட்டகப்பாலையும் உணவாய்க் கொண்டவர்களுக்கு அரிசி உணவும் இறைச்சியும் கிடைக்கும் நாள் கொண்டாட்டமானது. மெசப்பட்டோமிய பகுதிகளில் (இராக்) கி.பி. 4000 ஆண்டு முதல் பேரீச்சைகள் பயிரிடப்பட்டு வருகின்றன. புரதம், நார், பொட்டாசியம், இரும்பு, சர்க்கரை மற்றும் கால்சியம் நிறைந்த சத்தான பேரீச்சைகள் கடுமையான சூழலில் வாழ்க்கை நடத்திய மக்களுக்குத் தேவையான ஊட்டச் சத்தை வழங்கி வருகிறது. சந்தைகளில் கிடைக்கும் பழங்களையும் காய்கறிகளையும் உணவாகக் கொண்டிருந்த மக்களுள் குழந்தை இறப்பு அதிகமாகவும் மக்களின் சராசரி ஆயுள் குறைவாகவும் இருந்தது. குறைந்த வயதிலேயே வயதான தோற்றத்தைக் கொண்டிருந்தார்கள். வெப்பம் குறைந்த ஓய்வு நாட்களில் வேட்டையாடுவதுடன் ஒட்டகப் பந்தயங்களிலும் தங்களை ஈடுபடுத்திக்கொண்டனர். சன்னி பிரிவைச் சேர்ந்த இம்மக்கள் அரபிமொழியுடன் தங்கள் பாரம்பரிய மொழியான பதாவியையும் பேசி மொழியைப் பாதுகாத்திருக்கின்றார்கள். பெரும்பாலும் தங்கள் இனக்குழுவிற்குள்ளேயே மணம் முடித்துக் கொண்டார்கள். விருந்தோம்பலுக்குப் பெயர்பெற்ற பெதோயின் இன மக்கள் பேரீச்சை, காபி கொடுத்து சுற்றுலாப் பயணிகளை அன்போடு வரவேற்பதுடன் அவர்கள் மனதிலும் இடம்பிடித்து விடுவார்கள்.

ஒட்டகப் பால்

மாட்டுப்பாலை விடத் திடமாகவும், இனிப்பாகவும் உள்ள ஒட்டகப் பால் அதிகளவு பொட்டாசியம், இரும்பு மற்றும் வைட்டமின் சி சத்துக்களால் நிறைந்திருக்கிறது. குறைந்த கொழுப்புச் சத்து மற்றும் லேக்டோஸ் அளவைக் கொண்டிருப்பதுடன் எலும்பு மற்றும் கண் பார்வையைப் பலப்படுத்தி நோய் எதிர்ப்புச் சக்தியை அதிகரிக்கின்றன. சிலர் ஒட்டகப் பாலில்தான் காபி, தேநீர் குடிப்பேன் என்று அடம்பிடிப்பதற்கான காரணம் இதுதான். ஒட்டகப் பாலின்

கொழுப்பிலிருந்து உற்பத்தி செய்யப்படும் க்ரீம்கள் முடியை மென்மையாக்குகின்றன. ஒட்டகப் பாலைச் சந்தைப்படுத்தும் கேமலைட் ப்ராண்ட் ஒட்டகப் பாலில் சாக்லேட் மற்றும் பலவிதமான பானங்களைத் தயாரிக்க முயற்சித்து வருகின்றது.

மாட்டுப் பால்

அல்எய்ன், அல்ரவாபி மாட்டுப் பாலுக்குப் பழகிப்போன குழந்தைகள் இந்தியாவிற்கு விடுமுறைக்குச் செல்லும்பொழுது அவர்களுக்கான பாலைச் சரக்குக் கப்பலில் அனுப்பி வைக்கும் அப்பாக்களை அமீரகத்தில் பார்த்திருக்கிறேன். பால் அதிகம் தரக்கூடிய கலவை இனப் பசுக்களை ஆண்டு முழுவதும் 25 டிகிரி தட்பவெப்பத்தில் வைத்து முதல் தர உணவு வகைகளைக் கொடுத்துப் பராமரிக்கின்றார்கள். கிருமிகளை அழித்துப் பதப்படுத்தப்பட்ட பால் பாதுகாப்பானது என்பதால் காய்ச்சத் தேவையில்லை. சாக்லேட், ஸ்ட்ரா பெர்ரி போன்ற சுவையுடனான மாட்டுப் பாலைப் பலரும் விரும்பிக் குடிக்கின்றார்கள்.

அல்எய்ன் மிருகக்காட்சிச் சாலை

1969ல் தொடங்கப்பட்ட 990 ஏக்கர் நிலப் பரப்பிலான மிருகக்காட்சி சாலையை நடந்து பார்வையிட, தனியாக வண்டியெடுத்துச் சுற்றிப்பார்க்க, ஆய்வுப் பயணம் செய்ய, எல்லா மக்களுடனும் சேர்ந்து வண்டியில் பயணம் செய்ய என்று பல வசதிகளை அளித்திருக்கிறார்கள். நுழைவு வாசலில் விற்கப்பட்ட ஸாஃப்ட் பொம்மைகள் தத்ரூபமானதாக இருந்தது. அமீரகத்தில் எங்கு சென்றாலும், கொடுக்கப்படும் வரைபடத்தை வைத்தே எந்த இடமும் விடுபடாமல் எல்லா இடங்களையும் பார்த்துவிடலாம். ஒட்டகச் சிவங்கிக்குக் கீரை, இலைதழைகளைக் கொடுக்க அனுமதி இருந்தது. அவற்றை அருகே அழைப்பதற்குப் பூஜைகளுக்கு உபயோகிக்கும் மணியையும் கொடுத்தார்கள். குழந்தைகள் மணியை ஆட்டி ஏணிகளிலேறி ஒட்டகச் சிவிங்கிகளுக்கு உணவளிக்க ஆவலாய் இருக்க, ஏற்கனவே பலர் உணவு கொடுத்துவிட்டதால் அது உண்ட மயக்கத்தில் தள்ளியே சுற்றித் திரிந்தது.

ஏக்கத்துடன் கையிலுள்ள இலை தழைகளை ஏமாற்றத்துடன் உள்ளேயே போட்டுச் சென்றார்கள். ஆங்காங்கே வைக்கப்பட்டிருந்த விளக்குகளை வைத்து இரவு நேரத்தில் வழியைக் கண்டுபிடித்துச் செல்வது காட்டிற்குள் பயணமாய் அமைந்தது. விலங்குகளுக்குக் காட்டில் வசிக்கும் இருப்பிடத்தை அமைத்துக்கொடுத்திருந்தார்கள்.

ஒவ்வொரு பெரிய பரப்பளவு கூண்டினுள்ளும் விலங்குகளைத் தேடித்தேடிப் பார்க்க பயம் தொற்றிக்கொண்டது. ஊழியர்களின் பயிற்சி நோக்கங்களுக்காகவும் மிருகங்களின் பாதுகாப்புத் திட்டங்களுக்காகவும் 2008 ஆம் ஆண்டு சாண்டியாகோ மிருகக்காட்சி சாலையுடன் செய்த ஒப்பந்தத்தை மேலும் 20 ஆண்டுகளுக்கு நீடித்திருக்கின்றார்கள்.இரவுப்பொழுதில் வாலற்ற குரங்கு, தீக்கோழி, இராட்சத ஆமைகள், வெள்ளைச் சிங்கங்களைப் பார்த்தாலும் மற்றொருமுறை வெளிச்சத்தில் பார்வையிட வேண்டும் என்று நினைத்துக்கொண்டோம். இராட்சத ஆமையின் மேல் தங்கள் இரண்டு வயது பிள்ளையை நிறுத்திச் சிலர் ஒளிப்படம் எடுத்துக்கொண்டிருந்தார்கள். ஆடு, ஒட்டகங்கள், வாத்து, கோழிகளுக்குக் குடும்பத்துடன் உணவுகொடுக்க வைத்துக் குழந்தைகளுக்கும் இயற்கை, மற்றும் விலங்குகளின் மேல் புரிதல் ஏற்படுத்துவதே அங்கிருந்த எலிசுபா பூங்காவின் குறிக்கோளாய் இருந்தது. வெயிலுக்குப் பயந்த வெள்ளைக் காண்டாமிருகம் தண்ணீரிலேயே சுகமாய் மூழ்கிக்கிடந்தது.

4000 உயிரினங்கலுள்ள மிருகக்காட்சி சாலையின், திறந்தவெளியில் வலையமைத்து மக்களையும் உள்ளே அனுப்பி அழகான பறவைகளுடன் ஒளிப்படங்கள் எடுக்க அத்தனை ஏற்பாடுகளும் செய்யப்பட்டு இருந்தன. நெடுநாளைக்கு முன் வாழ்ந்து மறைந்த டைனோசர்களைச் செயற்கையான முறையில் அமைத்து அதன் வாழ்வு, உணவுப் பழக்கங்களைவிளக்கியிருந்தார்கள். பல நாடுகளைச் சேர்ந்த ஊர்வன உயிரினங்களான பாம்பு, பல்லி, முதலைகளின் தனிப் பூங்கா, அச்சத்தைத் தந்தது. ஏற்கனவே மிருகக்காட்சி சாலைக்கு வந்திருந்தவர்கள் கூட இரவுநேரத்தில் வழியெது வாசலெது என்று தெரியாமல் விழித்துக்கொண்டிருந்தார்கள். இரவு 8 மணி வரை மிருகக்காட்சி சாலை திறந்திருந்தாலும் இரவுநேரம் அதிக வெளிச்சத்தால் விலங்குகளைத் துன்புறுத்தக் கூடாது என்பதற்காகவே குறைவான வெளிச்ச ஏற்பாடுகள் செய்யப்பட்டு இருக்கின்றது.

அல்ஜஹிலி கோட்டை

ஐக்கிய அரபு அமீரகத்தின் பெரிய கோட்டைகளுள் ஒன்றாகக் கார்டன் சிட்டியின் அல்ஜஹிலி கோட்டையைக் குறிப்பிடலாம். 1890களில் மன்னர்களின் ஓய்வு விடுதியாகக் கட்டப்பட்ட கோட்டை, பின்பு அரச குடும்பத்தினரின் வீடாக மாற்றம் பெற்று, 2008 ஆம் ஆண்டு முதல் மக்களின் பார்வைக்காகத் திறக்கப்பட்டிருக்கின்றது.

திருமணங்களில் காணப்படும் அடுக்கு கேக்குகளைப் போலக் காட்சியளிக்கும் கோட்டை 2016 ஆம் ஆண்டில் உலகின் மிகச்சிறந்த மண்ணினாலான கட்டுமானம் என்ற பெருமையுடன் டெர்ரா விருதைப் பெற்றுள்ளது. ஐந்து கண்டங்களில் இருந்து 45க்கும் மேற்பட்ட நாடுகள் கலந்துகொண்ட போட்டியில் 2010 ஆம் ஆண்டிற்கான சர்வதேசக் கட்டிடக்கலை விருதையும் தட்டிச்சென்று இருக்கின்றது. மண், செங்கல் கட்டமைப்பு குளிர்ச்சியை வழங்கினாலும் அதனை அதிகரிக்கச் சுவர்களுக்குள் குளிர்நீர் குழாய்கள் பதிக்கப்பட்டு இருக்கின்றன.

முபாரக் பின் லண்டன்

முபாரக் பின் லண்டன் (ஆசிர்வதிக்கப்பட்ட லண்டன்காரர்) என்று செல்லமாக அழைக்கப்படும் பிரபல பிரிட்டானிய பயண எழுத்தாளர் மற்றும் புகைப்படக்காரரான வில்ஃப்ரெட் தீஸிகருக்கும் அரபிய வளைகுடாவிற்கும் நெருக்கம் அதிகம். அவருக்கு மரியாதை செய்யும் வகையில் அவரது புகைப்படங்களை இக்கோட்டையில் கண்காட்சியாகக் காட்சிப்படுத்தியிருப்பதுடன் அவரைப் பற்றிய குறும்படம், பேட்டி, அவருடன் பயணம் செய்த பெதோயின் பழங்குடியினருடனான பேட்டியையும் காணொளியாக ஒளிபரப்புகின்றார்கள். ‘அரபியன் சான்ட்ஸ்’ என்ற இவரது புத்தகம் 1945 முதல் 1950 ஆம் ஆண்டில் எம்ப்டி குவார்டர் என்றழைக்கப்படும் உலகின் மிகப்பெரிய மணற்பரப்பான ரூப் அல் கலி பாலைவனத்தைக் கடந்த அனுபவங்களை விவரிக்கின்றன. இவரது தாத்தா இந்தியாவின் வைஸ்ராயாகப் பொறுப்பேற்றிருந்தார் என்பது கூடுதல் தகவல்.

ஜெபல் ஹபீத்

ஐக்கிய அரபு அமீரகத்திலேயே இரண்டாவது உயர்ந்த மலையான 1249 அடி உயர ஜெபல் ஹஃபீத் அல்எய்னில் உள்ளது. மலைப் பாதையில் மிதிவண்டிப் பயணம் செய்யும் பலரையும் பார்க்க முடியும். பகல் நேரத்தைவிட இரவு நேர விளக்குகளில் ஒளிரும் ஜெபல் ஹபீத், பூச்சிக்களை ஈர்க்கும் ஒளியாய் மக்களை ஈர்த்தது. ஓமன் எல்லையில் இருக்கும் ஜெபல் ஹபீத் மலையின் பெயரே ‘மொட்டை மலை’ என்று அர்த்தம் கற்பிக்கின்றது. அதிகக் குகைகளுடன், 5000 வருடங்களுக்கு முன்பான பவளப் பாறைகளில் படிமங்களை ஃபாசில்களாகக் கொண்டிருக்கும் மலை பல விலங்குகளுக்கும், பூச்சிகளுக்கும் இருப்பிடம் வழங்கி வந்துள்ளது. மலையடிவாரத்தில்

3200 – 2700 BCE காலத்துக் கல்லறைகளின் முத்துக்களும் மெசபடோமியப் பீங்கான்களும் கண்டுபிடிக்கப்பட்டிருக்கின்றன. இதன் பண்பாட்டுப் பாரம்பரியத்தை உணர்ந்த யுனெஸ்கோ இதனை அகழ்வாராய்ச்சித் தளமாக அறிவித்துள்ளது.

60 வளைவுகளுடன் மூன்று பாதைகளுள்ள மலைப் பாதையில் பயணிக்கும்போதே கீழே சதுரமான மின்னும் நகரத்தைப் பார்வையிட்டோம். ஏற்கனவே வரையறுக்கப்பட்ட நகரத்தில் குடியிருப்புகளும், தொழிற்சாலைகளும் மனம்போன போக்கில் காட்சி அளிக்காமல் வடிவாய்க் காட்சியளித்தது. மலைப் பாதையில் ஆங்காங்கே வண்டியை நிறுத்தி நின்று பார்ப்பதற்கென்று சில இடங்களைப் பிரத்யேகமாக அமைத்திருந்தார்கள். குளிர்காலத்தில் மக்கள் கும்பலாய் ஒலிப் பெருக்கியுடன், மொட்டை மலையின் மேல் ஆடல், பாடல், உணவு என்று அமர்க்களப்படுத்திக் கொண்டிருந்தார்கள். உலகின் நீண்ட தூரச் சவாரிகளுள் சிறந்த சாலையாகத் தேர்ந்தெடுக்கப்பட்டிருக்கும் இந்தச் சாலைகளில் உலகப் பிரபல சைக்கிள் விளையாட்டு வீரர்கள் ஜனவரி மாத மிதிவண்டிப் போட்டிகளில் பங்கேற்பது பிரசித்தம். மலையில் தங்குவதற்கு சொகுசு விடுதிகளும் இருக்கின்றன.

க்ரீன் முபசரா

பெயருக்கேற்றது போலவே இந்த இடம் மட்டும் பச்சைப் பசேலென்று காட்சியளிக்கும். மலையடிவாரத்தில் இயற்கையாகவே வெந்நீரூற்று உற்பத்தியாகிக் கொண்டிருக்கின்றது. வார விடுமுறைகளில் கூட்டமாக வரும் அரபு, பிலிப்பினோ, சூடானியக் குடும்பங்களின் சிறந்த சுற்றலாத் தளம். சுற்றுலாப் பயணிகளை அதிகரிக்க நீச்சல் குளங்களும் கட்டப்பட்டு இருக்கின்றது. அல் அய்னின் 5000 வருட வாழ்விற்கு அங்கிருந்த பலாஜ் என்னும் பண்டைய நீர்ப்பாசன முறையும் எண்ணற்ற நிலத்தடி நீரூற்றுகளும் சான்று. பச்சைப் பாசம் பிடித்திருக்கும் நீண்ட வெந்நீருற்று ஓடையில் லாகவமாகத்தான் இறங்க வேண்டும்.

ஹிலி ஃபன்சிட்டி

வார விடுமுறைகளில் ஒரு முழுநாளைச் செலவழிக்க ஹிலி ஃபன் சிட்டி ஏற்ற இடம். அல்எய்னின் ஹிலி ஃபன் சிட்டியில் குழந்தைகள் மட்டும், குடும்பத்தினர் அனைவரும், சாகச விரும்பிகள் மட்டும் பயணம் செய்யவென்று சவாரிகளைப் பலவழிகளில் பிரித்திருந்தார்கள். தலைகீழாய் நிற்கவைக்கும் சவாரி அனைவரின்

கவனத்தையும் ஈர்த்திருந்தது. 1990களில் பிரசித்திபெற்றிருந்த பொழுதுபோக்குப் பூங்கா கலை இழந்து காணப்பட்டது. பாழடைந்த பழைய இராட்டினங்கள் பல அங்குமிங்குமாய் இறைந்து கிடக்க, பூங்காவைச் சுற்றிப் பார்க்க என ஓர் இரயில் வண்டியை ஏற்பாடு செய்திருந்தார்கள்.

பூங்காவினுள் உள்ள இரயில் பயணத்தில் ஓட்டுநரும், நடத்துநரும் தமிழ்ப் பணியாளர்களாக இருந்ததால் சில இடங்களை எங்கு இறங்கிப் பார்வையிடவேண்டும் என்று வழிகாட்டினார்கள். பெரியோர்கள் துணையில்லாமல் வந்திருந்த சிறுவர் கூட்டங்கள் கைகால்களை நீட்டி மரம், செடி, கொடிகளைப் பிடித்து ஆட்டம் போட்டுக்கொண்டிருந்தார்கள். அரபுக் குழந்தைகளை அரட்ட முடியாது என்றாலும் ஓட்டுநரும், நடத்துநரும் இரண்டு மூன்று தடவை ஓடும் இரயிலை நிறுத்தி எச்சரிக்கை செய்துகொண்டு இருந்தார்கள். இராட்டினங்களில் பணிபுரியும் பல தமிழ்ப் பணியாளர்கள் சுமார் 8 முதல் 10 ஆண்டுகள் அந்தப் பூங்காவில்தான் பணிபுரிகிறார்கள் என்று தெரிய வர மனம் ஏனோ கனத்துவிட்டது. ஓட்டுநர்கள் இல்லா படகுச் சவாரியில் நமக்கு நாமே திட்டம்தான். ஆழம் சற்றுக்குறைவு என்றாலும் அச்சத்துடன்தான் பயணத்தை மேற்கொள்ள வேண்டியதாயிற்று.

பெரியவர்களின் துணை இல்லாமல் படகுச் சவாரிக்குச் சென்றிருந்த சிறுவர்களைப் பணியாளர்கள் பத்திரமாகக் கூட்டி வர வேண்டியதாகிவிட்டது. இடித்து விளையாடும் சிறு எந்திர வண்டிச் சவாரியில் யாரையும் இடிக்காமல் லாகவமாக ஓட்டிச் சென்றாலும் மற்றவர்கள் பாய்ந்து வந்து நம்மை இடித்து விளையாடுவதிலேயே குறியாய் இருந்தார்கள். மின்கலத்தில் இயங்கும் வண்டியை இயக்கத் தெரியாதவர்கள் வேகத்தைக் கூட்டவும் குறைக்கவும், வண்டியை நிறுத்த, திருப்ப, முன்னால் செல்ல, பின்னால் செல்ல என்று எந்த நடவடிக்கை எடுத்தாலும் தனக்குத்தானே வண்டியில் சுற்றி வட்டமிட்டுக் கொண்டிருந்தார்கள். அடுத்தடுத்த சவாரிகளுக்கு எப்படிச் செல்லவேண்டும் என்று தமிழ்ப் பணியாளர்கள் அக்கறையாய்க் கூறினார்கள். பனிச்சறுக்கு விளையாட, பழக எனச் சிறுவர், இளைஞர் கூட்டம் பனிச்சறுக்கு மைதானத்தில் குழுமியிருத்தது. பாலின பேதமில்லாமல் பிள்ளைகள் பனிச்சறுக்கு செய்யப் பனிச் சூழலை வழங்கும் தடையில்லாத மின்சாரத்தின் பொருட்செலவு கருத்தில்கொள்ள வேண்டியதாகத் தோன்றியது. வார நாட்களில் வருபவர்களுக்குச் சிறப்புச் சலுகைகளும் கொடுத்தனர்.

அல் ஐன் கிளாசிக் கார்கள் மியூசியம்

கார் காதலர்கள், பழங்கால ஆட்டோமொபைல் மீதான ஆர்வமுள்ளவர்கள் ஐக்கிய அரபு அமீரகத்தின் சிறந்த கார் மியூசியம் என்று கொண்டாடுகின்றார்கள். மக்கள் கார்களை வாடகைக்கு எடுத்துக் காட்சிப் படுத்திக்கொள்ளும் வாய்ப்பும் வழங்கப்படுகின்றது. கிளாசிக் ரோல்ஸ் ராய்ஸ் மற்றும் ஜாகுவார் வண்டிகளை நிச்சயம் பார்த்துவிட்டு வர வேண்டும். 2009 ஆம் ஆண்டு கார் ஆர்வலர் கேப்டன் ரஷித் முகமது அல் தமீமி அவர்களால் நிறுவப்பட்ட அல் ஐன் கிளாசிக் கார்கள் மியூசியம் நவம்பர் 2013 இல் புதிய இடத்திற்கு மாற்றப்பட்டது.

அரபியக் குதிரைகள்

தெற்குத் திசையின் காற்றைக் கொண்டு அல்லாவால் உருவாக்கப்பட்டது என்று நம்பப்படுவதுடன் அழகு, விசுவாசம், பலத்திற்குப் புகழ்பெற்ற திறமையான அரபிக் குதிரைகளை அபுதாபியில் அதிகளவில் காண முடியும். குளிர்காலத்தில் மதியம் அல்லது மாலை நேரங்களில் ஆண்டுதோறும் நடத்தப்படும் போட்டிகளைப் பார்வையிட அனுமதி இலவசம். அதிக அளவில் குதிரைப் பந்தயங்களை நடத்திய அல்ஐன் ஈக்வெஸ்ட்ரியன் கிளப் மற்றும் கோல்ஃப் கிளப் பல தேசிய மற்றும் சர்வதேச நிகழ்வுகளை நடத்தியுள்ளது.

பேல்கன்ரி

பாலைவன வாழ்க்கையில் வேட்டைக்கு உதவிய ராஜாளிப் பறவை தேசியச் சின்னமாகக் கொண்டாடப்படுகின்றது. ராஜாளிப் பறவைகளை வளர்ப்பதை இன்றும் சமூக அந்தஸ்தாகக் கருதுகின்றார்கள். இரண்டாயிரம் ஆண்டுகளுக்கும் மேலாகப் பின்பற்றப்பட்டுவரும் பாரம்பரிய விளையாட்டில் பொறுமையுடன் செயல்படும் பயிற்சியாளரே பறவையின் ஒத்துழைப்பைப் பெறுகின்றார். அமீரகத்தின் தந்தை ஷேக் சயத் பின் சுல்தான் அல்

நஹியான் ‘பேல்கன்ரி: எமது அரபு பாரம்பரியம்‘, என்ற தன் புத்தகத்தில் பறவைகளைப் பிடிக்கும் நுட்பங்களை விவரித்து இருக்கின்றார். நூல் கட்டப்பட்ட புறாவைக் குழிபறித்த தரையில் வைத்து மரங்களுக்குள் காத்திருக்கும் வேடுவர்கள் நூலை இயக்கி ராஜாளிகளைப் பிடித்து இருக்கின்றார்கள். விரித்திருக்கும் வலைகளில் புறாக்களைக் காண்பித்து ராஜாளியைச் சிக்கவைப்பது மற்றொரு முறை.

பயிற்சியாளர்களிடம் ஒப்படைக்கப்படும் பறவைகளுக்கென சிறப்பு இனப்பெருக்கம் மற்றும் வளர்ப்பு முறைகள் பின்பற்றப்படுகின்றன. தேசியத் தினக் கொண்டாட்டங்கள் மற்றும் பாரம்பரிய நிகழ்வுகளில் முக்கியப் பங்கு வகிக்கும் பேல்கன்ரி, இலக்கியம், இசையில் கவிதை, பாடல் மற்றும் கதைகளில் கொண்டாடப்பட்டுள்ளது. அதிகபட்சம் 75, 000 திராம்களுக்கு மதிப்புடைய பறவைகளின் காலில் ஜி.பி.எஸ் கருவி பொருத்துவது கட்டாயமாகக் கருதப்படுகின்றது.

ராஜாளி மருத்துவமனை

எமிரேட்டிகளின் செல்லப் பிராணிகளான ராஜாளியை அவர்களது அலுவலகங்களில் மட்டுமல்ல பாஸ்போர்ட்டுடன் பயணம் செய்யும் பிசினஸ் க்ளாஸ் பயணிகளாகவும் பார்க்கலாம். குழந்தைகளை விட அதிக அக்கறையுடன் குடும்ப உறுப்பினராகக் கவனித்துக்கொள்ளப்படும் பறவைகளுக்கான உலகின் மிகப்பெரிய ஃபால்கான் மருத்துவமனை அபுதாபி சர்வதேச விமான நிலையத்திற்கு அருகே கட்டப்பட்டு இருக்கின்றது. ஆண்டுக்குத் தோராயமாக 11,500 பறவைகளுக்குச் சிகிச்சை அளிக்கும் மருத்துவமனையின் தீவிரச் சிகிச்சைப் பிரிவு, கண் சிகிச்சைப் பிரிவு, அறுவை சிகிச்சைக்கான அறை, இன்குபேடர் அறைகளின் உயர்தர வசதிகளும், சிறப்பான சிகிச்சை முறைகளும் மனிதர்களுக்கான மருத்துவமனைகளுக்குச் சவால்விடும். அதீத அக்கறை என்று பலர் கருதினாலும் தங்களின் தேசத்தின் பெருமை மற்றும் பாரம்பரியத்தின் அடையாளமாக மதிக்கப்படும் ராஜாளிகளைக் காக்கப் பெரும் முயற்சி எடுத்து வருகின்றார்கள். 12 முதல் 15 ஆண்டுகள் என்று கணிக்கப்பட்டிருக்கும் ராஜாளிக்களின் ஆயுட்காலத்தை 18 முதல் 20 ஆண்டுகள் என்று மாற்றி அமைத்திருக்கின்றார்கள். 1999இல் ஆரம்பிக்கப்பட்ட மருத்துவமனை பல நாட்டு மருத்துவர்கள், மாணவர்களுக்குப் பயிற்சி அளிப்பதுடன் சுற்றுலாப் பயணிகளுக்கும் அனுமதி தருகிறது. குவைத், சவுதி அரபியா, பஹ்ரைன், கத்தார் போன்ற நாடுகளிலிருந்து பல பறவைகள் சிகிச்சைக்கு வந்து செல்வதும் இங்கு வழக்கம்.

ராஜாளி மருத்துவமனையும் ஜெபல் ஹபீத் வளைவுகளும்

பெதோயினர்களின் நண்பன்

பாலைப் பகுதிகளில் காணப்படும் 5000 வருடப் பாரம்பரியமிக்க சலுக்கி இனவகை நாய்கள் வேகம், புத்திக்கூர்மை, நன்றியுணர்வு மட்டுமல்லாமல் வேட்டைக்கும் புகழ்பெற்றவை. இதன் பூர்வீகம் யேமனில் உள்ள சலுக் நகரம் என்றும், முதன் முதலில் யேமனைச் சேர்ந்த பனி சலுக் பழங்குடியினர்கள் இவற்றைப் பழக்கப்படுத்தியிருப்பதால் இப்பெயர் வந்திருக்கலாம் என்றும் கருதப்படுகின்றது. இராஜாளிப் பறவையுடன் இரண்டு முதல் ஆறு வேட்டை நாய்களை எமிரேட்டிகள் வேட்டைக்கு அழைத்துப் போகின்றார்கள். பல கிலோமீட்டர் தூரத்திலுள்ள இரையை வீழ்த்த இராஜாளிப் பறவையைப் பழக்கப்படித்தியிருப்பவர்கள் வீழ்ந்த இரையைப் பிடிப்பதற்குச் சலுக்கி நாய்களுக்குப் பயிற்சி அளித்திருக்கின்றார்கள். வேட்டைக்காரர்கள் தங்கள் குதிரைகளிலோ ஒட்டகங்களிலோ சென்று இலக்கை அடைவதுண்டு. கார்களுக்குப் பின்னால் ஒரு மணி நேரத்திற்கு 75 கிலோமீட்டர் வேகத்தில் ஓடும் ஆற்றல் பெற்ற சலுக்கி இன நாய்களின் வளர்ச்சிக்கும் இனப்பெருக்கத்திற்கும் உலகின் பரந்த நிலப்பரப்பான ரூப் அல் காலி

175 அபிநயா ஸ்ரீகாந்த்

பாலை நிலம், வலுவான வேட்டை நிலப் பகுதியாக விளங்குகிறது. தோராயமாக 26 கிலோ எடையிருக்கும் வளர்ந்த சலுக்கி நாய்களின் தோல்கள் மற்றும் ரோமங்களை வைத்து அவை இரண்டு வகையாகப் பிரிக்கப்படுகின்றன.

அரபிய சலுக்கி நிலையம்

அபுதாபி சர்வதேச விமான நிலையத்திற்கு அருகாமையில் 2001 ஆம் ஆண்டு அமைக்கப்பட்ட சலுக்கி மையங்கள் வேட்டை, பயிற்சி மற்றும் இனப் பெருக்கத்திற்கான சூழலை வழங்குவதுடன் பாலைவன மரபுகளைச் சுற்றுலாப் பயணியர் அறிந்துகொள்ளவும் உதவுகின்றன. அவற்றைச் சிறந்த முறையில் பாதுகாக்கச் சலுக்கி உரிமையாளர்களுக்கு அதன் மருத்துவப் பராமரிப்பு, பயிற்சி, இனப்பெருக்கம், விலங்குப் பதிவு பற்றிய புரிதல்கள் ஏற்படுத்தப்படுகின்றன. நடத்தப்படும் அழகுப் போட்டிகளில் வெளிப்புறத் தோற்றத்திற்கு மட்டுமே முக்கியத்துவம் கொடுக்காமல் அதன் நுண்ணறிவு, காவல் காக்கும் திறன், வேட்டையாடும் திறமையை ஆராய்ந்தும் பரிசுகள் வழங்கப்படுகின்றன.

க்ரீன் முபசராவும்
சலுக்கி நண்பனும்

அல் சடு

பெதோயின் இனப் பெண்கள் பின்பற்றும் எம்பிராய்டரி வகையிலான பண்டைய நெசவு முறைத்தொழிலே அல்சடு. தாவர விதைகள், முட்கள், தூசி, மண்ணிலிருந்து ஆடு, செம்மறி ஆடு, ஒட்டகங்களின் ரோமங்களைப் பிரிக்கக் களிமண், சாம்பல், சோப்பு, சிறப்பு அல்சடு தூள் சோப்பைப் பயன்படுத்திச் சூடான அல்லது குளிர்ந்த நீரில் மூன்று முறை அலசிச் சுத்தம் செய்கின்றார்கள். அதனைச் சுழலில் சுற்றி வைத்து உள்ளூர் தாவரங்கள் மற்றும் மசாலாப் பொருட்களான மருதாணி, மஞ்சள், குங்குமப்பூ, கற்றாழை மற்றும் இண்டிகோ போன்றவற்றைப் பயன்படுத்தி வண்ணங்கள் ஏற்படுத்துகின்றார்கள். பனை, இலந்தை மரக்கட்டைகளில் தறிகளை உருவாக்கிக் கருப்பு, வெள்ளை, பழுப்பு, காவி மற்றும் சிவப்பு நிறங்களில் ஆடை, ஒட்டகம் மற்றும் குதிரைகளுக்கான அலங்காரப் பொருட்கள், பெதோயின் கூடாரங்கள், மஜ்லிஸ் வகை மெத்தைத் தலையணைகள், தரை விரிப்புகள், கம்பளிகள், போர்வைகள், பாய்களை உருவாக்குகின்றார்கள். சிறு குழுக்களாக அமர்ந்து நெசவு செய்யும் பெண்கள், குடும்பச் செய்திகளைப் பரிமாறிக்கொண்டு அல் தக்ரூடா கவிதைகள் சொல்வதை வழக்கமாய் வைத்திருக்கின்றார்கள். பல டிசைன்களையும், வடிவங்களையும் பின்பற்றும் நுட்பமான கலையை இளம் பெண்களுக்கும் கற்றுக்கொடுத்துத் தங்கள் கலை அழியாமல் பார்த்துக்கொள்கின்றார்கள். 2011ம் ஆண்டு யுனெஸ்கோவின் பாதுகாக்கப்பட வேண்டிய கலாச்சார மரபுப் பட்டியலில் இடம்பிடித்துள்ள அல் சடு தற்பொழுது புதுமையான நுட்பங்களுடன் பாரம்பரியத் தயாரிப்புகளையும் உற்பத்தி செய்து வருகின்றது.

20 உம் அல் குவைம்-இரு சக்திகளின் தாய்

'இரு சக்திகளின் தாய்' என்ற அர்த்தம் கர்ப்பிக்கும் உம் அல் குவைன் அதன் கடல் வழி வணிகப் பாரம்பரியத்தைக் குறிக்கின்றது. உம் அல் குவைம் என்ற பெயருக்கு இரும்பு என்றும் பொருள். ஆட்சியாளர் 100 துப்பாக்கிகளை வைத்திருப்பார் என்பதையே இப்பெயர் உணர்த்துகின்றது என்று பலரும் கூறுவதுண்டு. 200 வருடங்களுக்கு முன் அல்அலி பழங்குடியினர் தண்ணீர்த் தேவைக்காக அல் சின்னியா தீவிலிருந்து உம் அல் குவைமுக்குத் தங்கள் தலைநகரத்தை மாற்ற, உம் அல் குவைனின் நவீன வரலாறு தொடங்கியது. அல் அலி பழங்குடியினரின் வழித்தோன்றலாகிய முல்லா குடும்பத்தினரே உம்அல் குவைமுக்கு முதலில் குடியேறி 1775 ஆம் ஆண்டு முதல் இன்று வரையிலும் ஆட்சி செய்து வருகின்றார்கள். தென்மேற்கில் சார்ஜாவையும் , வடகிழக்கில் ராசல்கைமாவையும் கொண்டிருக்கும் உம் அல் குவைன், கோர் அல் பிதியாவின் குறுகிய தீபகற்பத்திற்கு நடுவே அமைந்திருக்கின்றது. இங்கு கிடைக்கும் மீன்கள் உம் அல் குவைனின் வருவாய்க்கு முக்கியப் பங்களிப்பதுடன் மத்திய கிழக்கு, ஐரோப்பிய நாடுகளுக்கும் ஏற்றுமதி செய்யப்படுகின்றன. உம் அல் குவைமின் கடற்கரையோரத்தில் உள்ள பலாஜ் அல் மௌலா ஓர் ஒயாசிஸ் பகுதி. இங்கு நிறுவப்பட்டிருக்கும் ஐக்கிய அரபு அமீரகத்தின் முதல் கோழிப்பண்ணை, கோழி இறைச்சி, முட்டையை உள்ளூர் சந்தைக்கு அனுப்பி வைக்கின்றது. வளமான நிலப்பரப்பிற்கு அங்கு அமைந்திருக்கும் நல்ல தண்ணீர் ஊற்றே முக்கியக் காரணம்.

பகூத் டவர்

உம் அல் குவைம் கோட்டைக்கு அருகில் அமைந்துள்ள பகூத் டவர் கடற்பயணம் மேற்கொள்ளும் கப்பல்களின் கலங்கரை விளக்கம். பளபளப்பான கடல்கற்கள், சுண்ணச் சாந்து, சரூஜ், சந்தனமரக் கட்டைகளால் கட்டப்பட்டுள்ளது. வைக்கோல், களிமண், சுண்ணாம்பு கலந்து நீர் உறிஞ்சாக் காரையான சரூஜ் இரானியக் கட்டமைப்புகளில் பயன்படுத்தப்பட்டுள்ளது குறிப்பிடத்தக்கது. கலவைக்குத் தேவையான தண்ணீரைக் குறைக்க முட்டையின் வெள்ளைக்கரு பயன்படுத்தப்பட்டுள்ளது. இரண்டடுக்குக் கோபுரத்திற்குச் செல்ல படிக்கட்டுகள் இல்லை. கயிறுகள் வழியாகத்தான் ஏறி இறங்க வேண்டும்.

டிரீம்லாண்ட் அக்வா பார்க்

ஐக்கிய அரபு அமீரகத்தின் பெரிய தண்ணீர்ப் பூங்காவான டிரீம்லாண்ட் அஃகுவாவை 1997ல் முல்லா அரசக் குடும்பத்தினர் ஆரம்பித்தார்கள். 62 ஏக்கர் நிலப்பரப்பில் தோட்டங்கள், 30 வகையான சாகச சவாரிகளைக் கொண்டிருக்கும் பார்க்கிற்குத் துபாயிலிருந்து 40 நிமிடங்களில் சென்றுவிடலாம். வருடம் முழுவதும் இயங்கும் பூங்கா தினமும் பத்தாயிரம் சுற்றுலாப் பயணிகளை வரவேற்கத் தயாராக இருக்கின்றது.

துருக்கியுடனான ஒற்றுமை

இடது பக்கம் செங்குத்தான வெள்ளைச் செவ்வகத்துடனும் நடுவே வெள்ளைப் பிறை நட்சத்திரத்துடனுமான சிவப்பு வண்ணக் கொடி உம் அல் குவைனுடையது. இடது பக்கமுள்ள செங்குத்தான வெள்ளைச் செவ்வகம் துருக்கி நாட்டுக் கொடியில் இல்லை என்பதே இரண்டு கொடிகளுக்கான வேறுபாடு.

ஐக்கிய அரபு அமீரகத்தின் குறைந்த மக்கள் எண்ணிக்கையைக் கொண்டிருக்கும் உம் அல் குவைனின் சமீபத்திய கணக்கெடுப்பில் அதன் மக்கள் தொகை 65, 000. அரசுப் பேருந்துப் போக்குவரத்து வசதியில்லை என்றாலும் அதிகபட்சம் 5 திராம்களில் வாடகை வண்டியில் எல்லா இடங்களுக்கும் போய் வர முடியும். உம் அல் குவைனுக்கு எனப் பிரத்யேக விமானத் தளங்கள் இல்லை என்றாலும் பக்கத்து அமீரகங்கள் சுற்றுலாப் பயணிகளைக் கொண்டு சேர்க்கும் பொறுப்பை ஏற்றுக்கொண்டிருக்கின்றனர். பரபரப்பான போக்குவரத்து நெரிசல் மிகுந்த துபாய் நகரத்தில் ஓங்கி உயர்ந்த கட்டடங்களைப் பார்த்தவர்களுக்குப் போக்குவரத்து சமிக்ஞை கூட இல்லாத உம் அல் குவைம் ஆச்சர்யமாகத்தான் இருக்கும். யாருமில்லாத சாலையென்று வண்டியை வேகமாக இயக்கினால், ரேடார்களால் கண்காணிக்கப்படும் சாலைகள் நமக்கு அபராதம் விதித்துவிடும். நகரத்திலிருந்து கிராமத்திற்கு வந்தால் ஏற்படும் அமைதியை உம் அல் குவைமை அடைந்தவுடன் உணர முடியும். எண்ணெய் வளம் குறைவு என்றாலும் ஒட்டக வளர்ப்பு, படகுக்

கட்டமைப்பு, மீன் பிடித்தல் போன்ற பாரம்பரிய தொழில்கள் உம் அல் குவைனில் இயங்கி வருகின்றன. ஐக்கிய அரபு அமீரகத்திலேயே அதிகமாகக் கப்பல் கட்டமைப்பு செய்த பழைய உம் அல் குவைன்

நகரத்தின் தொன்மையான துறைமுகத்திலே இன்றும் பாரம்பரியப் படகுகள் செய்யப்பட்டுக் கொண்டிருக்கின்றன.

வியாழன், வெள்ளி காலைப்பொழுதுகளில் நடக்கும் ஒட்டகப் பந்தயத்தைப் பார்க்கச் சுற்றுலாப் பயணிகளுக்கு அனுமதி அளிக்கப்படுகின்றது. மணல்மேடுகளில் டியூன் பேசிங் செய்ய விரும்பும் ஓட்டுநர்கள் உம் அல் குவைனின் பாலை வனங்களைத் தேர்ந்தெடுப்பதுண்டு. குவிந்து கிடக்கும் உல்லாச ஓய்வு விடுதிகளில் முழுநாளைத் தங்கிக் கழிப்பதற்காகவே நண்பர்கள், குடும்பங்களுடன் வருகின்றார்கள். ஐக்கிய அரபு அமீரகம் மட்டுமல்லாமல் பக்கத்து நாடுகளும் தங்கள் பண்பலை நிகழ்ச்சிகளைக் கேட்க வேண்டும் என்பதற்காக உம் அல் குவைனில் குடிபெயர்ந்த வானொலி நிலையம்தான் அமீரகத்தின் பிரபல கில்லி தமிழ்ப் பண்பலை. பவளப் பாறைகளைக்கொண்டு சுண்ணாம்புச் சாந்துகளுடன் கட்டப்பட்டிருக்கும் வீடுகள் கடுஞ்சிக்கலான கட்டடக்கலைக்கு எடுத்துக்காட்டு. தற்பொழுது ஹாட் ஏர் பலூன் ரைட், ஸ்கை டைவிங் சவாரிகளைத் துபாய் பிரபலமாக்கி வளர்த்திருந்தாலும் அதனை முதலில் நடத்திய பெருமை உம் அல் குவைனையே சேரும்.

அலோகாப் அல்லது இகாப் தீவு

கி.மு 3500–3200 காலகட்டத்தைச் சேர்ந்த பழமையான அகாப் சரணாலயத்தில் கடல்வாழ்ப் பால்குடி விலங்கு வகையான கடற் பசுக்களின் எலும்புக் குவியல்கள் கண்டுபிடிக்கப்பட்டுள்ளன. அரபு பகுதியில் (கி.மு.3100–1500) பிரான்ஸ் ஏஜ் காலகட்டத்திலிருந்து கி.மு.1000 ஐயன் ஏஜ் காலகட்டம் வரை எந்த ஒரு சரணாலயத்தின் இருப்பிற்கான சான்று கிடைக்காத நிலையிலும் குறிப்பிட்ட விலங்கினத்திற்கான சரணாலயத்தின் தடையங்களுடன் பின்பற்றப்பட்ட மதச் சடங்குகளுக்கான சான்றுகள் கிடைத்துள்ளன. கடற்பசுக்களின் மண்டையோடுகள், முதுகெலும்புகளான அமைப்பு ஆஸ்திரேலியாவில் கிடைத்த அமைப்புகளுடன் ஒத்துச் செல்கின்றன. 7000 ஆண்டுகளுக்கு முந்தைய குடியேற்றங்களைக் கொண்ட மணல் தீவில் 18 வகையான முத்துக்களுடன், மணிகள், மட்பாண்டங்கள், மனித எலும்புகளைக் கண்டெடுத்திருக்கும் பிரெஞ்ச் ஆய்வாளர்கள் அகாப் மீனவத் தீவில் பல மர்மங்கள் ஒளிந்திருப்பதாகக் கருதுகின்றார்கள்.

எலும்புக் குவியலுடன் இகாப் தீவு

அருங்காட்சியகம்

பழமையான அருங்காட்சியகக் கட்டடத்திற்குள் உடைந்த மட்பாண்டங்களைக்கூட அழகாகக்காட்சிப்படுத்தி இருக்கின்றார்கள். ஐக்கிய அரபு அமீரகத்தின் எல்லா அருங்காட்சியகங்களைப் போலவே பீரங்கிகளும் குண்டுகளும் வாசலில் வரவேற்கின்றன. அதிர்ந்து நடப்பதற்கே பயமாக இருக்கும் பழைய கோட்டையில் பல நாட்டுப் பண நோட்டுகள், நாணயங்களுடன், இந்தியா போன்ற பல நாடுகளுடனான அவர்களது வணிகத்திற்கான சான்றுகள் அடுக்கிவைக்கப்பட்டு இருக்கின்றது. முதலில் அரசர்களின் கோட்டையாய் இருந்து, கடல்வழி நுழைவைக் காவல்காத்த இடம், பல ஆயுதங்களுடன் காவல் நிலையமாய் மாறி, அருங்காட்சியகமாய் உருமாறி இருக்கின்றது.

அல் அலி கோட்டை

1786இல் முதலாம் ஷேக் ரஷீத் பின் மஜீத் முல்லாவால் கட்டப்பட்ட கோட்டை 'உம் அல் குவைம் கோட்டை' என்றும்

அழைக்கப்படுகின்றது. 1929 ஆம் ஆண்டு ஆட்சி செய்த ஷேக் ஹமத் பின் இப்ராஹிம் அல் முல்லாவை, ஆட்சிக்கு ஆசைப்பட்ட அவரது உறவினர்கள் கொலை செய்தனர். சீற்றம் கொண்டிருந்த மக்களிடமிருந்து தப்பிக்கக் கோட்டையில் தஞ்சம் அடைந்தனர். பீரங்கியைப் பயன்படுத்திக் கோட்டையைத் தகர்க்கலாம் என்ற மக்களின் எண்ணம் அவர்களது எதிர்த் துப்பாக்கிச் சூட்டால் தகர்ந்தது. கோட்டையைச் சுற்றிக் குழிதோண்டி பனை வகை இலைகளால் நிரப்பிய மக்கள், கோட்டையைத் தீக்கு இரையாக்கி உறவினர்களைக் கொன்றனர். 1969 ஆம் ஆண்டு வரை ஆட்சியாளரின் குடியிருப்பாகவும் அரசாங்க அவையாகவும் இருந்த செவ்வக நிலப்பரப்புடைய கோட்டை, காவல் நிலையமாக மாறி 2000த்தில் உம் அல் குவைன் தேசிய அருங்காட்சியகமாக மாற்றப்பட்டது. ஐக்கிய அரபு அமீரகத்தில் வழங்கப்பட்ட முதல் பாஸ்போர்ட், முதல் ஓட்டுநர் உரிமம், அரசாங்க முத்திரையுடனான வர்த்தக உரிமம், உம்அல் குவைனில் வெளியிடப்பட்ட முதல் அஞ்சல் தலை,1800 ஆம் ஆண்டைச் சேர்ந்த குரானின் கையெழுத்துப் பிரதிகள் என பல பொருட்கள் காட்சிக்கு வைக்கப்பட்டிருக்கின்றன.

பலாஜ் அல் மௌலா மசூதி

திருவிழா மற்றும் முக்கிய விழாக் காலங்களில் மக்களை ஒன்றிணைத்த மசூதிக்கு இரண்டு நுழைவு வாயில்கள் உள்ளது. ஆட்சியாளர்களுக்கும் , பொதுமக்களுக்கும் தனித்தனி நுழைவுவாயில் உள்ள மசூதியில் மெல்லிய உயர்ந்த கோபுரமான ஸ்தூபி வடிவமைப்புகள் இல்லை.

அல்–துர் தொல்பொருள் தளம்

2,000 ஆண்டுகளுக்கு முன்பு ரோம நாகரிகத்துடன் விளங்கிய முக்கிய நகரமான அல்தூர் தற்பொழுது புகழ்பெற்ற தொல்பொருள் தளம். அரபிய தீபகற்பத்தின் பெரிய ரோமானிய கிராமம் இதுதான். கல்பலி பீடங்கள், நறுமணப் புகை வீசும் குங்கலியம், கிணறு, ரோமானிய வேலைப்பாடுடனான வாள், கல்லறைகள், கல் வீடுகள் நிறைந்திருக்கும் அல் துர் நகரில் எகிப்து மற்றும் சிரியாவைச் சேர்ந்த ஜாடிகள், கண்ணாடியால் செய்யப்பட்ட பொருட்கள் ஆகியவை கண்டெடுக்கப்பட்டுள்ளன. ஆரஞ்சு மற்றும் கருப்பு நிறங்களில் காணப்பட்ட வண்ணமயமான மட்பாண்டங்கள் அல்–துர் அலங்கார வடிவமைப்புகளாக அறியப்படுகின்றன. கடற்கழிகளில் கிடைக்கும் கடற்கரையோரக் கற்களால் கட்டப்பட்ட ஒற்றை அறை வீடுகளுடன்

பல அறைக் கட்டமைப்புகளுடனான வீடுகளைப் பரந்த தொல்பொருள் தளத்தில் காண முடியும். உம் அல் குவைனின் அல் தூர் துறைமுகப் பட்டினம் 200 கிமு விலிருந்து 200 கிபி வரை பல வணிகங்களில் ஈடுபட்டிருந்ததற்குப் பல்லாயிரம் கல்லறைகளும், குடும்பமுமே புதையுண்டிருக்கும் பெரிய சமாதிகளுமே சான்று.

குவளைகள், ரோமன் கண்ணாடி வகைகள், ஆயுதங்கள், மட்பாண்டங்கள், நகை மற்றும் யானைத் தந்தத்தினாலான பொருட்களை அகழ்வாராய்ச்சியில் மீட்டு எடுத்திருக்கின்றார்கள். ஹெப்ரூ, அரபிக் போன்ற தொன்மையான மொழிகள் பேசும் செமிட்டிக் இனத்தவர்கள் சூரியக் கடவுளையே ஷமாஷ் என்ற பெயரில் கும்பிட்டு வந்த கோவில், சதுரவடிவக் கோட்டைகள், வட்டக் கோபுரங்கள் போன்றவை முக்கியமான நினைவுச் சின்னங்கள். அயல்நாட்டு நாணயங்கள், ஹிப்ரூ மொழியில் அபயல் (Abiel) அதாவது 'கடவுள் என் தந்தை' என்று பொருள்தரும் பெயர் பொறித்த நூற்றுக் கணக்கான உள்ளூர் நாணயங்களுடன் அலெக்ஸாண்டர் காலத்து நாணயங்களும் கண்டெடுக்கப்பட்டுள்ளன. தோண்டியெடுக்கப்பட்ட பெரும்பாலான பொருட்கள் உம் அல்-குவைன் அருங்காட்சியகத்தில் காட்சிக்கு வைக்கப்பட்டிருக்கின்றன.

அல்செனியா தீவுகள்

உம் அல் குவைனின் மிகப்பெரிய தீவான அல்செனியா, நகரக் கடற்கரையிலிருந்து சற்றுத் தொலைவில் சதுப்பு நிலக் காடுகளால் சூழப்பட்டிருக்கின்றது. ஐக்கிய அரபு அமீரகத்தைப் பூர்விகமாகக் கொண்டிருக்கும் அல் குராம் மரங்கள் இந்த அழகிய தீவுகளில் நிறைந்து காணப்படுகின்றன. பரபரப்பான நகரச் சூழலைவிட்டு விடுமுறை நாளை இயற்கைச் சூழலுடன் செலவழிக்க விரும்புபவர்கள் துபாய்க்கு அருகிலிருக்கும் இத்தீவையே தேர்ந்தெடுக்கின்றார்கள். நாரை, கடல் புறா, நீர்க்காகம், ஆலா, ஆட்காட்டி குருவியினத்தைச் சேர்ந்த பறவை வகைகள், ஆற்றுக் குருவி, செந்நாரைகள் போன்ற வலசை போகும் பறவைகளுடன் ராஜாளிப் பறவைகள், அரபிய மான்கள் மற்றும் ஆமைகளையும் பார்ப்பதற்காகவே பலரும் குடும்பத்துடன் காத்திருக்கின்றார்கள்.

தெல் அப்ராக்

ஷார்ஜா மற்றும் உம் அல் குவைனுக்கு இடையே அமைந்துள்ள மிகப் பழமையான தொல்பொருள் தளம் அபுதாபியின் உம் அல் நூர் காலகட்டமான கிமு மூன்றாம்

நூற்றாண்டைச் சேர்ந்ததாகக் கருதப்படுகின்றது. கடற் கற்களால் கட்டப்பட்டிருக்கும் வட்ட வடிவக் கல்லறையில் வெண்கலம் மற்றும் மட்பாண்டப் பொருட்களுடன் விலங்கு, பறவை மற்றும் மீன் எலும்புகளும் கண்டெடுக்கப்பட்டுள்ளன. தானியங்கள் உபயோகிக்கப்பட்டிருப்பதற்கு அங்கு கிடைத்த அரவைக் கற்கள் சாட்சியாகின்றன.

கோர் அல் பெய்தா

வலசை போகும் பறவைகளுக்கும், நீர்க் காகங்களுக்கும் உறைவிடமாக விளங்கும் சதுப்பு நிலங்கள் நிறைந்த வனப் பகுதி நண்டு வேட்டைக்குப் பிரபலம். பவளப் பாறைகளை ஆழமாகக் குடைந்து பெரியதாக ஒரே ஒரு முட்டையிடும் நண்டு தின்னிகள், ஆலாப் பறவைகள், கடற் பசுக்கள், ஆமைகள், மீன்களால் நிரம்பியிருக்கும் உப்பு நீர் ஏரியை அக்டோபர் முதல் ஏப்ரல் மாதங்கள் வரை சுற்றலாப் பயணிகள் ஆர்வத்துடன் பார்வையிடுகின்றார்கள்.

கோர் அல் பெய்தா – செந்நாரைகளின் சங்கமம்

உலகின் பழமையான முத்து

நியோலிதிக் காலத்தைச் சேர்ந்த 7,500 ஆண்டுகள் பழமையான 0.07 அங்குலம் டயாமீட்டருடனான இயற்கை முத்தை பிரெஞ்சு வரலாற்று அறிவியலாளர்கள் உம் அல் குவைனில் கண்டுபிடித்துள்ளார்கள். கார்பன் வெளியேற்றத்தை வைத்து அதன் காலகட்டம் கி.மு 5,500 ஆண்டுகள் என்பதைக் கணித்திருக்கின்றார்கள். முத்துச் சிப்பி வேட்டைகளுக்கு ஜப்பான்தான் முன்னோடி என்று கருதிய ஆராய்ச்சியாளர்களை அரேபியாவின் பாரம்பரியம் ஆச்சர்யப்படுத்தியிருக்கின்றது. ஆண்களுடன் புதைக்கப்பட்ட முத்துக்கள் அரைத் துளையிடப்பட்டதாகவும், பெண்களுடன் புதைக்கப்பட்ட முத்துக்கள் முழுத் துளையிடப்பட்டதாகவும் இருந்தாலும் துளையிடப்படாத முத்துக்கள் இறந்தவர்களின் மேல் உதடுகளில் வைக்கப்பட்டு இருக்கின்றது.

21 பாலை நிலத்தின் எருதுக்கட்டு

பாரசீக வளைகுடாவின் எல்லையைச் சாராது ஓமனின் எல்லையை மட்டுமே கொண்ட ஐக்கிய அரபு அமீரகத்தின் ஐந்தாவது பெரிய நிலப்பரப்புதான் ஃபுஜைரா. 2009 ஆம் ஆண்டு கணக்கின்படி 1,52,000 மக்கள் மட்டுமே வாழ்ந்துவரும் ஃபுஜைராவை ஷார்க்கி குலத்தினர் ஆண்டு வருகின்றனர். டிசம்பர்–2, 1971இல் ஐக்கிய அரபு அமீரகத்துடன் ஃபுஜைரா சேர்ந்த நாள் அமீரகத்தின் தேசிய நாளாகக் கொண்டாடப்படுகின்றது. புஜைரா விமான நிலையம் ஒரு விமானப் பயிற்சிப் பள்ளிக்கூடத்தையும் நிர்வகித்து வருகின்றது. ஃபுஜைரா விமான நிலைய வளைவில் இருக்கும் ராஜாளிப் பறவையின் சிலை ஐக்கிய அமீரகத்தின் பண்டைய வேட்டைத் தொழிலில் ராஜாளியின் முக்கியத்துவத்தை உணர்த்துகின்றது.

1952 ஆம் ஆண்டு சார்ஜாவிடமிருந்து விடுதலை வாங்கிய பின்னர் தன்னுடைய சிவப்பு நிறக் கொடியில் தன் பெயரை வெள்ளை நிறத்தில் அரபியில் பொறித்து, ஃபுஜைரா தனக்கான அடையாளத்தை உருவாக்கி இருக்கின்றது. செடி, கொடிகள் இல்லாத பிரம்மாண்ட இராட்சத மொட்டைக் கருமலைகள் ஃபுஜைராவின் எல்லையில் வரவேற்கின்றன. ஐக்கிய அரபு அமீரகத்திலேயே அதிகபட்சமாக 50 மலைகளால் (பெயரிடப்பட்டதை வைத்து ஒரு தோராயமான கணக்கு) நிறைந்திருக்கும் ஃபுஜைராவில் மழை பெய்யும் அளவில் குறைச்சல் இல்லை. அதனால் விவசாயிகள் வருடத்திற்கு ஒரு பயிரையாவது கண்டிப்பாக அறுவடை செய்துவிடுகின்றார்கள்.

மசாஃபி கிராமம்

அரபு மொழியில் மசாஃபி என்றால் 'சுத்தமான நீர்' என்று பொருள். ஐக்கிய அரபு அமீரகத்தில் கனிம நீர் என்று விற்கப்படும் ஒரே மினரல் வாட்டர் பிராண்ட் மசாஃபிதான். அதன் உற்பத்திக்குத் தேவையான குடிதண்ணீரைத் தடையில்லாமல் கொடுக்கும் மசாஃபி நீரூற்று, விவசாயத்திற்கு எந்தக் குறையும் வராமல் பார்த்துக்கொள்கின்றது. குளிர்பானங்களையும் உற்பத்தி செய்வதால் மசாஃபி என்ற பெயர் மக்களிடையே பிரபலம். இரண்டு பகுதிகளாகப் பிரிந்து, நீரூற்றுகளால் நிறைந்து காணப்படும் மசாஃபி கிராமத்தின் பெரும்பகுதி புஜைராவின் ஆட்சிக்கு உட்பட்டும் மற்றொரு சிறுபகுதி ராஸ் அல் கைமாவின் ஆட்சிக்குக் கீழும் அமைந்துள்ளது.

ஹஜ்ஜர் மலைத்தொடருக்கு அருகே இருக்கும் மசாபி கோட்டையில், மலைகளிலிருந்து மழைநீரை நகரத்திற்குக் கொண்டுசெல்ல நிலத்தடி நீர்ப்பாசன பலாஜ் முறை பின்பற்றப்பட்டிருக்கின்றது.

வெள்ளிக்கிழமை சந்தை (சூக் அல் ஜுமா)

வெள்ளிக்கிழமை சந்தையென அழைக்கப்படும் சூக் அல் ஜுமா எல்லா நாட்களிலும் வாடிக்கையாளர்களை வரவேற்கின்றது. நம்மூரில் பேருந்து நின்று மெதுவாகச் செல்லும்போது வெள்ளரிக்காய், திண்பண்டங்களை விற்பது வழக்கம். இங்குள்ள சாலைகளிலிருக்கும் வேகத் தடைகளைப் பயன்படுத்தி இதன் அருகே வசிக்கும் விவசாயிகள் தங்கள் தோட்டத்தில் புதிதாய் விளைந்த காய் கனிகளை வாகனங்களில் வருவோர் போவோருக்கு விற்றிருக்கின்றார்கள். அதுவே சில காலங்களில் பொம்மைகள், மண்பாண்டங்கள், சமையல் பாத்திரங்கள், நினைவுச் சின்னங்கள், ஆப்கானிய, பாகிஸ்தானிய கம்பளங்கள், பாய்கள் போன்றவற்றை விற்பதற்கு ஏற்றவாறு மாறியிருக்கின்றது.

சந்தைகளில் பேரம் பேசிப் பொருட்களை வாங்கும்பொழுது மக்களின் முகத்தில்தான் எத்தனை ஆனந்தம். நம் ஊரிலுள்ள பழக் கடைகளில் சொல்வதுபோல 'இனிப்பான பழம்... சாப்ட்டு பார்த்துட்டு காசு கொடுங்கள்' என்று சொல்கிறார்கள் இங்கிருக்கும் வங்காளப் பழவியாபாரிகள். அன்பாய்க் கவனித்தவர்களிடமிருந்து இளநீரை வாங்கிக் குடித்துவிட்டுக் குட்டி ஆரஞ்சுப் பழங்களை வாங்கிக்கொண்டோம். சந்தையின் நாற்றுப் பண்ணையானது உடல், மனம் என அனைத்தையும் குளிர்ச்சியடையச் செய்ததுடன், எல்லா வகையான பூக்கள், செடிகளை வளர்த்துப் பராமரிக்கும் விதம், உரத்திற்குத் தேவையான ஆலோசனைகளையும் வழங்கியது. 2015இல் ஏற்பட்ட தீவிபத்தில் ஒரு பகுதி சந்தை சிதலமடைந்திருந்தது என்பதை யாராவது சொன்னால்தான் தெரிந்துகொள்ள முடியும்.

ஃபுஜைரா கோட்டை

தற்காப்புக் கட்டிடமாகவும், ஆட்சியாளர்களின் அரண்மனையாகவும் இருந்த ஐக்கிய அரபு அமீரகத்தின் மிகப் பழமையான கோட்டை, பேரீச்சைத் தோட்டங்களுக்கு நடுவே உயரமான மலை மீது செங்கற்களால் கட்டப்பட்டிருக்கின்றது. மற்ற கோட்டைகளின் வழக்கமான பொறியியல் வடிவமைப்புகளிலிருந்து முற்றிலும் வேறுபட்டு மண், சரளை, பாரிஸ் சாந்து, கல், களிமண், வைக்கோல் மற்றும் மரம் போன்ற பொருட்களால் ஒழுங்கற்ற

பாறைகளின் மேல் உருவாக்கப்பட்டுள்ளது. சதுர, உயர மற்றும் மூன்று வட்டக் கோபுரங்களும் நடுத்தர மைய மண்டபத்தில் இணைக்கப்பட்டிருக்கின்றது. கார்பன் வெளியேற்றத்தை வைத்து கி.மு.1500 முதல் 1550 வரையிலான காலத்தில் கட்டப்பட்டு கி.மு 1650 முதல் 1700 வரையிலான காலத்தில் புனரமைக்கப்பட்டிருக்கும் என்று கணிக்கப்பட்டிருக்கின்றது. ஷேக் முகம்மது பின் மதர் அல் ஷார்க்கியின் காலத்தில் கட்டப்பட்டு 1808 முதல் 1810 ஆம் ஆண்டு வரை சவுதியைச் சேர்ந்த வஹாப்பிஸ்டுகளால் இரண்டு ஆண்டுகள் ஆக்கிரமிப்பு செய்யப்பட்டிருந்த கோட்டையை உள்ளூர்ப் பழங்குடியினர் மீட்டெடுத்து இருக்கின்றார்கள். ஃபுஜைரா ஆட்சியாளருடன் ஏற்பட்ட மோதலையடுத்து 1925இல் ஆங்கிலேயர்களால் தாக்குதலுக்கு உட்பட்ட கோட்டை அதே மூலப் பொருட்களைக்கொண்டு சீரமைக்கப்பட்டிருக்கின்றது.

சேக் சாயித் மசூதி

அபுதாபியின் சேக் சாயித் மசூதிக்குப் பிறகு ஐக்கிய அரபு அமீரகத்தின் இரண்டாவது பெரிய மசூதி இதுதான். 32, 000 வழிபாட்டாளர்களுக்கான இடவசதியைக் கொண்டு மூன்று கால்பந்து மைதான அளவிற்குப் பரந்து விரிந்துள்ளது. கற்களால் கட்டப்பட்டிருக்கும் மசூதியின் உட்புறம் பளிங்கு மற்றும் கிரானைட் கற்களால் அலங்கரிக்கப்பட்டு இருக்கின்றது. 100 மீட்டர் உயர ஸ்தூபிகளுடன் 65 குவிமாடங்களுடனான மசூதிக்குள் இஸ்லாம் மதத்தைச் சேர்ந்தவர்களுக்கு மட்டுமே அனுமதி என்றாலும் சுற்றுலாப் பயணிகளாய் வெளியிலிருந்து ஒளிப் படம் எடுத்துக்கொள்ளலாம்.

ஐன் அல்-மாதாப் வெந்நீரூற்று

நகரத்திற்கு வெளியே உள்ள ஹஜர் மலைகளின் அடிவாரத்தில்தான் ஐன் அல்-மாதாப் கனிம வெந்நீரூற்றின் சூடான கந்தக நீர் உற்பத்தியாகின்றன. அதை இரண்டு நீச்சல் குளங்களில் பாய்ச்சி, சுற்றுலாப் பயணிகள் தங்கள் உடல்வலிகளைப் போக்கிக்கொள்ள வசதிசெய்து தரப்பட்டுள்ளது.

ஃபுஜைரா அருங்காட்சியகம்

1961ம் ஆண்டு ஓர் அறையில் துவங்கப்பட்டு கி.மு 3000 ஆண்டுகள் வரை முன்னோக்கிச் சென்று வாழ்வியலுக்கான ஆதாரங்களை அடுக்கும் அருங்காட்சியகம் 1991ல் விரிவாக்கம் செய்யப்பட்டு 1999ல் பெரிய அரங்குகள் மற்றும் ஆய்வகத்துடன் சீரமைக்கப்பட்டது.

குத்ஃபா மற்றும் பித்னாவில் கண்டெடுக்கப்பட்ட பிரான்ஸ் மற்றும் ஐர்ன்ஏஜ்காலத்து ஆயுதங்கள், கலைப்பொருட்கள், வர்ணம்பூசப்பட்ட மட்பாண்டங்கள், சோப்ஸ்டோனில் செதுக்கப்பட்ட பாத்திரங்கள், இஸ்லாமிய காலத்திற்கு முன்பான வெள்ளி நாணயங்கள், பழைய நகைகள், விவசாயக் கருவிகள் போன்ற தொல்பொருட்கள் காட்சிக்கு வைக்கப்பட்டிருக்கின்றன. குத்ஃபாவில் கண்டெடுக்கப்பட்ட 2,200 ஆண்டுகளுக்கு முன்பான தீக்கோழி முட்டையில் செய்யப்பட்ட கிண்ணத்துடன் பாரம்பரிய எமிராட்டிய தினசரி வாழ்க்கை மற்றும் அவர்களது கைவினை வேலைகள் காட்சிப்படுத்தப்பட்டிருக்கின்றன. விவசாயம், மீன்பிடித்தொழில், நெசவு, மட்பாண்டம் மற்றும் வர்த்தகம் போன்ற தொழில்முறைகளுடன் அவர்கள் பயன்படுத்திய பல்வேறு வகையான ஆடைகள், 1916 இல் செய்யப்பட்ட கெதிவி என்ற பண்டைய துப்பாக்கி, மாதிரி பனை வகை இலைகளினாலான வீடுகளும், பண்டைய மசாலா சாமான் கடைகள் சந்தையில் பார்வைக்கு வைக்கப்பட்டிருக்கின்றன.

அல்பித்னா கோட்டை

ஃபுஜைராவிலிருந்து 13 கி.மீ தொலைவிலுள்ள தங்க நிறத்தினாலான அல் பித்னா கோட்டை 18 மற்றும் 19 ஆம் நூற்றாண்டுகளில் நடந்த போர்களில் முக்கியப் பங்கு வகித்துள்ளது. 1735 ஆம் ஆண்டில் ஷேக் ஹமத் பின் அப்துல்லா அல் ஷர்க்கியின் காலத்தில் ஹாம் பள்ளத்தாக்கின் இடையே மலைப் பகுதியில் கட்டப்பட்ட கோட்டை, எதிரிகளின் படையெடுப்பைத் தடுக்கவும், மக்களைப் பாதுகாக்கவும் உதவி செய்திருக்கின்றது. அமீரகத்தின் இரண்டாவது மிகப் பெரிய கோட்டையும் இதுவே. சுமார் இருபது மீட்டர் உயரத்தில் மூன்று நிலைகள் உள்ள முக்கோணக் காவல் கோபுரத்தில் அமைந்திருக்கும் போர்ட் ப்ளேட்டுகளின் எட்டுத் துளைகள் வழி பீரங்கிகள், துப்பாக்கிகளை உபயோகித்து, அனைத்துத் திசைகளையும் கண்காணித்துப் பாதுகாப்பளித்து இருக்கின்றார்கள். ஷேக் முகம்மது பின் ஹமத் அல் ஷர்க்கியின் ஆட்சிக் காலத்தில் அழிக்கப்பட்ட கோட்டையின் பிரதானக் கோபுரங்கள் மண் மற்றும் சரளைகளுடன் மீண்டும் கட்டப்பட்டது. பின்னர் எழுபதுகளில் சேதமடைந்த கோட்டை எரிந்த களிமண் கற்களினால் கட்டப்பட்டு இன்றுவரையிலும் உறுதியாய் இருக்கின்றது. பிரம்மாண்ட மலைகளும், கண்கவர் பனைவகைத் தோட்டங்களும், பள்ளத்தாக்குகளை இரசிக்க ஏற்ற இடம் ஆகும். கோட்டையைத் திறந்துவிடும் பணியாளரே சிறந்த வழிகாட்டியாகவும் செயல்பட்டார்.

கோர் கல்பா

சதுப்பு நிலக்காடுகளை அதிகமாகக் கொண்டிருக்கும் கல்பா, ஃபுஜைராவின் அருகே காணப்பட்டாலும் ஷார்ஜாவின் கட்டுப்பாட்டில்தான் உள்ளது. இன்றும் கூட அதன் பூர்வீகப் பெயரான கல்லா என்றும் அழைக்கப்படுகின்றது. அரபு மொழியில் கோர் என்றால் 'கடற்கழி' என்று பொருள். நதியின் முகத்துவாரத்தில் அமைந்திருக்கும் அரேபியாவின் மிகப் பழமையான சதுப்பு நிலக் காட்டில் ஐக்கிய அரபு அமீரகத்தில் எங்கும் காண முடியாத பறவைகளையும் தாவர வகைகளையும் காண முடியும். மலைகளின் நன்நீரும் கடலின் உப்புத் தண்ணீரும் சரிவிகிதத்தில் கலந்து செழுமையான சதுப்பு நிலமாக அறியப்பட்டாலும் நிலத்தடி நீரின் அதிகப்படியான பயன்பாடு காரணமாக இப்பகுதிக்கு அச்சுறுத்தல் ஏற்பட்டுள்ளது. கரைக்கொக்கு, மரக் கதிர்க்குருவி போன்ற பறவைகளைப் பார்ப்பதற்காகவே பலரும் இங்கு குடும்பத்துடன் வருவதுண்டு. கருமலைகளைக் குடைந்த நீளமான கல்பா கோர்ஃபக்கான் ஷார்ஜா – ஃபுஜைரா மலையூடு குகைப் பாதைகள் இரவு நேரம் ஒளி விளக்குகளால் ஒளிர்கின்றன. மத்தியக் கிழக்கு நாடுகளில் மிகவும் நீளமான சுரங்கப்பாதைப் பயணத்தை இரசிப்பதற்காகவே பலரும் வாகனங்களில் நீண்டதூரப் பயணத்தை விரும்பி மேற்கொள்கின்றார்கள்.

கோர்ஃபக்கான்

இது அமைப்பால் புஜைராவால் சூழப்பட்டிருந்தாலும் ஷார்ஜாவின் மேற்பார்வையில் உள்ள கோர்ஃபக்கான், சுற்றுலாப் பயணிகளுக்கான சிறந்த இடங்களில் ஒன்று. அரபிய தீபகற்பச் சுற்றுலாவிற்கு வந்த ஸ்பானியப் பயணி ஜாவியர் குயிலன் அவர்களின் மலையேற்றத்திற்குப் பின் கோர்ஃபக்கானின் 1056 மீட்டர் உயரமான மலை, ஜெபல் ஜவி என்றழைக்கப்படுகின்றது. இயற்கையாக அமைந்துள்ள ஆழ்கடல் துறைமுகத்துடன், பல ஆயிரம் ஆண்டுகளுக்கு முன் மனிதர்கள் வாழ்ந்து வந்ததற்கான தடங்களை கோர்ஃபக்கான் தனக்குள் தேக்கி வைத்திருப்பதை ஷார்ஜா தொல்பொருள் ஆராய்ச்சியாளர்கள் கண்டுபிடித்து இருக்கின்றார்கள். கோர்ஃபக்கான் கடற்கரை அனைத்து தரப்பட்ட மக்களுக்கும் சிறந்த பொழுதுபோக்கிடமாக இருக்கின்றது. புஜைராவின் கரையோர அழகை இரசிப்பதற்காகவே படகுச் சவாரிகளும் ஏற்பாடு செய்யப்பட்டிருக்கின்றது. மதுகுடிப்பதற்குத் தடை இருந்தாலும் வெள்ளை மண்ணும், பவளப் பாறைகளும் ஆழ்கடல் நீச்சல்,

ஸ்நார்க்லிங்க் போன்ற தண்ணீர் விளையாட்டுகளால் சுற்றுலாப் பயணிகளை ஈர்த்து வருகின்றன.

அணைகள்

சார்ஜாவின் கட்டுப்பாட்டிலுள்ள கோர்ஃபக்கான் மலைப் பகுதியின் ரிபைஸா அணை அங்கிருந்த கிராமத்தின் மீது கட்டப்பட்டிருப்பதற்குத் தண்ணீர் குறைந்த நாட்களில் வெளியே தெரியும் வீடுகளின் கூறைகளே சாட்சி. 1983இல் 14 மாதங்களில் கட்டப்பட்ட ஐக்கிய அரபு அமீரகத்தின் மிகப் பெரிய அணையான ஹாம், புஜைராவில்தான் அமைந்துள்ளது. அணைகளின் முக்கியத்துவத்தை உணர்ந்த ஆட்சியாளர்கள் நாடு முழுவதும் 101 அணைகள் அமைப்பதற்கான திட்டத்தை வகுத்துள்ளனர். அதிகபட்சமாகப் புஜைராவில் 54 அணைகளும், பலாஜ் அல் மௌலாவில் 32 அணைகளும், ராஸ் அல்கைமாவில் 30 அணைகளும், அஜ்மானில் 9 அணைகளும், ஷார்ஜாவில் 7 அணைகளும் உம் அல்குவைனில் ஒரு அணையும் கட்டுவதற்கான முயற்சிகள் மேற்கொள்ளப்பட்டு இருக்கின்றன. கட்டப்படும் அணைகளைச் சுற்றுலாத் தளமாக மாற்றவும் மின்நிலையங்கள் அமைக்கவும் திட்டமிடப்பட்டுள்ளது. தற்பொழுது ராஸ் அல் கைமாவின் 13 அடி உயர மற்றும் 107 அடி அகல ஷாக்கா அணை சுற்றுலாத் தளமாகவும் செயல்பட்டு வருவது ஓர் உதாரணம்.

அல் பிட்யா மசூதி

600 வருடங்களுக்கு முன் ஈர மண், செங்கல், சுண்ணச் சாந்து வைத்து கட்டப்பட்டிருக்கும் அல் பிட்யா அல்லது ஓட்டோமன் மசூதிதான் அமீரகத்திலேயே மிகப் பழமையான மசூதி. இது துருக்கியைச் சேர்ந்த ஓட்டமானியர்கள் கட்டியிருக்கலாம் என்பதும் அல்பிட்யா கிராமத்தின் பெயரும் இம்மசூதியின் பெயர்க் காரணமாகச் சொல்லப்படுகின்றது. மரப் பொருட்கள் இல்லாத காரணத்தால் கார்பன் வெளியேற்றம் மூலம் இதன் காலத்தைக் கணிக்கமுடியாமல் ஆய்வாளர்கள் திணறி இருக்கின்றார்கள். 1446–ஆம் ஆண்டு கட்டப்பட்டிருக்கும் என்று ஒரு முடிவுக்கு வந்தாலும் இதனைக் கட்டியவர்களைப் பற்றிய தெளிவான குறிப்புகள் கிடைக்கவில்லை. போர்ச்சுகீசியர்கள் வரலாற்று ஆவணங்களில் இந்த மசூதியின் வரைபடங்கள் இடம்பெற்றுள்ளன. ஏமன், ஓமன், கத்தார் போன்ற நாடுகளிலுள்ள பழமையான மசூதிகளின் கட்டமைப்புகளைப் பிரதிபலிப்பதால் இது அந்தக் காலகட்டத்தைச் சேர்ந்தது என்றும்

சில ஆய்வாளர்கள் சொல்கின்றார்கள். எல்லா மசூதிகளிலும் சுமார் 7 முதல் 12 குவிமாடங்கள் இருக்க, இம்மசூதியில் 4 குவிமாடங்கள் மட்டுமே இருக்கின்றது. மற்ற மசூதிகளில் இருக்கும் மெல்லிய உயர்ந்த கோபுரங்களாய் இருக்கும் ஸ்தூபிகள் இங்கில்லை. மேலும், ஸ்தூபிகள் சமீபத்திய காலத்து வருகை என்பதால் பழமையான மசூதியில் இடம்பெறவில்லை.

ஸ்தூபி இல்லாத பழமையான அல் பிட்யா மசூதி

கூரையை உயர்த்த எந்த மரக்கட்டைகளும் பயன்படுத்தப்படவில்லை. நான்கு கோபுரங்களைத் தாங்கும் நடுவிலுள்ள தூண் போன்ற அமைப்பே கூடத்தைச் சம அளவில் பிரித்துள்ளது. உள் அலங்காரங்கள், கல்வெட்டுகள், சிறந்த வெளிச்சம், காற்றோட்டத்திற்கான ஏற்பாடுகளுடன் அற்புதமான கட்டடக்கலை பாணியும் பின்பற்றப்பட்டிருக்கின்றது. நெருங்கி அமைந்திருக்கும் குவிமாடங்களுள் ஒவ்வொரு குவிமாடத்திற்கும் மேல் மூன்று குவிமாடங்கள் அமைக்கப்பட்டிருக்கின்றன. பெரிய குவிமாடம் முதலில் பொருத்தப்பட்டிருக்க, அதில் மூன்றின் ஒரு பங்கான சிறிய குவிமாடங்கள் ஒன்றின்மீது ஒன்றாக அமைந்திருக்கின்றன. மசூதியைச் சுற்றியுள்ள பகுதியில் 4,000 ஆண்டுகளுக்கான வாழ்வியலின் குறிப்புகளைத் தொல்பொருள் ஆராய்ச்சியாளர்கள் கண்டுபிடித்துள்ளனர். மசூதியின் வடக்கே உள்ள கல்லறை அயன் ஏஜ் காலத்தைச் சேர்ந்ததாக இருப்பதுடன் அகழ்வாராய்ச்சியில் கி.மு. 1,000த்தைச் சேர்ந்த உலோக அம்புகள்,

மட்பாண்டத் துண்டுகள் மற்றும் சுவாரஸ்யமான கலைப்பொருட்கள் கிடைத்துள்ளன.

அல்ஹைல் கோட்டை

சுமார் 250 ஆண்டுகளுக்கு முன்பு அல்ஹைல் கிராமத்தில் 1800 ஆம் ஆண்டு காலகட்டத்தில் கட்டப்பட்டிருக்கும் கோட்டை ஒரு காலத்தில் ஃபுஜைரா ஆட்சியாளர்களின் தலைமையகமாகச் செயல்பட்டதுடன் கண்காணிப்புத் தளமாகவும் செயல்பட்டிருக்கின்றது. தற்பொழுது மலைகளுக்கும் பனைவகை பேரீச்சைத் தோட்டங்களுக்கும் நடுவே எஞ்சியிருக்கும் இரண்டு அடுக்குக்கோட்டை முந்தைய நாட்களின் ஞாபகச் சின்னமாக அமைந்துள்ளது. கடுமையான, பாறை மலைகளில் கட்டப்பட்டிருக்கும் ஹைல் கோட்டையின் தண்ணீர்த் தேவையை வாதி ஹைல் பூர்த்தி செய்துள்ளது.

அருவிகள்

ஐக்கிய அரபு அமீரகம் என்றாலே பாலைவனம் மட்டுமே என்று நினைப்பவர்களுக்குத் தண்ணீர்க் குளம் போன்ற வாதிக்கள் ஆச்சர்யம் தரக்கூடிய ஒன்று. அரபு மொழியில் வாதி என்றால் பள்ளத்தாக்கு. நீர் வீழ்ச்சிகளுடனான பள்ளத்தாக்குகள் வாதி என்று அழைக்கப்படுகின்றது.

வாதி பே

ஐக்கிய அரபு அமீரகத்தின் மாபெரும் செங்குத்துப் பள்ளத்தாக்கான வாதி பேவில் பிப்ரவரி மாதம் நடத்தப்படும் மராத்தான் தொடர் ஓட்டம் பிரபலம். இங்குள்ள 140 பறவை இனங்களைப் பார்க்க பைனாக்குளர்களை எடுத்துச் செல்லலாம்.

வாதி அல் வுர்ராயா

ஐக்கிய அரபு அமீரகத்தின் பாதுகாக்கப்பட வேண்டிய மலைப் பகுதியாக அறிவிக்கப்பட்டுள்ளதுடன் சிறுத்தைப் புலி போன்ற பல உயிரினங்களுக்கான இருப்பிடமாகவும் இது உள்ளது. அல் வுர்ராயா அருவி சுற்றுலாப் பயணிகளை வரவேற்கின்றது. அரிய வகை ஓலியோ பைட்ஸ் பாறைகள் நிறைந்திருக்கும் மலையின் தேசியப் பூங்காவில் பாலூட்டிகள், பறவைகள், மீன்கள், அரியவகை தும்பிகள் என 860 இன வகைகளைப் பார்வையிட முடியும். இப்பகுதிக்கு அருகில்தான் அல்பித்யா மசூதி அமைந்துள்ளது. அங்கு நடைபெற்ற பல்லாயிரம் ஆண்டுகால வாழ்வியலுக்கு இந்த நீர்நிலைதான்

அடித்தளமாக அமைந்திருக்கும் என்றும் நம்பப்படுகிறது.

வாதி சிஜி

எழுபதுகளில் கட்டப்பட்ட ஐக்கிய அரபு அமீரகத்தின் பழமையான அணைகளில் ஒன்றான சிஜி வாதி 10 மீட்டர் உயரத்துடனும், 500 மீட்டர் அகலத்துடன் 1,200,000 கனமீட்டர் தண்ணீரைச் சேமிப்பதற்கான திறனைக் கொண்டிருக்கின்றது .

வாதி சிதர்

மலைப்பாங்கான நிலப் பரப்பில் ஆடுகள் மற்றும் ஒட்டகங்கள் சுற்றிவருகின்றன. இதன் அருகிலேயே அசிமா, தயிபா என்று இரண்டு வாதிக்கள் அமைந்துள்ளன.

அவ்லா கோட்டை

உயரமான சுவர்களுடன் அவ்லா கிராமத்தில் அமைந்திருக்கும் கோட்டையின் கார்பன் வெளியேற்றத்தை வைத்து இது கி.மு. 9 ஆம் நூற்றாண்டு கட்டப்பட்டிருக்கும் என்று கணக்கிடப்பட்டுள்ளது. 20 மீட்டர் உயரத்தில் அமைந்துள்ள கண்காணிப்புக் கோபுரத்திலுள்ள குறுகிய ஜன்னல்கள், வில்வீரர்கள் தங்கள் இலக்கை எய்யவும், தங்கள் எல்லையைக் கண்காணித்துப் பாதுகாக்கவும் உதவி செய்திருப்பதுடன் மெசபடோமியக் கட்டமைப்பை ஒத்து அமைந்துள்ளது .

தொழில் முறைகளும் கைவினைப் பொருட்களும்

மட்பாண்டங்கள்

ஐக்கிய அரபு மக்களின் கலாச்சாரம் மற்றும் பாரம்பரியத்தில் மட்பாண்ட உற்பத்தி முக்கியப் பங்கு வகுக்கின்றது. தொலைவான மலைப் பகுதியிலும் மட்பாண்ட உற்பத்தி செய்யப்படுவதற்கு எளிதில் கிடைக்கும் களிமண்ணே காரணம். சிவப்பு, பச்சை, மஞ்சள் போன்ற கவர்ச்சியான வண்ணங்களில் கிடைக்கும் களிமண்களில் செய்யப்படும் மட்பாண்டங்கள் தண்ணீர் சேமிப்புக்கும், சமையல் தேவைகளுக்கும் பயன்படுத்தப்பட்டு இருக்கின்றன.

அல் ஷாஷா

அரபு மொழியில் பனைவகை முகடுகளிலிருந்து தயாரிக்கப்படும் மீன்பிடிப் படகு என்பதே இதன் பொருள். பனை மடல்களிலிருந்து

தேவையற்ற முட்களைப் பிரித்து, சில நாட்கள் வெயிலில் உலர்த்தி, அதன் வலிமையையும் நெகிழ்வுத் தன்மையையும் அதிகரிக்கச் செய்ய கடல் நீரில் ஊற வைக்கின்றார்கள். வலுவான பனை மடல்களைப் பக்கவாட்டில் அடுக்கி இடைவெளி இல்லாமல் கயிறுகளால் பிணைத்துக் கட்டி ஒவ்வொரு படகையும் தயாரிக்கச் சுமார் இரண்டு நாட்கள் எடுத்துக்கொள்கின்றார்கள்.

அல்குராகிர்

வெப்பம் அதிகமாக இருக்கும் மார்ச் முதல் செப்டம்பர் வரையிலான காலங்களில் சிறிய மீன்பிடி வலை போன்றிருக்கும் அல்குராகிர் முடையப்படுகின்றது. ஒரு கல்லுடன் கடலுக்குள் வைக்கப்படும் அல்குராகிர் முக்கோண வடிவிலும் வடிவமைக்கப்படுகின்றது. அளவைப் பொருத்து மூன்று வகையாகப் பிரித்து வைத்துள்ளார்கள்.

அல்முதாவா

குர்ரானில் குறிப்பிட்டுள்ள நடைமுறைகளையும் போதனைகளையும் கற்பிக்கும் ஆசிரியர்தான் அல்முதாவா. குர்ஆன், முகம்மது நபி அவர்களின் கற்பிதங்களான ஹதீஸ், அழகிய கையெழுத்துடனான எழுத்துப் பயிற்சி, கல்வியறிவுடன் கணிதத்தைக் கற்பிக்கும் கல்விமுறையும் நீண்ட காலமாகப் பின்பற்றப்பட்டு வருகின்றது. பனை முகடுகளால் செய்யப்பட்ட பள்ளி அறைகளில் இரு பாலர்களுமே கல்விகற்று வந்திருக்கின்றனர். ஆசிரியப் பணியை ஒரு சமூகச் சேவையாகத் தன்னார்வத்துடன் செய்த அல்முதாவாக்கள் கட்டணம் வசூலிக்கவில்லை. இவர்களுக்குப் பரிசுகளாகக் கொடுக்கப்படும் நன்கொடைகள், பணம், எளிய பாரம்பரிய உணவுகள் அல்காமிஷியா என்று அழைக்கப்படுகின்றது.

கர்ராஸ்

தோலில் காலணிகளைச் செய்யும் தொழிலாளர்கள் கர்ராஸ் என்று அழைக்கப்படுகின்றனர். மாடுகள், செம்மறி ஆடுகளின் தோல்களைத் தோல் பதனிடும் நிலையங்களில் பெற்றுக்கொள்ளும் தொழிலாளர்கள் காலணிகள் மற்றும் காலணிகளுக்கான உட்பகுதி லேயர்கள், பைகள் மற்றும், டிரம்ஸ்களுக்கான சவ்வுகளை உற்பத்தி செய்கின்றார்கள்.

ஸ்பிலின்டிங்

உடைந்த எலும்புகளைச் சரி செய்யும் பண்டைய நடைமுறையே ஸ்பிலின்டிங். அன்சுரூட் மற்றும் முட்டைகளைக் கொண்டு தயாரிக்கப்படும் கலவையை உடைந்த பகுதியில் பல்வேறு கால இடைவெளிகளில் பூசும் மருத்துவர் எலும்பு முறிவை குணமாக்குகின்றார். தென்னிந்தியாவின் புத்தூரிலும் இதுபோன்ற முறை பழக்கத்தில் உள்ளது.

கயிறு தயாரித்தல்

உலகம் முழுவதும் காயர் என்று அழைக்கப்படும் கயிறு பனை நார்களிலிருந்து தயாரிக்கப்படுகின்றன. சன்னமாக வெளிவரும் பனை நார்கள் முதலில் தண்ணீரில் ஊற வைக்கப்பட்ட பின் உலர வைக்கப்படுகின்றது. கைகளின் நடுவில் வைத்துத் தேய்க்கப்படும் இழைகள் நீண்ட வலுவான கயிறுகளாக உருவாக்கப்படுகின்றன.

ஹெரிட்டேஜ் வில்லேஜ்

அமீரக மக்களின் பாரம்பரிய வீடு, சமையல் பாத்திரங்கள், விவசாயக் கருவிகள் மற்றும் எருதுகளால் பின்பற்றப்பட்ட அல் யஸ்ரா நீர்ப்பாசன முறை, ஆட்சியாளர்களின் குடும்பத்தினரால் பயன்படுத்தப்பட்ட பொருட்களுடன் பண்டைய கட்டடங்களும் காட்சிப்படுத்தப்பட்டுள்ளன. 3,000க்கும் மேற்பட்ட பார்வையாளர்களுக்கான அரங்கத்தை ஃபுஜைராவின் தொல்லியல் துறை அமைத்துக் கொடுத்திருக்கின்றது.

எருதுச் சண்டை

16 – 17 ஆம் நூற்றாண்டில் போர்த்துக்கீசியர்களால் பின்பற்றப்பட்டு வந்த பழக்கம் அரபிய வளைகுடாவை அவர்கள் கைப்பற்றிய பின்னர் இங்கு வழக்கத்தில் வந்ததாகச் சிலர் கருதுகின்றார்கள். இரமலான் காலத்தைத் தவிர, புஜைராவின் சாலை ஓரங்களில் எருதுச் சண்டைகள் நடத்தப்படுகின்றன. 60 வருட பெதோயின் குடியின மக்களின் வழக்கம், அரசு அங்கீகாரத்துடன் இன்றும் உயிர்ப்புடன் பெருமையாய்ப் பின்பற்றப்படுகின்றது. மிருகவதையாய், பணத்துக்காக இல்லாமல், பொழுதுபோக்குடன் காளைகளின் வீரியத்தை வெளிப்படுத்திச் சுற்றமும் நட்பும் சூழ்ந்திருக்கத் தற்பெருமை கொள்வதற்காகவே நடத்தப்படுகின்றது. போட்டியில் அதிகபட்சமாக 40 எருதுகள் பங்கேற்கச் சுற்றியுள்ள மக்கள் வண்டிகள், நாற்காலிகள் மீது அமர்ந்து ஐஸ்க்ரீம்களையும், மாங்காக்களையும் கொறித்துக்கொண்டு இருக்கின்றார்கள். ஆறு கூடைப் பந்தாட்ட

அளவிலான களங்களை ஒன்றாய் அமைத்து வேலி அமைக்கப்பட்ட களத்தில், எருதுச் சண்டையைப் பார்க்க அனுமதி இலவசம்.

ஃபுஜைராவின் எருதுச் சண்டை

சீற்றம் கொண்ட காளைகள் காலால் மண்ணைத் தோண்டிப் பெரிய குழியை ஏற்படுத்தி நின்றிருந்தன. கொடுத்த உணவை அமைதியாய்ச் சாப்பிட்டுக்கொண்டிருந்த எருதுகளுக்கு மத்தியில் மூர்க்கமாகச் சண்டையிட, குத்திக் கிழிக்கும் முறைப்புடன் காத்திருக்கும் எருதுகளை அவற்றின் பலத்த மூச்சுக் காற்றுச் சத்தம் வேறுபடுத்திக்காட்டியது. எருதுகளை நடுத்திடலுக்கு இழுத்துச்சென்று மோதவிட்ட அரபியச் சிறுவர்கள் பயப்படாமல் ஆட்டத்தைப் பார்த்துக்கொண்டிருந்தார்கள். கடைசி வரை சில காளைகள் மனம் தளராமல் முயற்சி செய்ய, மற்ற சில காளைகள் ஆட்டத்தின் ஆரம்பத்திலேயே பெருந்தன்மையுடன் விட்டுக்கொடுத்து அலட்சியமாய் நடந்து போய்விட்டன. 4 நிமிடத்திற்கு மேல் சுமோ வீரர்களைப் போல மோதல் நீடித்துக்கொண்டே இருக்க, இரு பக்கமும் பத்து மனிதர்கள் எருதுகளைக் கயிறால் இழுத்துப் பிடித்துப் பிரிக்க வேண்டியதாகிவிட்டது. இந்தச் சண்டையை மேற்பார்வை செய்து காளைகளின் எடை, இனத்தைக் குறித்து வைக்க நடுவர் குழுவும் இருந்தார்கள்.

போட்டியில் வென்ற காளைகளின் மதிப்பு அதிகரித்துக்கொண்டே

போக 1 மில்லியன் திராம்கள் கொடுத்து இரண்டு காளைகளை வாங்கினார்கள். 90,000 திராம்களுக்குக் காளையை வாங்கி 1,20,000 திராம்களுக்கு விற்ற காளைகளின் உரிமையாளர்கள் சாமர்த்தியசாலிகள். ஆறு மாதத்திலிருந்தே பயிற்சி கொடுக்கப்படும் காளைக் கன்றுகள் இரண்டு முதல் ஐந்து வயதுக்குள் விளையாட்டு வளையத்துக்குள் வருகை தருகின்றன. எருதுகளுக்குக் கடல்நீரில் பயிற்சி கொடுக்கப்படுவதால் அதன் மார்புத் தசைகள் வலுப்பெற்று அதிக நேரம் புத்துணர்ச்சியுடன் இருப்பதாகக் கூறினார்கள். அரபியில் கொடுக்கும் வர்ணனை, மொழி புரியாமல் சிரிக்க வைத்தாலும் நம் ஊரின் திருவிழா வர்ணனையை ஞாபகப்படுத்தியது.

22 கடல் பனை என்னும் சொர்க்கபுரி - அட்லாண்டிஸ்

அமீரகத்தின் நிலத்தில் கட்டப்பட்டிருக்கும் கட்டிடங்கள் மட்டுமல்ல கடலின் நடுவே கட்டப்பட்டிருக்கும் பனைமரத் தீவும் அட்லாண்டிஸ் நட்சத்திர விடுதியும் உலகக் கட்டடக் கலையின் மைல்கற்கள் எனலாம். தாழ்வான கடலின் அடி ஆழத்தில் துளையிட்டு மண்களை நிரப்பிப் பலமான அஸ்திவாரத்தினால் அமைக்கப்பட்டுள்ள அட்லாண்டிஸ்க்கு பயணம் செய்தால் ஐக்கிய அரபு அமீரகத்தின் அனைத்துப் போக்குவரத்து வசதிகளையும் ஒருசேர அனுபவிக்கலாம். பேருந்து, மெட்ரோ, டிராம், மோனோ ரயில், ஃஹெலிகாப்டர் சவாரியின் வழி பனைமரத் தீவு, நட்சத்திர விடுதி, அக்வா வெஞ்சர் தண்ணீர்க் கேளிக்கைப் பூங்காவென அனைத்தையுமே சுற்றிப் பார்க்க முடியும். சொகுசு என்று தனி வண்டியில் பயணம் செய்பவர்கள் தவறவிடுவது நல்ல பயண அனுபவங்களைத்தான்.

பயண அட்டைகள்

பயண அட்டைகளைப் பேருந்து மற்றும் மெட்ரோ நிலையங்களில் வாங்கிக்கொள்ளலாம். ஆகஸ்ட் 2009இல் அறிமுகப்படுத்தப்பட்ட இந்தப் பயண அட்டைகள் (நோல் கார்டு) துபாய்க்குள் மட்டுமே செல்லுபடியாகும். நோல் என்ற அரபி வார்த்தைக்குக் 'கட்டணம்' என்று பொருள். அட்டையின் குறைந்தபட்ச மதிப்பு 7.50 திராம்கள். அதிகபட்சம் 1000 திராம்கள். பணியாளர்களின் உதவியுடன் மட்டுமல்லாமல் எந்திரங்கள், இணையத்தின் வழியும் அட்டையின் மதிப்பை கிரெடிட் செய்துகொள்ளலாம். 2013இல் மத்தியக் கிழக்கு நாடுகளுக்கு நடுவே நடந்த போட்டியில் ஆக்டபஸ் ஹாங்காங் நிறுவனம் வடிவமைத்திருந்த இந்தப் பயண அட்டைக்குத்தான் விருது வழங்கப்பட்டது. வாடகை வண்டிகள், பேருந்து, மெட்ரோ, டிராம், விமான நிலைய வண்டிகளில் பயண அட்டைகள் செல்லுபடியாகும். மாணவர்கள், முதியவர்கள், மாற்றுத்திறனாளிகளுக்காக நீல நிற அட்டைகளும் வழங்கப்பட்டிருக்கின்றன. சிவப்புநிறத் தற்காலிக அட்டைகளைப் பெரும்பாலும் சுற்றுலாப் பயணிகள் பயன்படுத்திக்கொள்கிறார்கள் என்றாலும் அட்டையை மறந்தவர்களும் தற்காலிகமாக ஒன்றை வாங்கிக் கொள்கிறார்கள். அனைத்துக் குடிமக்களும் உபயோகப்படுத்தும் வெள்ளி அட்டையை விடத் தங்க நிற அட்டை சற்று விலை அதிகம். வெள்ளி, தங்கம்

என்று இரண்டு அட்டைகளையும் வைத்திருப்பவர்களின் கூட்டம் மிகுந்த நாட்களில் தங்க அட்டையை உபயோகித்து அதற்கான பிரத்யேகப் பெட்டியில் கூட்ட நெரிசலில்லாமல் உட்கார்ந்து பயணம் செய்கின்றனர். நம் நாட்டு மெட்ரோக்களின் அனைத்து விதிமுறைகளும் இங்கு பொருந்தும்.

டிராம்

டிராம் மற்றும் மெட்ரோ ஊர்திகளுக்கு ஒரே பயண அட்டைதான். மெட்ரோவிலிருந்து இறங்கி டிராமில் பயணம் செய்யத்தேவை உள்ளவர்கள் வேகமாய் ஏறிக்கொண்டால் சில திராம்களைச் சேமிக்க முடியும். நிலத்தடி மின்சாரத்தில் இயங்கும் 7 பெட்டிகள் கொண்ட டிராம் சேவை 11/11 அன்று துபாயில் 2014ஆம் ஆண்டு தொடங்கப்பட்டது. சாலையில் ஒரு பக்கம் வாகனங்கள் சென்று கொண்டிருக்க மறுபக்கம் அமுங்கிய தண்டவாளத்தில் டிராம் போய்க் கொண்டிருந்தாலும் அரிதாக விபத்துக்கள் நடப்பதுண்டு. டிராம்களை இயக்க 80 ஓட்டுநர்கள் நியமிக்கப்பட்டுள்ளனர். ஒவ்வொரு பயணத்தின் போதும் அவர்கள் போதைக்கான மருத்துவச் சோதனைக்கு உட்படுத்தப்படுகின்றார்கள். 5 நொடிக்கு ஒருமுறை சத்தம் எழுப்ப ‘டெட் மேன் ஸ்விட்ச்’ பொத்தானை அழுத்தவில்லை என்றால் டிராம் நிறுத்தப்பட்டுவிடும். விபத்து நடக்காமலிருக்க அவர்கள் மேற்கொண்டிருந்த எச்சரிக்கைக்கு இதுவே ஓர் எடுத்துக்காட்டு. ட்ராம் நிறுத்தத்தின் ஓரத்தில் நிற்க வைக்கப்பட்டிருக்கும் எந்திரத்தில் வருகையைப் பதிவு செய்துகொள்ளும் வசதியைத் தெரியாமல் பலரும் அங்குமிங்கும் அலைபாய்வதுண்டு. 6 நிமிட இடைவேளைகளில் அதிகபட்சமாக 400 பயணிகளைக் கொண்டு செல்லும் வசதி கொண்ட டிராம் மணிக்கு 50 கிலோமீட்டர் வேகத்தில் பயணிக்கின்றன. மெட்ரோவைப் போல டிராமிலும் தங்கம், வெள்ளி என்ற வகுப்புகளுடன் பெண்கள், குழந்தைகளுக்கு என்றும் தனித்தனி இருக்கைகள் ஒதுக்கப்பட்டிருக்கின்றன. மெட்ரோ, டிராம், மோனோ ரயில் என அனைத்திலுமே சொகுசு இருக்கைகளும், உள் அமைப்புகளும் ஒன்றே.

மோனோ இரயில்

மோனோ ரயில் பயணத்திற்கு என்று வேறு பயண அட்டைகள் கொடுக்கின்றார்கள். இரு தண்டவாளங்களில் பயணித்தவர்களுக்குப் பனைமரத் தீவை நோக்கிச்செல்லும் மத்தியக் கிழக்கின் முதல்

ஒற்றைத் தண்டவாளத் தொடரூர்தி சவாரியானது குதூகலம்தான். பனைமரத் தீவின் நேர்க்கோட்டிலுள்ள அலுவலகங்கள், கிளைகளில் இருக்கும் கட்டிடங்கள் மற்றும் தூரத்தில் அமைந்திருக்கும் அட்லாண்டிசைக் கழுகுப் பார்வைகொண்டு பார்க்கமுடியும். செயற்கை அட்லாண்டிஸ் தீவில் அரசியல் பிரபலங்கள், திரைப்பட நட்சத்திரங்கள் போன்றோர் முதலீடு செய்திருக்கும் மனைகள்தான் நம்மை முதலில் வரவேற்கின்றன. மோனா ரயில் நேராக அட்லாண்டிஸ் வாசலில் இறங்கிவிடும். 2008 ஆம் ஆண்டு திறக்கப்பட்ட அட்லான்டிஸ் நட்சத்திர விடுதிக்குள் அங்காடிகள் இருப்பதால் குறிப்பிட்ட தூரம் வரை நாம் செல்லலாம்.

அட்லாண்டிஸ்

விடுதிக்கு வருகை தரும் விருந்தினர்களுக்குச் சிறப்பான வரவேற்பு அளிப்பதற்காகவே புகழ்பெற்ற அமெரிக்கக் கண்ணாடிச் சிற்ப வடிவமைப்பாளரான தேல் சிகுலி அவர்களின் கைவண்ணத்தில் 3000 கண்ணாடிகளைக் கொண்டு 10 மீட்டர் உயர விசித்திரச் சிற்பத்தைக் காட்சிப்படுத்தி இருக்கின்றார்கள். நட்சத்திர விடுதியினுள் உள்ள பிரம்மாண்ட 'லாஸ்ட் சாம்பர்ஸ்' அக்குவாரியம், உலகின் மிகப்பெரிய பத்து திறந்தவெளி அக்வாரியங்களில் ஒன்றான அம்பாசிடர் லாகூன் நீர்வாழ்க் காட்சி சாலையைப் பார்ப்பதற்காகவே மக்கள்கூட்டம் அலைமோதுகின்றது. தற்காலிக ஐக்கிய அரபு அமீரக அடையாள அட்டை வைத்திருப்பவர்களுக்கு நுழைவுச்சீட்டில் சலுகை கொடுக்கப்படுகின்றது. சொகுசு மெத்தைத் தலையணையுடன் 65,000 கடல் விலங்குகளையும், 250 க்கும் மேற்பட்ட மீன்களையும் இரசிப்பதுடன், அதன் விவரங்களைத் தொடுதிரையில் படித்துத் தெரிந்துகொள்ளலாம். ஐக்கிய அரபு அமீரகத்தில் விசாவிற்குப் பெரிதாகக் கெடுபிடி இல்லாததால் ஐரோப்பாவில் வசிக்கும் பெரும்பாலான வெள்ளைத் தோல் மக்களுக்கு விடுமுறை வீடாக உள்ள அட்லாண்டிஸ் இதுவரை 227 நாடுகள் மற்றும் அதன் பிராந்தியத்தைச் சேர்த்த மக்களை வரவேற்றுள்ளது. 1539 அறைகளிருக்கும் ஐந்து நட்சத்திர விடுதியில் 2 பகல் ஓர் இரவு தங்குவதற்குத் தள்ளுபடி விலையில் குறைந்தபட்சம் 1, 500 திராம்கள் ஆகலாம். நசிமி கடற்கரை, அக்வேரியம், அக்வாவெஞ்சர் தண்ணீர்ப் பூங்காவிற்குச் செல்ல இலவச அனுமதியும் கிடைக்கும். கடல்வாழ் உயிரினங்களை இரசிக்கக் கடலடியிலும் அறைகள் உண்டு. அக்வாவெஞ்சர் தண்ணீர்ப் பூங்கா பல விருதுகளை வாங்கிக் குவித்திருப்பதுடன் அது மத்திய கிழக்கு நாடுகளின் சிறந்த வாட்டர் பார்க்கும் கூட. கட்டணத்திற்கு ஏற்றார் போல டால்பின்களுடன் ஓடி

ஆடி விளையாட, ஆழ்கடல் நீச்சல் பயிற்சி செய்யவும் வாய்ப்புண்டு. டால்பின்கள் சாலமன் தீவுகளிலிருந்து கொண்டு வரப்பட்டிருந்தாலும் அதன் வாழ்வியலுக்கான சூழல் உருவாக்கித் தரப்பட்டுள்ளது.

அட்லாண்டிஸ் – கடல்பணையின் சொர்க்கபுரி

2008 ஆம் ஆண்டு நடைபெற்ற உல்லாச விடுதியின் திறப்புவிழாவின் பொழுது *15* நிமிடங்கள் பனைமரத் தீவைச் சுற்றி வெடிக்கப்பட்ட *1* லட்சம் வாண வேடிக்கைகளான நிகழ்வு கின்னஸ் சாதனைக்குப் பரிந்துரைக்கப்பட்டது. புத்தாண்டுக் கொண்டாட்டங்களின்பொழுது பனைமரத் தீவின் மொத்த நிலப்பரப்பிலிருந்தும் சீறிய பட்டாசுகளைப் பார்க்கக் கூட்டம் அலைமோதியது. ஆங்கிலப் படங்கள், தொலைக்காட்சித் தொடர்களுடன், வீடியோ கேம்களிலும் இந்த நட்சத்திர விடுதி இடம் பெற்றிருக்கின்றது. அட்லான்டிஸ் அக்வாவெஞ்சர் தண்ணீர்ப் பூங்காவில் சில சவாரிகள் நிறுத்தி வைக்கப்பட்டிருக்கும் பராமரிப்புக் காலத்தில் நுழைவுச்சீட்டுக்குத் தள்ளுபடி கிடைக்கும். தண்ணீரில் சறுக்கி வரும்பொழுது பயத்தை மீறிக் கண்களைத் திறந்தால் சிறு மின்விளக்கு வெளிச்சத்தில் கடலுக்குள் இருக்கும் தனி உலகத்தை இரசிக்க முடிவதுடன் சிறு பயமும் தோன்றி மறையும். ஒரு திருமண நிகழ்விற்காக 400 கிலோ (சுமார் ஒரு மாட்டின் எடையுள்ள) கேக்கைத் தயாரித்த விடுதியின் பேக்கரி பணியாளர்கள் சுற்றுலாப் பயணிகள் பலரையும் ஆச்சர்யப்படுத்தி இருக்கின்றார்கள். உலகின் மிகவும் விலையுயர்ந்த விடுதி அறைகளில் நமக்குத் தேவையானவற்றை

உடனே சமைத்துக்கொடுக்க ஒரு தனிக் குழுவும் அங்குண்டு.

ஹெலிகாப்டர் சவாரி

பனை மரத்தின் சுற்று வளைவில் இருக்கும் நட்சத்திர விடுதிக்கு அருகேதான் ஹெலிகாப்டர் தளம் உள்ளது. துபாய் பெஃஸ்டிவல் சிட்டி மால் அருகிலேயும் ஒரு ஹெலிகாப்டர் தளம் செயல்பட்டு வருகின்றது. பயணத்திற்கு முன் எடை மற்றும் உயரத்தைப் பதிவு செய்துகொண்டு ஹெலிகாப்டரில் பின்பற்ற வேண்டியவை கூடாதவைகளைக் காணொளியாக ஒளிபரப்பினார்கள். ஸேப்டி உடையை மஞ்சள் வண்ணப் பையாக இடுப்பில் கட்டிக்கொண்டு, ஹெலிகாப்டருக்கு அருகே நடந்துசெல்வது, ஏறி இறங்குவதை ஒளிப் படங்களாக எடுத்து பென் டிரைவில் தர ஏற்பாடு செய்யப்பட்டிருந்தது. 700 திராம்கள் கட்டணத்தில் ஒரு சவாரிக்கு 4 பேர் என ஏற்றிக்கொண்டார்கள். இடைவிடாது சுற்றும் ஹெலிகாப்டரின் இறக்கைகளின் சத்தம் காதைப் பிளந்தது. சத்தத்தைச் சமாளித்து அனைவரும் பேசிக்கொள்ள தொடர்புக் கருவிகள் உதவி செய்தன. ஒலிபெருக்கியின் வழி ஹெலிகாப்டர் ஓட்டுநர் பயணிகளுக்குத் தகவல்களைத் தெரிவித்துக்கொண்டே இருந்தார்.

உலக நாடுகள், கடற்குதிரைத் தீவுகளைக் கடலில் பார்த்தவுடன் உலகமே காலுக்கு அடியில் என்ற கர்வம் தோன்றியது. ஒரு சவாரிக்கு அதிகபட்சமாக 15 நிமிடங்கள்தான் என்பதால் தீவுகளுக்கு அருகில்சென்று பார்க்கமுடியவில்லை. கட்டடங்களும், வீட்டுமனைகளும் பனைமரத் தீவின் ஒவ்வொரு கிளையிலும் தீப்பெட்டிகளைப் போலக் காட்சி அளித்தது. ஏற்கனவே வரையருக்கப்பட்ட சில செயற்கைத் தீவுகளையும் கடலில் பார்க்க முடிந்தது. மற்ற பயணிகளுடன் சேர்ந்து பயணம் செய்ய, தனியாக ஒரு ஹெலிகாப்டரைக் குறிப்பிட்ட நேரம் சவாரிக்கு எடுக்க என்று கட்டணம் மாறுபட்டது. வானில் பறக்கும் நேரத்தைப் பொருத்துக் கட்டணம் அதிகரிக்கும் என்றாலும் 15 நிமிடங்களில் ஆரம்பிக்கும் பயணத்தை அதிகபட்சம் ஒரு மணிநேரம் வரை நீட்டித்துக்கொள்ளலாம். கிரேக்கப் புராணங்களில் வந்த கற்பனையான அட்லாண்டிஸ், கடல் தீவில் உல்லாச விடுதியாய் மறுபிறவி எடுத்திருக்கின்றது.

23 இலக்கியமும் இலக்குகளும்

துபாய் க்ளோ கார்டன்

40 ஏக்கரில் சபீல் பூங்காவில் அமைந்திருக்கும் உலகின் மிகப்பெரிய தீம் கார்டன் 2015 இல் திறக்கப்பட்டது. 30 மில்லியன் திராம்களில் கட்டப்பட்டிருக்கும் பூங்கா டைனோசர் அருங்காட்சியகம், முற்றிலும் மருந்து பாட்டில்களால் தயாரிக்கப்பட்டிருக்கும் புர்ஜ் கலீஃபாவின் அமைப்பு போன்றவற்றை உலகெங்கிலுமுள்ள 500 பொறியாளர்களும், கலை வடிவமைப்பாளர்களும் சேர்ந்து உருவாக்கியுள்ளார்கள். உலகின் மிகப்பெரிய டைனோசர் பூங்காவில் 120க்கும் அதிகமான அனிமேசன் வகையிலான டைனோசர்கள் காட்சிப்படுத்தப்பட்டுள்ளன. புவி வெப்பமடைதலைக் கருப்பொருளாகக் கொண்டு –7 முதல் –8 டிகிரி குளிர்நிலையில் உருவாக்கப்பட்டுள்ள பனிச்சிற்பங்கள் வேறு உலகத்திற்கு அழைத்துச் செல்கின்றன. மறுசுழற்சி செய்யக்கூடிய ஆயிரக்கணக்கான சிறிய கண்ணாடி பாட்டில்கள், ஆற்றலைச் சேமிக்கும் எல்.ஈ.டி பல்புகள், பீங்கான்கள் மற்றும் சி டி குறுந்தகடுகளால் செய்யப்பட்டுள்ள எக்கோ ப்ரண்ட்லி பூங்காவும் துபாய் க்ளோ கார்டனுள் அடக்கம். காலை பூங்காவாகவும் இரவு ஒளி வீசுகின்ற சொர்க்கம் போலவும் காட்சி தரும் க்ளோ கார்டன் கண்களுக்கு விருந்தளிக்கக் கூடியவை.

துபாய் ஐஸ் கார்டன் – பனிச்சிற்பங்கள்

அயாலா நடனம்

'குச்சி நடனம்' என்று அழைக்கப்படும் அயாலா நடனம், நாட்டுப்புற நடன வடிவங்களில் ஒன்று. இரண்டு வரிசைகளில் குச்சிகளைக் கைகளில் வைத்துக்கொண்டு நிற்கும் நடனக் குழுவினர் ஒருவரையொருவர் எதிர்கொள்ளும் விதமாக நெருக்கமாக நின்றுகொண்டு ஆடுகின்றார்கள். இத்தகைய பழக்கம் பழங்குடி மக்களிடையே உள்ள ஒற்றுமையைக் குறிக்கின்றது. டிரம்ஸ் கலைஞர்களும் இந்நடனத்தில் பங்களிப்பது கூடுதல் சிறப்பு.

அயாலா – குச்சி நடனம்

கவிதைகள்

அல் தக்ரூடா

ஐக்கிய அரபு அமீரகத்தின் பாரம்பரிய இலக்கியங்களில் தக்ரூடா மற்றும் நபாடி கவிதைகள் முக்கியமானவை. தொலைந்து போன குதிரை மற்றும் ஒட்டகங்களைத் துரிதமாக மீட்டெடுக்கும் பாடல்களாகத் தக்ரூடா கிராமப் புறங்களில் பாடப்படுகின்றது. திருமணங்களில் பிரபலமாகப் பாடப்படும் தக்ரூடா, குதிரைச் சவாரிகளின்பொழுது குதிரைகளின் வேகத்தை அதிகரிக்கவும் பாடப்படுகின்றது. தைரியம், துணிவு, பெருமை, தயாள

குணத்திற்கு முக்கியத்துவம் கொடுக்கப்படுகின்றது. மொழியியலின் படைப்பாற்றல், பாராட்டு மற்றும் நையாண்டி நிறைந்திருக்கும் பாடலின் ஒரு வரியை ஒருவர் பாட, மற்றவர் அதே சந்தத்தில் முடியும் மற்றொரு வரியைப் பாட என ஒரு சுழற்சியில் பாடல்கள் தொடர்கின்றன.

நபாடி கவிதைகள்

பெத்ரா மற்றும் வட மேற்கு அரேபியாவில் வாழ்ந்த பண்டைய நபெத்தியன் இன மக்களின் பெயரிலிருந்தே நபாடி என்ற வார்த்தை உருவாகியிருக்கிறது. அரபு தேச்தைச் சாராது இஸ்லாம் மதத்தைத் தழுவிய மக்கள் வட்டார அரபு மொழியில் பாடிய நபாடிப் பாடல்கள் நமது நாட்டுப் புறப்பாடல்களைப் போன்றது. 16 ஆம் நூற்றாண்டு காலத்தில் வேலை நேரத்திலும், ஓய்வு நேரங்களிலும் பாடப்பட்ட பாடல்கள் அரபிய தீபகற்பத்தின் முக்கிய வாழ்க்கை முறையாகக் கருதப்படுகின்றன. அமீரகத்தின் மன்னர் ஷேக் சாயத் பின் சுல்தான் அல் நஹியான், துபாயின் இளவரசர் ஹெச். ஹெச் ஷேக் முகம்மது பின் ரஷீத் மற்றும் பாதுகாப்பு அமைச்சர் ஷேக் முகம்மது போன்றோர் நபாடி கவிஞர்கள் என்பதால் மக்கள் மத்தியில் நபாடிக் கவிதைகள் பிரபலம். இன்றும் அமீரகத்தின் நாளிதழ்கள், பத்திரிகைகளில் இக்கவிதைகளுக்கு என்று ஓர் இடம் ஒதுக்கப்படுகின்றது. இக்கவிதைகளை மக்களிடம் கொண்டு சேர்பதற்காகத் தொலைக்காட்சி நிகழ்ச்சிகளும் நடத்தப்படுகின்றன. அன்பு, தியானம், தலைவர்களைப் போற்றிப்பாடும் கவிதைகள், நபிகள் நாயகம் (ஸல்) அவர்களை அல்லாஹ் ஆசிர்வதிக்க வேண்டுமென்ற பிரார்த்தனையுடன் நிறைவு பெறுகின்றது. துபாய் மன்னரின் நபாடி பாடல்கள் தொகுப்புகளாகவும் கூட வெளியிடப்பட்டிருக்கின்றன.

அவற்றில் ஒன்று

இருண்ட இரவுகளையும் கடினமான நாட்களையும்
கண்டு கவலை இல்லை
வருங்காலத்தைப் பற்றிய வருத்தம் இல்லை
வெற்றிப் பாதையில் பயணிப்போம்
கடினமாக இருந்தால்
மகிழ்ச்சியுடன் எங்களைச்
செப்பனிட்டுக்கொள்வோம்.

கசல் கவிதைகள்

12 வரிகளில் தெளிவான ஓசை அமைப்புடன் காதல், மதம் மற்றும் பெருமைகளைப் பாடுபொருளாகப் பெற்றிருக்கும் கசல் கவிதைகள் கவிஞரின் புனைப்பெயரைக் கடைசி வரியில் கொண்டு நிறைவு பெறுகின்றன. லைலா மஜ்னு காதல் கதை கசல் கவிதைகள் வழி சொல்லப்பட்டிருக்கின்றது. நிறைவேறாத காதல் வலிகளைக் கசல் பாடல்கள் சிறப்பாக வெளிக்கொண்டு வருகின்றன.

அமீரக எழுத்தாளர்கள்

மனா ஸாயீத் அல் ஒடைபா

இவர் ஐக்கிய அரபு அமீரகத்தின் முன்னாள் பெட்ரோலிய மற்றும் கனிம வளத்துறை அமைச்சராக இருந்தவர். அரசர்களுக்குத் தனிப்பட்ட ஆலோசகராகவும் செயல்பட்டு இருக்கின்றார். பிலிப்பைன்ஸ், ஜப்பான் போன்ற நாடுகளிலிருந்து டாக்டர் பட்டங்கள் பெற்று அரபு , ஆங்கிலம் போன்ற மொழிகளில் 42 கவிதைப் புத்தகங்களை வெளியிட்டிருக்கின்றார். நாவல், கட்டுரை போன்ற இவரது படைப்புகளில் பெட்ரோலியம் மற்றும் அதன் ஒப்பந்தங்கள் தொடர்பாக எழுதியுள்ள புத்தகம் குறிப்பிடத்தக்கது. ஐக்கிய அரபு அமீரகத்தின் உருவாக்கத்திற்கு முன்பே இவருடைய படைப்புகள் கொண்டாடப்பட்டுள்ளன.

முகமது அஹமது அல் முர்

ஐக்கிய அரபு அமீரகத்தின் முக்கியப் பத்திரிகைகளான கலீஜ் டைம்ஸ் (அமீரகத்தின் முதல் ஆங்கிலப் பத்திரிக்கை) மற்றும் அல்பயனில் (அரசு பத்திரிகை) ஆசிரியராகப் பணிபுரிந்திருக்கின்றார். ஐக்கிய அமீரகத்தின் நவீன வரலாறு தொடங்கிய காலகட்டத்தில் மக்களின் வாழ்க்கை மற்றும் சமூக மாற்றங்களைத் தன் படைப்புகளில் மிகத் துல்லியமாக வெளிப்படுத்தியவர். ஆராய்ச்சியாளர்கள், கல்வியியலாளர்கள் மற்றும் விமர்சகர்களை ஈர்த்த இவரது 15 சிறுகதைத் தொகுப்பில் ' துபாய் டேல்ஸ்' மற்றும் 'அண்ட் தி விங்க் ஆஃப் தி மோனா லிசா' ஆங்கிலத்தில் மொழிபெயர்க்கப்பட்டு இருக்கின்றது. 'ஆஸ்திரியர்கள் பார்வையில் ஐக்கிய அரபு அமீரகம்' , 'உலகைச் சுற்றி வர 22 நாட்கள்' , 'நேஷனல் ஹோப்ஸ்', 'உலக அதிசயங்கள்' போன்ற இவரது புத்தகங்கள் கவனம் பெற்றவை.

நாட்டுப்புற இலக்கியங்கள்

கடலோர நகர மக்கள், பாலைவனத்தில் வாழும் பெதோயின் இன மக்கள், கிராமப் புற விவசாயிகள், மலைகளில் சுற்றித் திரியும் நாடோடிகள் என அமீரகத்தின் ஒவ்வொரு சூழலிலும் வாழும் இனக் குழுக்கள் தங்கள் வாழ்வியல், சமூக, சுற்றுச்சூழல், கலாச்சாரம், மதநம்பிக்கை, தொழில்கள், உள்ளூர் கைவினைப் பொருட்கள், நாட்டுப்புற மற்றும் பாரம்பரியக் கலைகளைக் கருப்பொருளாக்கி அனுபவக் குவியலாக விரியும் கதைகளை, உள்ளூர் பேச்சுவழக்கு மொழிகளில் பல்வேறு சொற்பிரயோகங்களில் விவரித்திருக்கின்றார்கள். இரவு உணவிற்குப் பின் குழந்தைகளைச் சுற்றி அமர வைத்து, குரலை மாற்றி சிறப்புச் சத்தங்களுடன் பேய்க் கதைகள், நீதிக் கதைகளைச் சுவாரஸ்யமாக விவரிக்கும் வழக்கம் அமீரகத்திலும் இருந்து வந்திருக்கிறது. கதை சொல்லிப் பாட்டிகள் முகம்மது நபிகளை வணங்கிய பின் குழந்தைகளையும் வணங்கச் சொல்லும் பழக்கத்தைப் பின்பற்றிக் கதையை விவரித்திருக்கின்றார்கள்.

நீதிக் கதைகள் கராரீப் என்று பன்மையில் அழைக்கப்படுகின்றன. அரபு மொழியில் ஹகா என்ற சொல்லுக்குக் கதைசொல் என்று அர்த்தம். கதை சொல்லும் கலையை ஹக்கி என்றும் அழைக்கின்றார்கள். வீரம், தைரியம், ஜினி (தேவதைகள்), நன்மை, தீமை, நேர்மை, கௌரவம் போன்ற பல்வேறு கருப்பொருட்களை உள்ளடக்கிய கதைகள் பொழுதுபோக்கிற்காகச் சொல்லப்பட்டுப் பல்வேறு மக்களுக்குச் சிறந்த கல்வி, ஆலோசனை, வழிகாட்டலை வழங்கியுள்ளன. நாட்டுப்புறக் கதைகள் இயல்பான பேச்சு வழக்கில் சொல்லப்பட்ட அதே மொழியில் எழுதி வைக்கப்பட்டிருக்கின்றன. குழந்தைகளின் கற்பனையை வளர்த்துக்கொள்ள, கதாப்பாத்திரத்தின் முடிவை யூகிக்க, பாட்டி சொன்ன கதையிலிருந்து வேறொரு கதையைக் கற்பனை செய்ய உதவுவதால் கதை சொல்லலும் கதை கேட்டலும் சிறந்த கலையாகவே கருதப்படுகின்றன.

பதே பதேஹோஃ கதை

ஆதரவற்றவர்களின் உரிமையைப் பாதுகாத்து, தீமை செய்பவர்களிடமிருந்து காக்கும் இறைவன், தீயவர்களை எவ்வாறு தண்டிக்கின்றார் என்பதே இக்கதையின் களம். ஓர் அனாதைப் பெண் மாற்றான் தாயினால் கொடுமைப்படுத்தப்படுகிறாள். அவளை மீட்டெடுப்பதற்கு இறைவன் ஒரு கெண்டை மீனை அனுப்பி

வைக்கின்றார். சிறுமி அம்மீனை விடுவித்தவுடன் அது தேவதையாக உருமாறுகின்றது. அச்சிறுமி வளர்ந்து திருமணமாகி மகிழ்ச்சியாக வாழும் வரை அம்மீன் அவர்களுடனேயே இருக்கின்றது. இக்கதையில் வரும் தேவதை நம் வாழ்வில் நமக்கு உதவி செய்யும் மனிதர்களைக் குறிப்பால் உணர்த்திக் காட்டுவதுடன், சிறுவர்களை ஈர்ப்பதனால் மிகவும் பிரபலமாகவும் இருக்கிறது.

உம் துவைஸ்

பாரம்பரியமாகச் சொல்லப்பட்டு வரும் விசித்திரக் கதைகளுக்கு உதாரணமாக 'உம் துவைஸ்' கதையைச் சொல்லலாம். ஓர் ஊரில் ஓர் அழகான பெண் இருந்தாள். முழுநிலவு போலப் பிரகாசிக்கும் முகம் உடையவள் உயரமான தேவதை போல் காட்சி தந்தாள். வசீகரிக்கும் குரல் வளத்துடன் மென்மையான சிகையைக் கொண்டவள். தொலைவில் நடந்து வந்தால் கூட அவளது வாசனை எல்லோரையும் ஈர்க்கும். அழகான துணிகளை அணிந்து வைரங்கள் மற்றும் தங்க நகைகளால் அலங்கரித்துக் கொண்டிருந்தவள், பல ஆண்களை ஈர்த்தாள் அவர்களைத் தன் பின்னே வரச்செய்யும் ஆற்றல் பெற்றிருந்தாள். திடீரென்று வயதான பெண்மணியாக மாறிக் கோர உருவத்துடன் காட்சி அளித்தவள் ஒவ்வொருவராகக் கொன்றிருக்கிறாள். இந்தக் கதையை மனதிற்கொண்டு அதிகமான ஒப்பனையுடன் நகைகளைப் போட்டுக்கொள்ளும் பெண்ணை உம் துவைஸ் என்று அழைக்கின்றார்கள்.

ஆடைகள்

பாலைவனத்தில் வாழ்ந்த மக்கள் தங்கள் சுற்றுச்சூழலுக்கு ஏற்றவாரே தங்கள்ஆடையை வடிவமைத்திருக்கிறார்கள். கண்டோரா எனப்படும் வெள்ளை அங்கிகளுக்கு மேல் அக்கால் என்னும் கருப்புக் கயிரைக் கட்டிக்கொள்வதுடன் குத்ரா என்னும் வெள்ளைத் துணியை லாவகமாகத் தலையில் அணிந்திருக்கின்றார்கள்.

அத்துடன் சிவப்பு மற்றும் வெள்ளைக் கட்டடங்களுடனான துணிகளையும் பார்க்க முடியும். குஃபியா என்று அழைக்கப்படும் பருத்தியால் ஆன இந்தத் துணி பாலைகளில் ஏற்படும் மணற்காற்று, வெயில் கொப்பளங்கள், தூசுக்களில் இருந்து இவர்களைப் பாதுகாக்கின்றது. கடும் வெயிலிருந்து தங்களைக் காத்துக்கொள்ள பெண்கள் தலை முதல் கால் வரை மறைக்கும் கருப்பு நிற

புர்காக்களை அணிந்துகொள்கின்றார்கள்.

மக்கள்

எமிரேட்டி சமுதாயம் இரண்டு சமூகப் பிரிவுகளாகப் பிரிக்கப்பட்டுள்ளது. தேசியவாதிகள் அல்–முவத்தினீன் என்றும், வெளிநாட்டிலிருந்து குடியேறியவர்களை அல்–வாஃபீதினின் என்றும் குறிப்பிடப்படுகின்றனர். குடிமக்கள் நான்கு பிரதானச் சமூக வகுப்புகளாகப் பிரிக்கப்படுகின்றனர்.

ஆளும் சேக் குடும்பங்கள், அவற்றின் உறுப்பினர்கள், மிக உயர்ந்த அரசியல் பதவிகள் மற்றும் அதிகாரங்களைக் கொண்டிருப்பதோடு மகத்தான செல்வத்தையும் கௌரவத்தையும் கொண்டிருக்கின்றனர்.

அசாத்–டுஜார் என்று அழைக்கப்படும் முத்து வணிக வர்கத்தினர் தற்போது உலகளவில் பொருட்களை வியாபாரம் செய்கின்றார்கள்.

இலவச மாநிலக் கல்வியால் பயனடைந்த நடுத்தர வர்க்கத்தினர் தற்போது தொழிற் பிரதிநிதிகளாகப் பிரதிநிதித்துவப் பட்டுள்ளனர்.

புதிதாகக் குடியேறிய பெதோயின் நாடோடிகள், முத்துக்குளிப்பில் ஈடுபட்டிருந்த மக்கள், விவசாயிகள் குறைந்த வருவாயைக் கொண்ட குழுக்களாக வகைப்படுத்தப்பட்டுள்ளார்கள்.

ஐக்கிய அரபு அமீரகத்தின் தயாரிப்புகள்

ஏற்றுமதி – இறக்குமதி

இயற்கையிலேயே துபாயின் பூகோள அமைப்பு, பல நாடுகளுடன் வர்த்தகத் தொடர்பு கொள்வதற்கு நல்ல வசதியைக் கொண்டிருக்கிறது. பாரசீக வளைகுடாவின் தென்கிழக்குக் கடற்கரையில் அமைந்துள்ள துபாய், மேற்கத்திய மற்றும் கிழக்குப் பகுதி நாடுகளுடன் எளிதாக இணைப்பைப் பெறும் வாய்ப்பைப் பெற்றிருக்கிறது. இயற்கை கொடுத்துள்ள இந்த அருட்கொடையால், ஆரம்பக் காலத்திலிருந்து துபாயின் முக்கியத் தொழில் ஏற்றுமதி – இறக்குமதியாக இருந்தது. இதனால் வேற்று நாட்டவர்களும் அடிக்கடி துபாய்க்கு வந்து செல்லும் நிலை ஏற்பட்டது.

உலகின் ஏற்றுமதி – இறக்குமதியில் கிட்டத்தட்ட 25% நோக்கி முன்னேறிக்கொண்டிருக்கிறது துபாய். ஏற்றுமதி – இறக்குமதி என்றவுடன் துபாயில் உற்பத்தி மிக அதிகமென்றும் அதையொட்டி

ஏற்றுமதியும் அதன் விளைவாக இறக்குமதியும் நடைபெறுகிறது என்றெண்ணுவார்கள். இந்தியா (Freezone) போன்ற நாடுகளிலிருந்து இறக்குமதி செய்து ஃப்ரீ சோனில் சேமிக்கப்பட்ட பின்னர் மேலை நாடுகளுக்கு ஏற்றுமதி செய்கின்றார்கள். இதை ரீ எக்ஸ்போர்ட் என்றும் குறிப்பிடலாம்.

கட்டுமானத் தொழில்

புதிய விடுதிகள், ஷாப்பிங் மால்கள், காட்டேஜ்கள் மற்றும் அடுக்குமாடிக் கட்டடங்கள் அதிகளவில் கட்டப்படுவதால் கதவுகள், ஜன்னல்கள், சிமெண்ட், குழாய்கள், சாயங்கள், வலுவூட்டக்கூடிய பொருட்கள் போன்ற கட்டுமானப் பொருட்களை அதிகளவில் உற்பத்தி செய்யும் தொழிற்சாலைகளின் எண்ணிக்கை தொடர்ந்து அதிகரித்து வருகிறது.

இயந்திரப் பொறியியல் மற்றும் உலோகப் பொருட்கள்

ஐக்கிய அரபு அமீரகத்தில் எண்ணெய்க்குப் பின் அதிகளவில் ஏற்றுமதி செய்யப்படுவது அலுமினியம். குறிப்பாக துபல் என்ற பெயரில் விற்பனை செய்யப்படும் துபாயின் அலுமினிய ப்ளாக் கட்டிகள் உலக அளவில் பிரபலம். உலகளவில் குறிப்பிட்ட உற்பத்தியாளர்கள் மட்டுமே தூய்மையான அலுமனியத்தை உற்பத்தி செய்து ஏற்றுமதி செய்துகொண்டிருக்கின்றார்கள். அவர்களுள் துபல் நிறுவன அலுமினியக் கட்டிகளின் தூய்மைத் தன்மை 99.86%. அலுமினிய ப்ளாக்குகளுடன், கேபிள்கள், கார்கள், வீட்டு உபயோகப் பொருட்கள், சுவிட்ச்–போர்டுகள் போன்ற பிற தயாரிப்புகளையும் உற்பத்தி செய்கின்றனர்.

கனிம வளங்கள்

சுரங்கங்களிலிருந்து பிரித்தெடுக்கப்படும் ஜிப்சம், தாமிரம், விலையுயர்ந்த கற்கள், வெவ்வேறு தாதுக்கள், உப்பு வகைகள், பளிங்குக் கற்கள் மற்றும் உலோகங்கள் நேரடி முதலீடுகளை ஈர்க்கும் கொள்கையின்படி செயற்படுவதால் சுரங்கத் தொழில் தீவிரமாகச் செயலாற்றி வருகிறது. இந்திய முதலீட்டாளர்கள் குரோம் டெபாசிட்களிலும் விலை மதிப்பற்ற உலோகங்களின் ஆய்வுகளிலும் தங்களை ஈடுபடுத்திக்கொண்டு இருக்கின்றார்கள். கோபால்ட், செப்பு, வெள்ளி, தங்கம் ஆகியவற்றில் மட்டுமல்லாமல் மற்ற தொழிற் துறைகளிலும் சர்வதேச நிறுவனங்கள் தங்கள் வணிக நடவடிக்கைகளை மேற்கொள்கின்றார்கள். மாநிலக் கருவூலத்திற்குக்

கணிசமான வருவாயை உருவாக்கித் தருவதுடன், சாதகமான ஆண்டு வருமானத்தையும் சுரங்கத்தொழில் ஈட்டித் தருகின்றது. சுரங்கத் தொழிற்துறையின் உற்பத்திப் பொருட்களைப் பன்னிரெண்டுக்கும் மேலான நாடுகளுக்கு ஏற்றுமதி செய்து வர்த்தக உறவுகளை விரிவாக்க முயற்சி நடந்துகெண்டிருக்கின்றன.

அச்சு மற்றும் காகிதத் தொழிற்துறை

காகிதம், எழுது பொருட்கள், பொருட்களுக்கான ராப்பிங் உறைகள், பேக்கேஜிங் பொருட்களைத் தயாரிக்கும் துபாய் அச்சு மற்றும் காகிதத் தொழிற்சாலைகள் அண்மைக் காலத்தில் பெரிய வளர்ச்சியை அடைந்துள்ளன. மொத்த அமீரகத்தின் அச்சீடு மற்றும் விளம்பரத் தயாரிப்புகளின் தேவைகளை, துபாயிலுள்ள அமீரகத்தின் பாதிக்கு மேற்பட்ட பதிப்பகத்துறை நிறுவனங்களும் அச்சிடும் நிறுவனங்களும் பூர்த்தி செய்கின்றன.

ஜவுளித் துணி மற்றும் ஆடை

அமெரிக்காவிலும் ஐரோப்பாவிலுமிருந்து இறக்குமதி செய்யும் ஆடைகளின் வழி கிடைக்கும் ஊக்கத்தொகை ஐக்கிய அரபு அமீரகத்தின் வளர்ச்சிக்குப் பெரிதும் உதவிசெய்கின்றன. துணிகள், ஆடைகள் மற்றும் காலணிகள் உற்பத்தி செய்யும் தொழிற்சாலைகளின் எண்ணிக்கை அதிகரித்து, பெரும்பான்மையான பொருட்கள் அமெரிக்காவிற்கும் மேற்கு ஐரோப்பாவிற்கும் ஏற்றுமதி செய்யப்படுகின்றன. இது போன்ற துறைகள் உற்பத்தி செய்யும் பொருட்கள் சர்வதேசச் சந்தைகளில் மிகவும் பாராட்டப்படுவதால், இவர்களுக்குக் கடன் வழங்குவதில் எமிரேட்ஸ் வங்கிகள் ஆர்வமாக உள்ளன. ஐக்கிய அரபு அமீரகத்தின் மூன்றாவது பெரிய தொழில்துறையும் இதுவே. நுகர்வோர் பொருட்களை உற்பத்தி செய்யும் தொழில் நிறுவனங்களுக்கு ஐக்கிய அரபு அமீரக அரசு சார்பில் உபகரணங்களும் வழங்கப்படுகின்றன.

உணவு மற்றும் பானங்கள்

குளிர்பானங்கள், கனிம நீர், பால், இறைச்சி, மீன், தாவரங்கள், காய்கறிகளை உற்பத்தி செய்வதுடன் சர்க்கரை ஆலைகள் மற்றும் பழங்களைப் பதப்படுத்தும் தொழிற்கூடங்கள் போன்ற உணவு உற்பத்தி நிறுவனங்கள் வெற்றிகரமாக இயங்கி ஐக்கிய அரபு அமீரகத்தின் பொருளாதாரத்திற்கு மேலும் பங்களித்து வருகின்றன.

வாசனைத் திரவியங்கள் மற்றும் ஒப்பனைப் பொருட்கள்

ஐக்கிய அரபு அமீரகத்தின் ஒப்பனை மற்றும் வாசனைத் திரவியங்கள் உள்நாட்டில் மட்டுமல்லாமல் வெளிநாடுகளிலும் பிரபலம். உயர்தரப் பொருட்கள் மட்டுமல்லாமல் தினசரி உபயோகப் பொருட்களையும் அமீரகத் தொழிற்துறைகள் உற்பத்தி செய்து வருகின்றன.

விவசாயம்

கால்நடை வளர்ப்பு, உழவு மற்றும் மீன்பிடித் துறைகளின் வளர்ச்சிக்குப் பெரும் முயற்சி எடுத்துள்ள அரசு சுமார் 60 ஆயிரம் ஹெக்டேர் பரப்பளவிலான நிலங்களைப் பயிரிட்டிருக்கின்றது. ஷார்ஜாவின் வடகிழக்குப் பகுதிகள், அபுதாபி, ரஸ் அல் கைமா மற்றும் ஓமன் வளைகுடாவின் கடலோரப் பகுதிகளில் வேளாண்மை அதிகரித்துள்ளது. சுரைக்காய், பூசணிக்காய் வகைப் பயிர்களுடன், பழங்கள், காய்கறிகள், புகையிலை மற்றும் பேரீச்சைகளும் உற்பத்தி செய்யப்படுகின்றன. பெரிய அளவிலான ஆலைகள் கடல் நீரின் உப்புத் தன்மையைக் குறைத்திருப்பதால் பல்வேறு பயிர்களைப் பயிரிட விவசாயிகள் ஆர்வம் காட்டி வருகின்றார்கள். ஐக்கிய அரபு அமீரகத்தின் தேசியப் பொருளாதாரத்திற்குப் பெரும் பங்களிக்கும் விவசாயத்திற்கு அரசு பலவிதமான ஆதரவை வழங்குகிறது. வருங்காலப் பயன்பாட்டிற்காகப் பண்படுத்தப்படும் விவசாய நிலங்கள் விவசாயிகளுக்கு இலவசமாகவே வழங்கப்படுகின்றன. விவசாயிகளுக்குத் தேவையான அனைத்து விவசாய இயந்திரங்கள் மற்றும் விதைகளும் வழங்கப்படுகின்றன. உள்ளூர் சூழலுக்கு ஏற்ப பயிர்களை வளர்க்கத் தீவிரமாக ஆராய்ச்சிகளும் திட்டங்களும் மேற்கொள்ளப்பட்டு வருகின்றன. விவசாயம் என்பது காய்கறிகள், பழங்கள், பயிர்களுடன் நின்றுவிடாமல் கரையோரப் பகுதிகளில் நடக்கும் மீன்பிடி வணிகம், கால்நடை மேலாண்மையுடன் இணைந்திருக்கின்றது.

மீன்பிடித் தொழில்

உள்நாட்டு மற்றும் வெளிநாட்டுச் சந்தைகளில் ஐக்கிய அரபு அமீரகத்தின் கடலோர மீன்களுக்கு நல்ல மதிப்பு உண்டு. உள்ளூர் மீனவர்களுக்குச் சிறப்புத் தொழில்நுட்பத்துடனான மீன்பிடி உபகரணங்களை வழங்குகின்றார்கள். உள்ளூர் மீனவர்களின் பங்களிப்பு இருந்தால் மட்டுமே வெளிநாட்டினரால் இத்தொழிலில் ஈடுபட முடியும். ஒரு குறிப்பிட்ட காலத்திற்கு (நவம்பர் முதல் ஏப்ரல் வரை) செல்லுபடியாகக் கூடிய அனுமதியைப் பெற்றுள்ள உள்ளூர் மீனவர்களுடன் இணையும் வெளிநாட்டு நிறுவனங்கள் மட்டுமே ஏற்றுமதியில் ஈடுபடுகின்றார்கள்.

24 அஜ்மான் - சன்ஷைன் எமிரேட்

சவுதி அரேபியாவில் அஜாமி என்ற ஒரு இனக் குழுவினர் இருந்தார்கள். அஜ்ம் என்பது அரபு வார்த்தை. அதனுடன் அய்மான் என்ற சிறு ஓமானிய இனக் குழுவினரின் பெயரும் சேர்ந்தே அஜ்மான் என்ற பெயர் தோன்றியிருக்கும் என்று கருதப்படுகின்றது. கடற்கழியால் இரண்டு பகுதியாய்ப் பிரிக்கப்பட்டிருக்கும் அமீரகத்தின் சிறிய நிலப்பரப்பான அஜ்மானில் சமீபத்திய கணக்கெடுப்பின்படி 2,40,000 மக்கள் மட்டுமே வாழ்ந்து வருகிறார்கள். அஜ்மான் நகரத்தின் மேற்குப் பக்கத்தைத் தவிர அனைத்துப் பகுதிகளும் ஷார்ஜாவின் எல்லைகளால் சூழப்பட்டிருக்கின்றன. இயற்கைக் காட்சிகள், ஆசியக் காட்டுத் தேன் மற்றும் வரலாற்றுக் கோட்டைகளால் பிரபலமாக அறியப்படும் அஜ்மான் 'சன்ஷைன் எமிரேட்' என்றும் அழைக்கப்படுகின்றது.

தாய்க்காக ஒரு மசூதி

அஜ்மானின் இளவரசர் ஷேக் அமர் பின் ஹுமைத் அல் நுயிமி தனது தாயின் நினைவாகக் கட்டியதே ஆம்னா பின்ட் அஹ்மத் அல் குரைர் மசூதி. பெரும்பாலும் வெள்ளை மற்றும் தங்க வண்ணங்கள் பயன்படுத்தப்பட்டிருப்பதால் இரவு விளக்கொளியில் மசூதி மிளிருகின்றது. 5 நிமிடத்திற்கு ஒருமுறை மாறும் மின்விளக்கு வெளிச்சத்தில் ரம்ஜான் நோம்புக் காலங்களில், வண்ண ஒளிகளால் ஜொலிக்கும் மசூதியில் தொழுகை செய்யும் மக்களுடன் சுற்றுலாப் பயணிகளின் எண்ணிக்கையும் அதிகரித்துள்ளது. சிறந்த கையெழுத்து நிபுணர்களால் ஸ்தூபியில் மேஸ் வகை வடிவங்கள் வரையப்பட்டிருப்பதுடன் குரான் வாசகங்களும் பொறிக்கப்பட்டு இருக்கின்றன. 15,000 சதுர மீட்டர் பரப்பளவில் அமைந்துள்ள மசூதியில் ஆண்டலூசிய, மொராக்கோ கட்டிடக்கலையுடனான நவீன இஸ்லாமிய அலங்கார வடிவமைப்புகளுடன் இயற்கை ஒளியை உபயோகித்து ஒளிரும்படி வடிவமைத்திருக்கின்றார்கள்.

அல்முராபா கண்காணிப்புக் கோபுரம்

அரபு மொழியில் அல்முராபா என்றால் 'சதுரம்' என்று பொருள். 1930களில் கட்டப்பட்டிருக்கும் மணல்நிறச் சதுரக்கோட்டை 80 வருடத்திற்கு மேல் அஜ்மானின் எல்லையைக் காக்க உதவி

செய்ததுடன் அஜ்மான் மக்களுக்குப் பாதுகாப்பும் வழங்கி வந்திருக்கிறது. மறைந்த ஆட்சியாளர் ஷேக் ரஷீத் பின் ஹுமைத் அல் நுயிமி அவர்களால் 2000 ஆம் ஆண்டு புனரமைக்கப்பட்ட கண்காணிப்புக் கோபுரம் வழி அஜ்மானின் கடற்கரை அழகை இரசிக்க முடியும் என்பதால் சிறந்த சுற்றுலாத் தளமாகவும் விளங்குகின்றது. பிரம்மாண்ட நவீனக் கட்டிடங்களின் நிழலில் உள்ள பழமையான கோட்டை ஓர் அழகிய முரண்.

மனாமாவும் மசுபட் நகரமும்

பாரசீக வளைகுடாவின் கரையோரத்தில் அரிய ஒபியோலைட் பாறைகள் நிறைந்திருக்கும் ஹஜ்ஜர் மலைப் பகுதியின் காலடியிலிருக்கும் மனாமாவும், மலைப்பகுதியுடனான மசஃபட் நகரமும் அஜ்மானின் வளமையான மண்வளத்தைத் தாங்கி விவசாயத்திற்குத் துணை நிற்கின்றன. பிரம்மாண்டமான மலைகள், விவசாய நிலப் பகுதிகளால் சூழப்பட்டிருக்கும் மனாமா நகரம் பிசின் தரும் நாட்டுக் கருவேல, வன்னி, இலந்தை, பூவரச மரங்களால் நிறைந்திருக்கின்றது.

ஹஸ்ஸா புவைத் கோட்டை

சேக் ரஷீத் பின் ஹுமைத் அல் நுயிமி அவர்களால் 1976 இல் கட்டப்பட்டிருக்கும் கோட்டை நாடு முழுவதுமாக மற்ற அரண்மனைகளின் கட்டிடக் கலையை ஒத்திருக்கின்றது. கல்படிக் கட்டுகளின் வழி கோட்டையின் உச்சியை அடைந்தால் மனாமா நகரத்தின் அழகை இரசிக்க முடியும். ஹஸ்ஸா புவைத் என்ற சொல் இக்கோட்டையின் ‘வெள்ளைக் கற்களை’க் குறிக்கின்றது.

மனாமா அருங்காட்சியகம்

அஜ்மானிலிருந்து 72 கிலோமீட்டர் தொலைவில் மனாமா நகரம் அமைந்துள்ளது. 1928 ஆம் ஆண்டு முதல் 1981 வரை ஆட்சி செய்த ஷேக் ரஷீத் பின் ஹுமைத் அல் நுய்மி காலத்தில் கட்டப்பட்ட 20 ஆம் நூற்றாண்டைச் சேர்ந்த சிறிய அல்மீர் கோட்டை 2012 முதல் வரலாற்றுக் கதை பேசும் ஓர் அருங்காட்சியகமாக மாறியுள்ளது. ஏழு பெரிய அறைகளில் ஏராளமான ஆயுதங்களும், பெதோயின் இன மக்கள் பயன்படுத்திய நகைகள் மற்றும் கைவினைப் பொருட்களும் காட்சிப்படுத்தப்பட்டு இருக்கின்றன. கிணறு, கண்காணிப்புக் கோபுரம் உள்ள கோட்டையில் மலைகளிலிருந்து தண்ணீரைக் கொண்டுவரும் பண்டைய நிலத்தடிப் பாசன அமைப்பான

பலாஜ் முறை பின்பற்றப்பட்டுள்ளது. கோட்டையைச் சுற்றியுள்ள பனைவகை மரங்களுக்குத் தண்ணீர் விடப்பட்டிருக்கின்றது.

அல் மனாமா இராணுவத்தளம்

சிங்கப்பூரைப் போலவே ஒவ்வொரு அமீரகக் குடிமகனும் கட்டாய இராணுவப் பயிற்சியை மேற்கொள்ள வேண்டும். விருப்பமுள்ள பெண்கள் 9 மாதப் பயிற்சியை மேற்கொள்ளலாம். ஆண்கள் 18 வயது முதல் 30 வயதுக்குள் இராணுவப் பயிற்சியை முடிக்க வேண்டும் என்றாலும் அதிக பட்சம் 40 வயதுக்குள் பயிற்சியை முடிப்பதற்கு அனுமதி வழங்கப்படுகின்றது. பயிற்சிக்காலம் தற்பொழுது ஒரு வருடமாக நீட்டிக்கப்பட்டிருந்தாலும், சரியான காரணமின்றி பயிற்சியைத் தாமதப்படுத்துபவர்கள் தண்டனையாக இரண்டு வருடப் பயிற்சியை மேற்கொள்ள வேண்டும். பயிற்சியைத் தவிர்ப்பவர்களுக்கு ஒரு மாதம் முதல் ஒரு வருட சிறைத் தண்டனை கொடுக்கப்படுவதுடன் அபராதத் தொகையாக 10, 000 முதல் 50, 000 திராம்கள் வசூலிக்கப்படுகின்றன. மருத்துவத் தகுதித் தேர்வுகளில் தோல்வி அடைந்தவர்களுக்கும், வீட்டுக்கு ஒரு பிள்ளையாய் இருப்பவர்களுக்கும் விதிவிலக்கு உண்டு. கட்டாய இராணுவச் சேவையை நிறைவு செய்யும் குடிமக்களுக்கு அரசாங்க நிறுவனங்களில் வேலைகள் பெறுவதற்கான முன்னுரிமை, தொழில் தொடுங்குவதற்கான சலுகை, திருமணத்திற்கான மானியங்கள், வீட்டு மனைகள் மற்றும் கல்விக்கான உதவித்தொகை என்று பல சலுகைகள் வழங்க்ப்படுகின்றன. ஐக்கிய அரபு அமீரகத்தின் முன்னணி இராணுவத் தளம் மனாமாவில் செயல்பட்டு வருவது அஜ்மானின் சிறிய நகரத்திற்கு மேலும் பெருமையைத் தேடித் தருகின்றது.

ப்ரெட் பாஸ்கெட

1920 ஆம் ஆண்டு முத்துக் குளிப்புத் தொழில்துறையில் வீழ்ச்சி ஏற்பட்டபின் 'ப்ரெட் பாஸ்கெட்' வளர்ச்சித் திட்டத்தால் மனாமாவில் பப்பாளி, எலுமிச்சை பயிர் செய்யப்பட்டது. 1930களில் தேன் சேகரிக்கும் முறை கற்றுத்தரப்பட்டதால், இருபருவங்களிலும் உலகத்தரம் வாய்ந்த இருவகை தேன்கள் உற்பத்தி செய்யப்பட்டதுடன் வேலைவாய்ப்பும் அதிகரித்திருக்கின்றது. 1960களில் வண்ண அஞ்சல் தலைகளை வெளியிட்ட மனாமா அஞ்சலகத்தைத் தெரியாத அஞ்சல் தலை சேமிப்பாளர்கள் மிகவும் சொற்பம் என்று கூடச் சொல்லலாம்.

தேன் திருவிழா

ஐக்கிய அரபு அமீரகத்தின் முதல் தேன் திருவிழா ஹட்டா ஹெரிட்டேஜ் வில்லேஜில் நடத்தப்பட்டது. இராணித் தேனீக்களுக்கு உணவளிக்க வேலைக்காரத் தேனீக்கள் உற்பத்தி செய்யும் தேனுடன் பாதாம், பிஸ்தா, கறுப்புச் சீரகம், ஜின்ஸெங், சிறப்பு மூலிகைகள் மற்றும் ராயல் ஜெல்லி கலந்து விற்கப்படும். குழந்தையின்மைக்குத் தீர்வளிப்பதால் தேன் வியாபாரம் விறுவிறுப்பாய் நடைபெறுகின்றது. மாணவர்களின் நினைவாற்றலை அதிகரிக்கும் ஜீனியஸ் தேன்களும் சந்தையில் இடம் பெறுகின்றன. ஐக்கிய அரபு அமீரகத்து வகை தேன்களுக்குப் போட்டியாக யேமன் நாட்டுத் தேன்கள் விற்கப்படுகின்றன. ஆனாலும் ராஸ் அல் கைமாவின் அல் குயர்ஸ் தேன், அபுதாபி மற்றும் ராஸ் அல் கைமாவின் சமர் தேன், அபுதாபியின் ஷஹாமா மற்றும் அல்எய்ன் பகுதிகளின் இலந்தை மரங்களிலிருந்து உற்பத்தி செய்யப்படும் சிதர் தேன்களுக்கு இன்றும் மக்களிடம் வரவேற்பு இருந்து வருகின்றது. நோயெதிர்ப்புச் சக்தி உள்ள அல் சமர் தேனை உள்ளூர்வாசிகள் விரும்பி வாங்குகின்றார்கள்.

அஜ்மான் – தேன் திருவிழா

இலந்தை மரத்தேன்

இலந்தை மரம் சொர்க்கத்தில் இருந்ததாகக் குரானில் குறிப்பிடப்பட்டுள்ளதால் அதன் பூக்களிலிருந்து பெறப்படும்

தேன்கள் புனிதமானவையாகக் கருதப்படுகின்றன. காட்டு இலந்தை, பயிரிடப்பட்ட இலந்தை என்பதைப் பொறுத்து 500 திராம்கள் முதல் 1500 திராம்கள் வரை விற்பனையாகும் இலந்தை மரத்தேன் மகப்பேறு வலி, நீரிழிவு நோய், புற்றுநோய் சிகிச்சைக்குப் பயன்படுத்தப்படுகின்றது.

மலையுச்சி, பள்ளத்தாக்கு, குகைகள், பாலைவனம் என்று பல்வேறு நிலப் பரப்புகளிலிருந்து பழங்குடி மக்கள் தேன்களைச் சேகரித்துத் தருகின்றார்கள். எகிப்திலிருந்து 60 மில்லியனுக்கும் அதிகமான தேனீக்கள் கொண்டுவரப்பட்டு ஆண்டுதோறும் 1, 800 டன் தேன் ஏற்றுமதி செய்யப்படுகிறது. கூட்டை விட்டுப் பெரும்பாலான வேலைக்காரத் தேனீக்கள் வெளியேறுவது, சுற்றுச்சூழல் சீர்குலைவுக்கான அறிகுறியாகக் கணக்கிடப்படுகிறது. காலநிலை மாற்றங்கள், பூச்சுத் தொற்று நோய் மற்றும் விவசாயத்தில் பூச்சிக் கொல்லிகளின் பயன்பாடு அதிகரிப்பு, போர்ச் சூழலினால் வெளிப்படும் வெடிமருந்துகள் ஆகியவை ஐக்கிய அரபு அமீரகத்தின் தேன் உற்பத்திக்குச் சவாலாக இருந்து வருகின்றன. கடவுளின் தூதராகக் கருதப்படும் தேனீக்களால் உற்பத்தி செய்யப்படும் தேனின் மருத்துவ குணங்கள் குரானில் சொல்லப்பட்டு இருப்பதால் இதன் உற்பத்திக்கும் கொள்முதலுக்கும் தேவை இருந்துகொண்டே இருக்கின்றது.

மசூபட்

ஹஜர் மலையின் இயற்கைக் காட்சியும் குளுமையும் அஜ்மான் நகரத்தின் தென்கிழக்குப் பகுதியில் 124 கிமீ தொலைவிலுள்ள மஸ்ஃபுட் நகர மலைச் சவாரிக்கு அழைத்துச் செல்லும். பேரீச்சை, பழவகை மரங்கள் மசூபட் நகரத்திற்கு வளம் சேர்க்கின்றன.

மசூபட் கோட்டை

மலைப்பாங்கான ஹஜ்ஜர் பகுதியில் 19 ஆம் நூற்றாண்டில் கட்டப்பட்டிருக்கும் கோபுர வடிவக் கோட்டை கொள்ளையர்களிடம் இருந்து தற்காத்துக்கொள்ள உதவி செய்தது. இரண்டு அறைகளும் ஒரு வாயிலும் கொண்ட மஸ்ஃபட் கோட்டை கற்கள், மண் மற்றும் உள்ளூர் மரங்களால் கட்டப்பட்டுள்ளது. 1940களின் பிற்பகுதியில் மறைந்த ஆட்சியாளர் ஷேக் ரஷீத் பின் ஹுமைத் அல் நுயிமி அவர்களின் உத்தரவால் சீரமைக்கப்பட்டிருக்கின்றது. அரேபியச் சிறுத்தைப் புலிகள், ஓநாய், கழுதைப் புலிகளுக்கு இருப்பிடமாக இருந்த ஹஜ்ஜர் மலைப்பகுதி தற்பொழுது உள்நாட்டு மக்களுக்கும்

மலைச் சவாரிகளில் விருப்பமுள்ளவர்களுக்கும் கோடை வெப்பத்தைச் சமாளிக்கும் ஸ்தலமாக மாற்றம் பெற்றுள்ளது.

மசுபட் கேட்

ஹஜர் மலைப்பகுதியின் இரண்டு கல் தூண்களைக் கொண்ட மசுபட் கேட் நகரத்தின் முக்கிய நுழைவுப் பகுதி ஆகும். 1961 ஆம் ஆண்டு ஷேக் ரஷீத் பின் ஹுமைத் அல் நுயிமி அவர்களால் கட்டப்பட்டுள்ள வாயிற் கதவில் சுற்றுலாப் பயணிகளை வரவேற்கும் விதமாக 'அரைவல்ஸ் ஆர் வெல்கம்' என்ற வரவேற்புச் செய்தியும், விடைபெறுபவர்களுக்கு 'குட்பை ' என்ற நன்றிச் செய்தியும் அரபியில் பொறிக்கப்பட்டுள்ளது.

பின் சுல்தான் மசூதி

1815ம் ஆண்டு கட்டப்பட்ட அஜ்மானின் மிகப் பழமையான மசூதி சிவப்புக் களிமண் மற்றும் பிளாஸ்டரினால் உருவாக்கப்பட்டுள்ளது. பாரம்பரிய அமீரகக் கட்டமைப்புகளைப் போலவே, உள்நாட்டில் கிடைக்கும் பொருட்களால் கட்டப்பட்ட மசூதியின் மேற்கூரை பேரீச்சை மற்றும் பனைவகை இலைகளால் வேயப்பட்டிருக்கின்றது. 5,000 ஆண்டுகள் பழமையான தொல்பொருட்கள் கண்டுபிடிக்கப்பட்டதால் மசுபட் நகரில் அமைந்துள்ள மசூதி வரலாற்றின் முக்கிய மைல்கல்லாக விளங்குகிறது.

நெசவுத் தொழிற்துறை

ஐக்கிய அரபு அமீரகத்தின் எண்ணெய் வளத்துறைக்கு அடுத்தபடியாக நெசவுத் தொழிற்துறை செயல்பட்டு வருகின்றது. குழந்தைகளுக்கான பாதுகாப்பு இருக்கைகள், திரைச்சீலைகள் மற்றும் உள்நாட்டுக் கொள்முதலுக்கான ஃபேஷன் பொருட்களை விளம்பரமில்லாமல் தயாரித்து வருகின்றார்கள். 50 நாடுகளுக்கு விற்பனை செய்யப்படுவதால் நாட்டில் அதிக வருமானம் பெற்றுத்தரும் துறையும் இதுதான். ஐக்கிய அரபு அமீரகத்தின் நெசவு உற்பத்தியில் 15% பங்கு அஜ்மானுடையதே.

அஜ்மானின் செங்கோட்டை

1986 இல் ஹச்.ஹச். சேக் ஹுமைத் பின் ரஷீத் அல் நுயிமி அவர்களால் புனரமைக்கப்பட்ட கோட்டையில் புதிதாக மூன்றாவது கோபுரம் கட்டப்பட்டிருக்கின்றது. சுற்றிலும் மரங்களால் சூழப்பட்டுச் சரளைக் கற்களால் ஆன அஜ்மான் செங்கோட்டையின்

உட்கூரையில் சந்தன மரத்தின் வாசம் கமழ்கின்றது. சிவப்புக் காரை மற்றும் சுண்ணாம்புக் கலவைச் சுவர்களே செங்கோட்டையின் பெயர்க்காரணம். கோட்டையின் அருகிலிருக்கும் கிணற்றில் பழைய யசேரா முறையில் காளையின் வழி தண்ணீர் இறைக்கப்பட்டுக் குடிப்பதற்கும், நீர்ப்பாசனத்திற்கும் பயன்படுத்தப்படுகிறது.

சோரா இயற்கைச் சரணாலயம்

சோரா இயற்கைச் சரணாலயம் – சதுப்பு நிறக்காடுகள்

2 கிலோமீட்டருடனான மணல் கடற்கரைகள், சதுப்பு நிறக்காடுகள், உப்புநீர் ஏரிகள் எனப் பலவிதமான சுற்றுச்சூழலைக் கொண்டிருக்கும் சரணாலயம் இளஞ்சிவப்பு நாரைகள், உண்ணிக்கொக்கு, கொக்குகள் போன்று 102 வகை பறவை இனங்களுக்கு மட்டுமல்லாமல் வலசை போகும் பறவைகளுக்கும் பாதுகாப்பான தங்கும் இடமாக அமைந்திருக்கின்றது. புதிதாகத் துடுப்புக்களை இயக்குபவர்கள் கூடக் காயாக்குகளில் பயணித்துக்கொண்டே சரணாலயத்தின் அழகை இரசித்துச் சுற்றி வர முடியும். ஏழு கிலோமீட்டர் நீள நதிக்கரை, அலைகளுடனான சிற்றோடைகள் என இயற்கையாக அமைந்திருக்கும் நீர்நிலைகளில் அப்ரா படகுச் சவாரி, சாகச விளையாட்டுகள் இயக்கப்படுகின்றன. அழகுப் பறவைகளை இரசிக்க பைனாக்குளர்களை எடுத்துச்செல்லலாம்.

எட்டிசாலட் டவர்

வானளாவியக் கட்டிடங்கள் அஜ்மானிலும் தொடர்ச்சியாகக் கட்டப்பட்டு வருகின்றன. 1976 ஆம் ஆண்டு ஆரம்பிக்கப்பட்ட அரசின் பிரபலத் தொலைத்தொடர்பு நிறுவனமான எட்டிசாலட் அஜ்மானிலும் தனது தனித்துவமான கட்டிடத்தை அமைத்திருக்கின்றது. 17 மாடிகளுடன் நீலம் மற்றும் இளஞ்சிவப்பு வண்ணங்களில், மகூதியின் கட்டிடக் கலையைப் பிரதிபலிப்பதுடன் அதன் மேல் அமைந்திருக்கும் பிரம்மாண்ட கோல்ப் பந்து வடிவ

அமைப்பை வைத்தே அது எட்டிசலாட் கட்டிடம் என்பதைச் சுலபமாகக் கண்டுபிடித்துவிடலாம். புயலில் சேதமடைந்த அபுதாபிக் கட்டிடத்தின் கோள வடிவ அமைப்பைப் பாதுகாப்புக் காரணம் கருதி அகற்றிவிட்டாலும் ஐக்கிய அமீரகத்தின் மற்ற எட்டுக் கட்டிடங்களில் இந்தப் பிரம்மாண்ட கோல்ப் பந்தைப் பார்க்கமுடியும். தொலைத் தொடர்பு நிறுவனங்களுக்குத் தேவையான ரிசீவர்கள் மற்றும் ட்ரான்ஸ்மிட்டர்களைக் கொண்டிருக்கும் கோள வடிவமைப்பு ஐக்கிய அரபு எமிரேட் முழுவதும் செயற்கைக்கோள் மற்றும் மொபைல் தொலைபேசிக்கான இணைப்புகளை வழங்குகின்றன. இதற்கு ஒப்பீடாக சென்னையின் ரிசர்வ் பேங்க் எதிரிலுள்ள சென்னை போர்ட் டிரஸ்ட் செண்டனரி கட்டிடத்தின் மேல் புயலைக் கண்டறிவதற்கான ரேடார்கள் பெரிய கால்பந்து வடிவில் அமைந்திருப்பதைக் குறிப்பிடலாம்.

எட்டிசாலட் கட்டிடம்

அஜ்மான் அருங்காட்சியகம்

1785ஆம் ஆண்டு பவளப் பாறைகள் மற்றும் பாரிஸ் சாந்துகளால் கட்டப்பட்ட பிரதான கோட்டையே தற்பொழுது நகரத்தின் அருங்காட்சியகமாக விளங்குகிறது. ஆட்சியாளர்களின் அரண்மனையாகவும், 1970 முதல் 1978 வரை நகரக் காவல் நிலையமாகவும் பயன்படுத்தப்பட்டுள்ளது. உள்ளூர் மக்களின் தினசரி வாழ்க்கை, நீர்ப்பாசன முறை, மொவைஹத் தொல்லியல் கண்டுபிடிப்புகள், எமிரேட்டி மக்கள் பயன்படுத்திய ஆயுதங்கள், பெதோயின்இனத்தில்நடைபெறும்திருமணங்கள், கைதிகள்எவ்வாறு கைது செய்யப்பட்டுப் பாதுகாப்பில் வைக்கப்பட்டிருந்தார்கள் என்பதையும் அவர்களது கையெழுத்துப் பிரதிகளையும் காட்சிக்கு வைத்திருக்கின்றார்கள். காற்றுக் கோபுரங்கள், கண்காணிப்புக் கோபுரங்கள் , நுழைவாயிலின் ஓரத்தில் கம்பீரமாக நிற்கும் இரண்டு பீரங்கிகள் ஆகியவை கோட்டையின் முக்கியத் தொல்பொருள் அம்சங்கள் ஆகும். நகரின் மிகப் பழமையான கட்டிடமாகக் கருதப்படும் அருங்காட்சியகத்தில் ப்ளாஸ்டிக் சிலைகளை வைத்து அக்காலத்து காபிக்கடை, முடி திருத்தும் கடை, முத்து வணிகக் கடைகளைத் தத்ரூபமாகக் காட்சிப்படுத்தியிருக்கிறார்கள்.

அஜ்மான் மீன் சந்தை

பாரம்பரிய காலம் தொட்டுத் தற்பொழுது வரை இரண்டு வகை மீன்பிடி முறைகள் பின்பற்றப்படுகின்றன. அமாவாசை இரவுகளில் வலைகளை விரித்து வைத்துச் சென்றிடுவார்கள். வலைகளால் ஏற்படும் நீர்க்குமிழ்களை உணவுகள் என்று நீந்தி வரும் மீன்கள் வலைகளில் சிக்கிக்கொள்ளும். ஒவ்வொரு பருவகாலத்திலும் மீன்களின்வகைகளையும்அதன்அளவுகளையும்கணிக்கும்மீனவர்கள் வலைகளின் துளை அளவையும் மாற்றி வடிவமைக்கின்றார்கள். இரண்டாவது முறையில் ரொட்டியைத் தூண்டிலாய்ப் பயன்படுத்தி ஓர் எஃகுக் கூண்டை மூன்று நாட்கள் கடலுக்குள் வைத்துக் காத்திருக்கின்றார்கள். தண்ணீரானது எஃகை அரித்துவிடும் என்பதால் பராமரிப்பு சற்றுக் கடினம். கடலைச் சுத்தமாய் வைத்துக்கொள்வதில் அக்கறை எடுத்துக்கொள்ளும் அரசு, மீனவர்களுக்கு உதவித்தொகை வழங்குகின்றது. கடலையும் மீன்களையும் பாதுகாக்கப் பல மில்லியன் திராம்களைச் செலவழிக்கின்றது. படகுகளுக்கான இயந்திரங்களையும் மிகப்பெரிய வலைகளையும் இலவசமாய்க் கொடுத்து மீனவர்களை ஊக்கப்படுத்துகின்றார்கள். கலவன் போன்ற மீன்களைப் பிடிக்கத் துப்பாக்கி பயன்படுத்தப்படுவதை அரசு

நிறுத்தி வைத்திருக்கின்றது. நம் ஊரைப் போலவே பரபரப்பான காலை வேலையில் இறால், நண்டு, சிறிய சுறா, முயல் மீன், விரால், வாலை, வௌவால், கொடுவா, ஊசிகனவா, மத்தி, சாலமன், பால் கெண்டை, ஷெரிமீன் போன்ற பலவகையான மீன்கள் மொத்தமாக ஏலம் விடப்படுவதுடன் சில்லறையாகவும் விற்பனையாகின்றன. சந்தையில் நாம் தேர்ந்தெடுக்கும் மீன்களைச் சுத்தம் செய்துத் தர ஒரு தனி அறையில் ஐம்பது பேர் அமர்ந்திருக்கின்றார்கள். பேரம் பேசி வாங்கிய மீன்களைச் சுத்தம் செய்து சந்தையிலுள்ள உணவகங்களில் கொடுத்தால் நமது விருப்பத்திற்கு ஏற்றவாறு சமைத்தும் தருகின்றார்கள். அமீரகத்தின் முக்கிய மீன்சந்தையான தேராவிலும் இது போன்ற வசதிகள் உண்டு.

அஜ்மான் ரேடியோ

ஐக்கிய அரபு அமீரகத்தின் முதல் வானொலி நிலையம் அஜ்மானில்தான் தொடங்கப்பட்டிருக்கின்றது என்பதற்கு அஜ்மான் அருங்காட்சியகத்தின் சிறு அறையில் அடுக்கி வைக்கப்பட்டிருக்கும் பழமையான பதிவு உபகரணங்களே சான்று. 1961 ஆம் ஆண்டு ராஷீத் அப்துல்லா பின் ஹமது அவர்களால் தொடங்கப்பட்ட ரேடியோ நிலையத்தில் பார்வை சவால் உடைய பெண் வெள்ளிதோறும் குரான் வாசகங்களை வாசித்திருக்கின்றார். மக்களின் கோரிக்கைக்கு ஏற்ப ஆசிரியர் ஒருவர் மக்களுக்கு விருப்பமான பாடல்களைக் காற்றில் தவழவிட்டு இருக்கின்றார். மின்கலத்தில் இயக்கப்பட்ட வானொலி நிலையத்திற்காகத் தன் வீட்டிலேயே முப்பது அடி உயர ஆண்டனாவை ஹமது நிறுவியிருக்கின்றார். மக்களின் மனம் கவர்ந்த பிரபலமான வானொலி நிலையம் 1965 ஆம் ஆண்டு நிதிப் பற்றாக்குறையால் மூடப்பட்டிருக்கின்றது.

அஜ்மான் படகுக் கட்டுமானத்தளம்

படகு கட்டுதல், முத்துக் குளித்தல் நடைபெற்ற அஜ்மானின் வடக்குக் கடற்கழியில்தான் உலகின் மிகப்பெரிய படகுக் கட்டுமானத்தளம் இயங்கிக் கொண்டிருக்கின்றது. தலைமுறை தலைமுறையாய் வழங்கப்பட்ட பாரம்பரியக் கருவிகள், பயிற்சிகளால் மட்டுமே கட்டப்படும் படகுகளுக்கு ப்ளூ பிரிண்டுகள் இல்லை. துபாய் பவர் போட் போட்டிகளில் பங்கேற்கும் படகுகள் இக்கட்டுமானத் தளத்தில் உருப்பெறுபவைதான். பைபர் கிளாசினால் செய்யப்படும் படகுகள் போட்டிக்கு உபயோகப்படுத்தப்படுகின்றன. ஒரே நேரத்தில் 20 முதல் 30 படகுகள் கட்டமைக்கப்படும் பண்டைய

தளத்தை ஆர்வமுள்ள பலரும் சென்றுபார்ப்பதால் சுவாரஸ்யமான சுற்றுலாத் தளமாகவும் விளங்குகின்றது.

அஜ்மான் படகுக் கட்டுமானத்தளம்

அஜ்மான் கோட்டை

1820 ஆம் ஆண்டு ஆங்கிலேயர்களால் தகர்க்கப்பட்ட கோட்டை சீரமைக்கப்பட்ட பின் அரச குடும்பத்தினர் வாழ்ந்து வந்திருக்கின்றார்கள். பவளப் பாறைகள் மற்றும் பாரிஸ் சாந்துக்களால் கட்டப்பட்டிருக்கும் கோட்டையைக் கிழக்கு ஆப்ரிக்காவின் மரக் கட்டைகள் கூரைகளாக அலங்கரிக்கின்றன. தேன் நிற மணற் கற்களால் ஆன அழகான வளைவு வாயில்களைக் கொண்டிருக்கும் கோட்டை அஜ்மானிலுள்ள மிக அழகான அரண்மனைகளில் ஒன்று.

மொவைஹத்

1986 இல் கழிவுநீர்க் குழாய் அமைக்கும் முயற்சியின்போது கண்டுபிடிக்கப்பட்டதுதான் அஜ்மான் புறநகர்ப் பகுதியில் அமைந்துள்ள மொவைஹத் தொல்பொருள் தளம். மென்மையான கற்கள், உம் அல் நூர் காலத்து வண்ணம் பூசப்பட்ட பீங்கான்

பாத்திரங்கள், 3000 மணிகள், முத்திரைக் குறியீடுகள், செப்புக் கருவிகளுடன் 12 மனிதர்கள் இருந்ததற்கான அடையாளத்தைக் கண்டுபிடித்து இருக்கின்றார்கள். வடக்கு அமீரகத்தின் உம் அல் நூர் அகழ்வாராய்ச்சி, கடலோரப் பகுதியிலுள்ள அல் சூஃபுஹ், தெல் அபராக் மற்றும் ஷிமல் வளைகுடாக்களில் நடைபெற்ற கண்டுபிடிப்புகளுக்கு மொவைஹத் அகழ்வாராய்ச்சிதான் அடித்தளம். இங்கு கண்டெடுத்த கி.மு. 3000 காலத்துப் பொருட்களை அஜ்மான் அருங்காட்சியகத்தில் காண முடியும்.

அஜ்மான் கார்னிச்

கடல், நதி போன்ற நீர்நிலைகளை ஒட்டி அமைந்துள்ள மலைப்பாதையே கார்னிச். கஃபேக்கள், உணவகங்கள் நிறைந்திருக்கும் பகுதியில் அரபிய வளைகுடாவின் அழகை ரசிக்க வாரவிடுமுறைகளில் மக்கள் குடும்பமாய்க் கூடுகின்றார்கள். ஐக்கிய அரபு அமீரகத்தின் மிகச் சிறந்த கடற்கரைகளையும் அழகான கடற்கரையோரப் பாதைகளையும் கொண்டிருக்கும் அஜ்மானின் ஆடம்பர விடுதிகள் மக்களின் கேளிக்கைக்கு விருந்தளிக்கின்றன. கரையோரங்களில் டால்பின்களைப் பார்ப்பதற்காகவே மக்கள் கூட்டமும் கூடுவதுண்டு. கடலின் உபநதிப் பாதை துறைமுகப் பகுதிக்கு வழிசெய்திருக்கின்றது.

தந்தைக்கு ஓர் மசூதி

அஜ்மான் ஆட்சியாளர் ஹீமைத் பின் ரஷித் அல் நுயிமி அவர்கள் மறைந்த தனது தந்தை ஷேக் ரஷீத் பின் ஹீமைத் அல் நுயிமிக்காகக் கட்டியதே அஜ்மானிலுள்ள ஷேக் சாயித் மசூதி. 2500 பேர் தொழுகை செய்யும் வசதியுடன் உள்ள மசூதி அஜ்மானின் பெரிய மசூதியும் கூட.

காலங்காலமாக ஆண்டுவரும் நியாமி அரச குலத்தினரின் ஆட்சியில் வங்கிகள் குவிந்து கிடக்கின்றன. இடது பக்கம் செங்குத்தான வெள்ளைச் செவ்வகத்துடன் அமைந்திருக்கும் சிவப்பு வண்ணக்கொடியை துபாயும் அஜ்மானும் ஒற்றுமையுடன் பகிர்ந்து கொண்டிருக்கின்றார்கள். துபாய், ஷார்ஜாவில் வேலை செய்பவர்கள் குறைந்த வீட்டு வாடகைக்காக அஜ்மானில் வீடெடுத்து, விட்டில் பூச்சியாய் மாறி வண்டியில் பறந்து செல்வதைப் பார்க்க முடியும். 1967இல் உருவாக்கப்பட்ட அஜ்மான் காவல் துறை இன்றும் சுறுசுறுப்பாகவே பணியாற்றி வருகின்றது. அம்டெக், அல் ஹரமாய்ன் வாசனைத் திரவியத் தொழிற்சாலைக்கு

அஜ்மான் இடமளித்திருக்கின்றது. மனாமா உறைவிடத்திலுள்ள அஜ்மான் விமான நிலையம் 60 கி.மீ தொலைவில் உள்ளதால் 12 கி.மீ தூரத்திலிருக்கும் ஷார்ஜா விமான நிலையத்தையே மக்கள் அதிகமாகப் பயன்படுத்துகின்றார்கள். அஜ்மான் பல்கலைக்கழகமும், வளைகுடா மருத்துவப் பல்கலைக்கழகமும் மக்களைக் கற்றுத் தேர்ந்தவர்களாக்க முழு முயற்சிகள் எடுத்து வருவதுடன் ஐக்கிய அரபு அமீரகத்திலேயே சிறந்த மருத்துவச் சேவையையும் அளித்து வருகின்றது. அரபிய கனரகத் தொழிற்சாலையின் தாய்நாடான அஜ்மானில் சிட்டி சென்டர், சைனா மால் போன்ற பேரங்காடிகளும் அணிவகுக்கின்றன. கால்பந்தும், கிரிக்கெட்டும் அஜ்மானின் பிரபலமான விளையாட்டுக்கள் ஆகும்.

25 அமீரக உணவுகள்

இந்திய உணவு வகைகளைப் போன்று மசாலாப் பொருட்களை உபயோகிக்கும் அமீர உணவு வகைகளில் அரிசி, மீன் மற்றும் இறைச்சி ஆகியவை முக்கியப் பங்கு வகுக்கின்றன. வெள்ளாடு, செம்மறி ஆடுகளை இறைச்சிக்காகப் பயன்படுத்தினாலும் ஈத் மற்றும் திருமண விழா காலங்களில் ஒட்டகங்களைப் பயன்படுத்துகின்றார்கள். சுற்றுலாப் பயணிகளுக்கு ஆண்டுதோறும் ஒட்டகக் கறியைச் சமைத்துத்தரப் பல உணவகங்கள் தயாராய் இருப்பதுண்டு. இஸ்லாமிய மதக் கட்டுப்பாடுகள் பின்பற்றப்படுவதனால் பன்றி இறைச்சி கிடைப்பதும் அரிதாக இருக்கின்றது.

ஸ்டஃப்ட்டு கேமல்

ஐக்கிய அரபு அமீரகத்தின் முக்கிய உணவாகக் கருதப்படும் ஸ்டஃப்ட்டு கேமல் உலகின் மிகப் பெரிய உணவாக கின்னஸ் புத்தகத்தில் இடம் பெற்றிருக்கின்றது. பெதோயின் இனக் குழுவினருடைய பாரம்பரிய உணவு, உயர் குடும்பங்களின் திருமண நிகழ்ச்சிகளில் மட்டுமே பரிமாறப்படுகின்றன. முழு ஒட்டகம், ஓர் ஆட்டுக்குட்டி, 20 கோழிகள், வேகவைத்த முட்டை, மீன் மற்றும் சமைத்த அரிசியை வைத்துச் சுவையான ஸ்டஃப்ட்டு கேமலைத் தயார் செய்துவிடலாம். ஒட்டகம், ஆட்டுக்குட்டி, கோழிகளைச் சுத்தம் செய்தபின் முட்டைகளையும் அரிசியையும் அவித்து வைத்துக்கொள்கின்றார்கள். வேகவைத்த முட்டைகள் மற்றும் அரிசியைக் கோழிக்குள் திணித்துவிடுகின்றார்கள். அடுத்ததாக அக்கோழியை ஆட்டுக்குட்டிக்குள் அடைத்து விடுகின்றார்கள். இந்த ஸ்டஃப்ட்டு ஆட்டுக்குட்டியைக் கடைசியாக ஒட்டகத்திற்குள் ஸ்டஃப் செய்து அவித்துவிட்டு அரிசி, முட்டை, நட்ஸ் வகைகளைக் கொண்டு அலங்கரித்து விடுகின்றார்கள்.

ஸ்டஃப்டு கேமல் – ஒட்டக விருந்து

லுகைமத்

அரபு மொழியில் 'கடிக்கும் அளவில்' என்ற பொருள்தரும் லுகைமத் இப்தார் விருந்துகளில் பரிமாறப்படும் முக்கிய இனிப்பு வகைகளில் ஒன்று. நன்கு வறுத்தெடுக்கப்பட்டு குலாப் ஜாமுன் போன்றிருக்கும் லுகைமத் வெளியே மொறுமொறுவென்றும் உள்ளே சற்று மென்மையாகவும் இருக்கின்றது. மாவு மற்றும் ஈஸ்ட்டால் தயாரிக்கப்பட்டு சுவைக்காக ஏலக்காய் மற்றும் குங்குமப்பூ சேர்க்கப்படுகின்றது. பேரீட்சை பாகில் மிதக்கும்

ஏழு ராஜாக்களின் தேசம்

லுகைமத் உருண்டைகளில் வெள்ளை எள்ளும் தூவப்பட்டுப் பரிமாறப்படுகின்றது.

ஹலீம் அல்லது ஹரீஸ்

முகலாயர்கள் காலம் தொடங்கி, ஹலீம் உணவிற்கு இந்தியாவில் மிகப் பழமையான வரலாறு உள்ளது. அரேபிய மற்றும் பெர்சியர்களின் உணவுக் கலாச்சாரத்தை ஒட்டியிருக்கும் 'ஹலீம்', எனப்படும் அரேபிய உணவின் பெயரிலிருந்து மருவி வந்திருக்கின்றது. ரமலான், திருமணம் மற்றும் ஈத் திருவிழாக்களின்போது மட்டுமே பரிமாறப்படும் ஹரீஸ், கோதுமை மற்றும் கறியை வைத்துச் சமைக்கப்படுகின்றது. ஹலீமின் சுவையை முழுமையாகப் பெற்றிடக் கோதுமை, இறைச்சியை உப்புடன் சமைத்து மீண்டும் மண் பாணையில் வைத்து அதன் மேல் எரியும் அடுப்புக்கறியைப் போட்டு எட்டு முதல் பத்து மணிநேரம் வரை சமைத்துப் பொறுமையாகக் காத்திருக்க வேண்டும்.

வாயில்வைத்தால் கரையக் கூடிய ஹலீமிற்கு அதன் மேல் நீட்டமாக நறுக்கப்பட்டிருக்கும் இஞ்சி, பொடிப் பொடியாய் நறுக்கப்பட்ட பச்சைமிளகாய், தனியே வறுக்கப்பட்டு சேர்க்கப்படும் வெங்காயம், எலுமிச்சை சாறு, கொத்தமல்லி இலைகள் மேலும் சுவையைக் கூட்டும். ரொட்டியுடன் சாப்பிடலாம் என்றாலும் அப்படியே சாப்பிடுவதைத்தான் பலரும் விரும்புவார்கள். இரமலான் நோன்புக் காலங்களில் எல்லா உணவகங்களிலும் கிடைக்கும் ஹலீம் மற்ற காலங்களில் குறிப்பிட்ட உணவகங்களில் குறிப்பிட்ட தினத்தில் மட்டுமே கிடைக்கும். கோழி இறைச்சியில் செய்யப்படும் ஹலீமுடன் சைவ ஹலீமும் சில இடங்களில் பிரபலமாகி வருகின்றது. ஆனால், ஆட்டுக்கறியை வைத்துச் செய்யப்படும் ஹலீம் சுவையாகவும், எளிதில் கிடைக்கக் கூடியதாகவும் இருக்கின்றது. நம் நாட்டில் ஹைதராபாத்தில்தான் ஹலீம் பிரபலம். நோன்புக் காலங்களில் அமீரக அரச குடும்பத்தினர் மற்றும் உயர் பொறுப்பில் உள்ளவர்களுக்கு ஹைதராபாத்தில் இருந்து சுடச்சுட ஹலீம் தயாரிக்கப்பட்டு விமானத்தில் கொண்டுவரப்படும் என்பது பரவலான செய்தி. பத்து திராம்களுக்குப் பீங்கான் பாத்திரத்தில் கொடுக்கப்படும் மிருதுவான ஹலீமைத் திகட்டத் திகட்டச் சாப்பிடலாம்.

குனாஃபா

நம்மூர் பால்கோவாவைப் போல் காட்சியளிக்கும் குனாஃபா

பால், கிரீமுடன் கோதுமை மாவு கலந்து வெண்ணெயில் வேக வைத்துத் தயாரிக்கப்படுகின்றது. பாலாடையின் மேல் நெய்யில் வறுக்கப்பட்ட சேமியா, பாதாம், பிஸ்தாவைத் தூவி சர்க்கரைப் பாகை ஊற்றியிருப்பார்கள். பாதையோரங்களில் விற்கப்படும் குனாஃபாவைப் பார்த்தால் மட்டுமல்ல நுகர்ந்தாலே நாவில் நீர்ச் சுரக்கும். குனாஃபா வகைகளுக்கு பாலஸ்தின், துருக்கி, அசர்பைஜான், போஸ்னியன் என்று பல பிறப்பிடங்கள் இருந்தாலும் அனைத்து வகை குனாஃபாக்களும் சுவையானதே. நம் ஊரைப் போன்று சுவைத்துப் பார்த்தபின் வாங்குவதற்கு இலவசமாகச் சிறு துண்டுகளும் விநியோகிக்கப்படுவதுண்டு.

சவர்மா

துருக்கியைத் தாயகமாகக் கொண்ட சவர்மா ‘செவர்மி’ என்ற துருக்கியச் சொல்லிருந்துதான் மருவியிருக்கின்றது. இதற்குத் திருப்புதல் என்று பொருள். எலும்பு நீக்கிய இறைச்சித்துண்டைப் பூண்டு, தயிர், இஞ்சி, எலுமிச்சை, இலவங்கப்பட்டை, கிராம்பு, ஏலக்காய், ஜாதிக்காய், உலர்ந்த எலுமிச்சை, காரமான மிளகாய் பாப்ரிக்கா, வினிகர், சில நேரங்களில் ஆரஞ்சு துண்டுகள் சேர்த்த கலவையில் மேரினேட் செய்து வைக்கின்றார்கள். ஒரு பெரிய இரும்புக் கம்பியில் அடுக்கடுக்கான கோழி இறைச்சித் துண்டுகளைத் தலைகீழ்க் கூம்புபோலச் செங்குத்தாக அடிக்கி வைத்துச் சுற்றிவிடப்படுகின்றது. செங்குத்தாய் நிற்க வைப்பதனால் இறைச்சியின் மென்மைத் தன்மை கூடுகின்றதாம். சுற்றிலும் நெருப்பு மூலமாக வேக வைத்து, கொஞ்சம் ஓரமாக அறுத்து மைதா ரொட்டியான குபூஸில் முட்டைக்கோஸ், காய்கறி, கார்லிக் சாஸ் மற்றும் மயோனசுடன் சுற்றிக்கொடுப்பார்கள். நல்ல சுவைக்கு முட்டை வெள்ளைக் கருவினால் செய்யப்பட்ட மயோனஸ் ஒரு முக்கியக் காரணம். உப்பு நீரில் ஊற வைத்த கேரட், மிளகாய், முள்ளங்கியைத் துணைக்குக் கடித்துக் கொள்ளலாம். சில கடைகளில் ஃபிரெஞ்ச் ப்ரைசை சவர்மா உள்ளேயும் பார்க்க முடியும். அரபு நாடுகளில் மிகவும் பிரசித்தி பெற்ற சவர்மா தற்பொழுது நம் ஊரிலும் பல உணவகங்களிலும் கிடைக்கின்றது. உலகம் முழுவதும் பிரபலம் அடைந்திருக்கும் உணவைச் சமீபத்தில் அகராதியில் புதிய சொல்லாகச் சேர்த்திருக்கின்றார்கள்.

மயோனஸ்

மயோனைஸ் பிரெஞ்சு உணவுப் பண்பாட்டிலிருந்து உருவாகி

இருக்கிறது. மயோ என்ற வார்த்தைக்குப் பிரஞ்சு மொழியில் முட்டையின் மஞ்சள் கருவைக் குறிக்கின்றது. 18–ஆம் நூற்றாண்டின் பிற்பகுதியில்தான் மயோனைஸ் சாப்பிடுகிற பழக்கம் ஐரோப்பாவில் பரவ ஆரம்பித்திருக்கின்றது. முட்டைக் கருவுடன் வினிகர், எலுமிச்சை சாறு, ஆலிவ் எண்ணெய் ஆகியவற்றைச் சேர்த்துச் செய்வதனால் வெள்ளை அல்லது இளமஞ்சள் நிறத்திலிருக்கின்றது. முட்டை சாப்பிடப் பிடிக்காதவர்களுக்காக முட்டை கலக்காத மயோனைஸ்களும் தயாரிக்கப்படுகின்றன.

ஃபிலாபில்

தாமியா என்று அழைக்கப்படும் பிலாபில்லுக்கு எகிப்திய அரபு மொழியில் 'சிறிய அளவிலான சுவையான உணவு' என்று பொருள். ஆயிரம் வருடங்களுக்கு முன்பு எகிப்தியர்களால் பீன்சில் செய்யப்பட்ட உணவு தற்பொழுது கொண்டைக் கடலையில் செய்யப்பட்டு வருகின்றது. ஃபிளாபிள் மத்தியக் கிழக்கு உணவாய் இருந்தாலும் நம் ஊர் ஆமை(பருப்பு) வடையை ஞாபகப்படுத்தும். கொண்டைக் கடலை, வெங்காயம், பூண்டு, கொத்தமல்லி, சீரகம், உப்பு, மற்றும் மிளகுடன் அரைத்து வட்ட வடிவில் தட்டிப் பொரித்துத் தருகின்றார்கள். ரொட்டிப் பைக்குள் ஃபிளாபில், எள்ளுச்சாறு, உறைப்புச் சாறு, வெங்காயச் சாறு, பல்வேறு பிற மரக் கறிகளையும் சேர்த்து ஃபிளாபில் ரோலாகவும் கொடுக்கின்றார்கள். சைவ உணவை மட்டும் சாப்பிடுபவர்கள் பிலாபில்லை ருசிக்கலாம். எகிப்தில் பிலாபில் மேல் மக்களுக்கிருந்த மோகத்தால் மெக்டொனால்டு உணவகம் மெக்ஃபிலாபில் என்ற உணவையே அறிமுகப்படுத்தியது.

ஹம்மஸ்

கொண்டைக்கடலை, ஆலிவ் எண்ணெய், எலுமிச்சை சாறு, எள்ளுச்சாறு, உப்பு மற்றும் பூண்டிலிருந்து தயாரிக்கப்படும் ஹம்மஸ், சவர்மா மற்றும் பிரெட்டுக்குத் தொட்டுச் சாப்பிடும் டிப்பாக வழங்கப்படுகின்றது. பசியைத் தூண்டும் ஹம்மசில் புரதச் சத்து நிறைந்திருப்பதால் இரத்தச் சர்க்கரை அளவுகளைச் சமநிலைப்படுத்தும். எலும்பு, தசை, தோல் மற்றும் இரத்தத்தின் ஆரோக்கியத்தை மேம்படுத்துவதுடன், அதிகப் படியான ஸ்நாக்ஸ் உணவுகள் உட்கொள்வதைத் தடுக்கின்றது. இரும்புச் சத்து அதிகம் இருப்பதால் உடற்பயிற்சி செய்பவர்களுக்குச் சிறந்த உணவாக இருப்பதுடன் கேன்சர் ஏற்படுத்தும் செல்களையும் இது

அழிக்கின்றது. அரபிய உணவு வகைகள் நிச்சயமாக இடம் பெறும் உணவாக ஹம்மசைக் குறிப்பிடலாம்.

மந்தி பிரியாணி

பெரிய தட்டில் பரிமாறப்படும் பிரியாணிக்கு நடுவே, அடுப்புக் கரியில் வாட்டிப் புகையில் சமைத்த இளம் ஆட்டுக்கறியை வைத்து பைன் கொட்டைகள், வேர்க்கடலை, பச்சை மிளகாய் மற்றும் திராட்சைகளால் அலங்கரித்துத் தருகின்றார்கள். நாடா என்ற அரபுச் சொல்லிலிருந்து மருவியுள்ள 'மந்தி'க்குப் பனித்துளி-ஈரப்பதம் என்று பொருள். இது இறைச்சியின் மிருதுவான தன்மையுடன் அதன் சுவையையும் சுட்டிக்காட்டுகின்றது. ஏமன் நாட்டுப் பாரம்பரிய உணவாய் இருந்தாலும் வளைகுடா நாடுகள், லெபனியா, எகிப்து, துருக்கி நாடுகளிலும் மக்கள் இவ்வுணவை விரும்பு உண்கின்றார்கள். சோறு, ஆடு அல்லது கோழி இறைச்சி, குங்குமப்பூ, ஏலக்காய், சீரகம், கிராம்பு, இலவங்கப்பட்டை போன்ற மசாலாச் சாமான்களை வைத்துச் சுவையான மந்தி பிரியாணியைத் தயார் செய்துவிடலாம். பெரும்பாலும் அரபு பிரியாணிகளில் காரம் குறைவாகவே இருக்கும். அதிலும் குங்குமப்பூவைச் சேர்த்திருப்பார்கள். சில நேரம் ஒரு முழு ஆட்டுக்குட்டியைப் பிரியாணியின் நடுவே பார்க்க முடியும். வேலைப்பாடு மிகுந்த மிருதுவான போர்வையில் வட்டமாய் அமர்ந்து ஒரு தட்டிலுள்ள உணவைக் குடும்பத்துடன்

பக்லாவா, ஃபிலாபில், குனாஃபா, லுகைமத்

உண்கின்றார்கள். சால்னா என்று நாம் அழைக்கும் குழம்பை அவர்கள் சலோனா என்று குறிப்பிடுகின்றார்கள்.

பக்லாவா

இதன் பூர்வீகத்தைக் கொண்டாட மெசப்படோமியர்கள், துருக்கியர்கள், அர்மேனியர்கள், கிரேக்கர்கள், லெபனிசியர்களுக்கு நடுவே நடந்த கடும் போட்டியில் கி.பி. 8 ஆம் நூற்றாண்டு இதனை உருவாக்கிய மெசப்படோமியர்களே வெற்றி பெற்றுள்ளார்கள். மெசப்படோமியாவிற்கு வருகை தந்த கிரேக்க வணிகர்கள் இந்த இனிப்பு பிரெட் போன்ற அமைப்பை லேயர்களாக மாற்றி உலகிற்கு அறிமுகம் செய்திருக்கின்றார்கள். துருக்கிய ஓட்டோமேன் ஆட்சியர்கள் காலத்திற்குப் பின்பு அமெரிக்கா, இங்கிலாந்து, ஆஸ்திரேலியா என்று பயணித்த இனிப்பு வகை தற்பொழுது உலகப் பிரசித்தமாகி ஐரோப்பிய உணவகங்களிலும் பரிமாறப்படுகின்றது. பக்லாவைச் சுவைக்கும்பொழுது ஐம்புலன்களில் நான்கு வேகமாகச் செயல்படும். தேன் ஊற்றப்பட்ட தங்க நிறத்து பக்லாவா கண்களைக் கவரும். பல லேயர்களைக்கொண்ட இனிப்பைக் கடிக்கும்பொழுது அதன் மொறுமொறுப்பு காதுகளைக் கூர்மையாக்கும். வெண்ணையின் நறுமணம் நாசியைத் தீண்டும். அக்ரூட் வால்நட் பருப்புகள் நாவிற்கு விருந்தளிக்கும்.

26 அமீரக வாழ்வியலின் துளிகள்

ஐக்கிய அரபு அமீரகத்தில் சில நாட்கள் வாழ்ந்தாலே பல அரபு வார்த்தைகளைத் தெரிந்துகொள்ளலாம். ஜெபல் என்ற சொல் மலையைக் குறிப்பதை இராசல் கைமாவில் உள்ள ஜெபல் ஜெயிஸ், அல் எய்னின் ஜெபல் ஹபீத் போன்ற மலையின் பெயருடன் ஒப்பிட்டுத் தெரிந்துகொள்ளலாம். மெட்ரோ மின் ஏணிகளில் கதவு திறக்கும்பொழுதும் மூடும் பொழுதும் கொடுக்கப்பட்ட அறிவிப்புகள் சுலபமாகவே அரபி கற்றுக்கொடுக்கும்.

ஹலோ – மர்ஹாபா
எப்படி இருக்கிறீர்கள்– கயீஃப் ஹலாக்
காலை வணக்கம் – சபா அல் கயர்
மாலை வணக்கம்– மசா அல் கயர்
நன்றி – சுக்ரன் லக்
தயவு செய்து – மின்பட்லக்
மன்னிக்கவும் – அசெஃப்
உதவி – மொசாடா
நிறுத்துங்க – தவாகாஃப்
ஆம் – நாஆம்
இல்லை – லா

இஸ்லாமியக் கோட்பாடுகள் பின்பற்றப்படுவதனால் பொது இடங்களில் ரமலான் மாதம் உணவு உண்பதற்கும் பானங்கள் அருந்துவதற்கும் தடை உண்டு. வெள்ளிக்கிழமைகளில் தொழுகை நேரங்களின்போது அனைத்துக் கடைகளையுமே மூடிவிடுவார்கள் என்பதால் மதியம் 12.00 மணிக்குள் தேவையான பொருட்களை வாங்கி வைப்பது நல்லது.

துபாய் எலக்ட்ரிசிடி அண்ட் வாட்டர் அத்தாரிட்டி (தேவா), சார்ஜா எலக்ட்ரிசிடி அண்ட் வாட்டர் அத்தாரிட்டி (சேவா), மற்ற அமீரகத்தின் அத்தியாவசியத் தேவைகளைப் பூர்த்தி செய்யும் ஃபெடரல் எலக்ட்ரிசிடி அண்ட் வாட்டர் அத்தாரிட்டி (ஃபேவா) அரசின் முக்கியமான மூன்று துறைகள் ஆகும்.

மின்சாரம், தண்ணீர் ஆகியவற்றை உபயோகிப்பதற்கேற்ப கட்டணம் வசூலித்து மக்களுக்குச் சிறப்பான சேவையை

வழங்குவதே இந்தத் துறைகளின் குறிக்கோள். வண்டிகளுக்குத் தேவையான எரிபொருளை நாமே நிரப்பிக்கொள்ள வேண்டும் என்பதை வலியுறுத்துவதற்காகவே, சில எரிபொருள் நிலையங்களில் பணியாளர்கள் எரிபொருளை நிரப்புவதற்குப் பத்து திராம்களைக் கட்டணமாக வசூலிக்கிறார்கள். தொலைபேசியில் அழைத்தால் நேரத்தைச் சிக்கனப்படுத்தும் நோக்கில் எரிபொருள் வாகனத்தைக் கொண்டுவந்து நமது வண்டியின் தேவையைத் தீர்க்க ஏற்பாடுகளும் நடந்து வருகின்றன.

சமையலுக்கு கேஸ் சிலிண்டர் தேவையென்று தொலைபேசியில் ஒரு கால் செய்தால் போதும். ஒவ்வொரு குறிப்பிட்ட இடத்திலும் சுற்றிக்கொண்டிருக்கும் கேஸ் வண்டிகள் அதிகபட்சம் அரை மணி நேரத்தில் வீட்டு வாசலில் கேஸ் சிலிண்டரைக் கொண்டு வந்து நிற்பார்கள். நம் ஊரில் உள்ளது போலக் கூடுதலாக ஒரு சிலிண்டரை வாங்கி வைத்துக்கொள்ள முடியாது. காலியான சிலிண்டரை எடுத்துக்கொண்டு புது சிலிண்டரைப் பொருத்தி விட்டுத்தான் போவார்கள். சமீபத்தில் நடந்த விபத்தை அடுத்து கேஸ் சிலிண்டர் முறையை நீக்கி பைப்லைன் முறையைச் செயல்படுத்தத் திட்டங்கள் வகுக்கப்பட்டு வருகின்றன.

இணையம், தொலைபேசி மற்றும் தொலைக்காட்சிக்கான மூன்று இணைப்புகளையும் ஃபைபர் ஆப்டிக் தொழில்நுட்பத்தில் ஒன்றாக இணைத்துக் கொடுத்திருக்கின்றார்கள். எல்லாக் கட்டணங்களையும் இணையத்திலேயே செலுத்திவிடலாம் என்பதால் எந்த அலுவலகத்திற்கும் நேரில் போய் நிற்கத் தேவையில்லை. அரசு மருத்துவமனைகளே சிறப்பாய்ச் செயல்படும் என்பதால் தனியார் மருத்துவமனைகளைப் பற்றிய தேடலுக்கும் அவசியமிருக்காது. பெரும்பாலும் தற்காலிகக் குடிரிமை பெற்றுள்ள அனைத்து மக்களுக்கும் காப்பீட்டு வசதியிருக்கும் என்பதால் மருத்துவச் செலவும் குறைவுதான். நினைத்தவுடன் மருத்துவரைப் பார்க்க முடியாது என்பதால் முன்பதிவு அவசியம். அவசர சிகிச்சைகளுக்கு விதிவிலக்குகள் கூட உண்டு.

குடி தண்ணீரின் விலையை விடப் பெட்ரோல், டீசல் ஆகியவற்றை விலை குறைவுதான். மினரல் வாட்டர் கேன் தண்ணீர் அனைவரது தாகத்தையும் தீர்த்து விடும். பைப்பில் வரும் தண்ணீரும் சிறப்பாகவே இருப்பதால் பலரும் சமையலுக்கு உபயோகித்துக்கொள்வதுண்டு. சில வீடுகளில் தனிப்பட்ட அறைகளுக்கு என்றில்லாமல் வீடு முழுவதுமே குளிர்சாதன வசதி செய்யப்பட்டிருக்கும். அனைத்துக்

குடியிருப்புக்கான குளிர்சாதன வசதிக்கும், சமையல் எரிவாயு இணைப்புக்கும் என்றே அடுக்குமாடி குடியிருப்புகளில் ஒரு தனி இடம் ஒதுக்கியிருப்பார்கள். கொஞ்சம் வசதியான அடுக்குமாடிக் குடியிருப்புகளிலுள்ள நீச்சல் குளங்கள், பூங்கா, உடற்பயிற்சி மையங்கள் ஆகியவை மக்களின் நேரத்தை உபயோகமாக்குகின்றன. அனைத்து வீடுகளிலும் அத்தியாவசியமானது குளிர்சாதனப் பெட்டிகள். குறிப்பிட்ட காலங்களில் அதன் திறனை ஆய்வு செய்வதற்காகவே குடியிருப்பின் நிர்வாகத்திலிருந்து பணியாளர்களை அனுப்பிவைப்பார்கள். பெரும்பாலும் தமிழர்கள், பிலிப்பினோப் பணியாளர்கள் கதவைத் தட்டுவதுண்டு. வீட்டில் தனிமையில் இருப்பவர்களுக்கு அது விருந்தினர் வருகையாய்த் தோன்றும்.

சமூக வலைத்தளங்கள், பகிரிக் குழுவின் வழி பகிரப்படும் செய்திகளால் வார விடுமுறைகள் ஆன்மீகம், கலை என்று கோலாகலப்படும். நடக்கும் நிகழ்ச்சிகள் நாம் இந்தியாவில் இல்லாத கவலையைத் தீர்த்துவிடும். நவராத்திரி பண்டிகைக் காலங்களில் கொலு வைக்கப்படும் வீடுகளை எண்ணி மாளாது. தமிழ் 89.4 (தமிழ்), 106.5 (கில்லி) வானொலிப் பண்பலைகளில் நடத்தப்படும் கொலு போட்டிகளுக்காகவே பலர் கொலு வைத்துப் போட்டியில் கலந்துகொள்வார்கள். வீட்டில் தனியாக இருப்பவர்கள், நீண்ட பயணம் மேற்கொள்பவர்கள், அமீரகத்தின் போக்குவரத்து நெரிசலில் மாட்டிக்கொள்பவர்களுக்குச் சிறந்த நண்பனாகத் தமிழ்ப் பண்பலைகள் இருப்பதுண்டு. அவ்வப்பொழுது போட்டிகள் நடத்திப் பரிசுகளும், விருது நிகழ்ச்சிகளுக்கான நுழைவுச்சீட்டுகளையும் கொடுக்கும் வானொலி அறிவிப்பாளர்கள் தங்கள் கலகலப்பான பேச்சால் அனைத்து மக்களுக்கும் நெருக்கமாகி விடுவதுண்டு. தமிழ்ப் பண்பலைகள் மட்டுமல்லாமல் மலையாளம், ஹிந்தி பண்பலைகளுக்கும் ஏராளமான இரசிகர்கள் உண்டு.

'வாட்ஸ் ஆன் யூ.ஏ.ஈ' போன்ற சில இணையத் தளங்கள் ஒவ்வொரு வாரம் ஐக்கிய அமீரகத்தில் நடக்கும் பிரதான நிகழ்ச்சியை நமக்குச் சொல்லிக் கைபிடித்து அழைத்துச்செல்லும். அடிக்கடி அமீரகத்தைச் சுற்றிப் பார்க்க ஆசைப்படுபவர்கள் பரிசுச் சீட்டுப் புத்தகங்களை ஆண்டுச் சந்தா செலுத்தி வாங்குவதுண்டு. சலுகை விலையில் எல்லா நிகழ்ச்சிக்குமான நுழைவுச் சீட்டுக்களைப் பெற்றுக்கொள்ள அதுவே சிறந்த வழி. விரதங்கள், ஆன்மிகப் பூஜைகள், ஹோமங்களை நடத்தி அர்த்தத்துடன் மொழிபெயர்த்துக் கூறப் புரோகிதர்களும் கிடைப்பார்கள். இந்தியப் பொறியியல் மற்றும் கலைக்கல்லூரிகளில் புது மாணவர்களின் சேர்க்கையை அதிகரிக்கக் கல்லூரி நிர்வாகத்தினர்

சார்பில் முன்னாள் மாணவர்களின் கூட்டங்களும் துபாயில் நடைபெறுவதுண்டு.

அமீரகத்தில் ஒரு குடும்பம் எத்தனை வருடங்களாக வசிக்கிறார்கள் என்பதை அவர்களின் வீட்டை வைத்துக் கணித்துவிடலாம். சகல வசதிகளுடன் வேலையாட்களை வைத்து வீட்டை முறையாய்ப் பராமரிப்பவர்கள் பல வருடங்களாய் அமீரகத்தில் வசிப்பவராய் இருப்பார்கள். இருக்கும் பொருட்களை வைத்து வாழ்க்கையை நடத்திக்கொண்டு, அதிகமாக ஆடம்பரப் பொருட்கள் எதுவும் சேர்க்காமல் இருப்பவர்கள் எந்நேரமும் துபாயை விட்டுச்செல்லலாம் அல்லது குறைந்த நாட்களுக்குத் துபாயில் தங்குபவர்கள் என்பதைக் குறிப்பால் உணர்த்திவிடுவார்கள். வீட்டு வேலைக்கு ஆட்கள் எளிதாகக் கிடைப்பார்கள். அவர்களுள் தமிழ், தெலுங்கு, இந்தி என்று பேச்சுத் துணைக்குப் பொருத்தமாகத் தேர்ந்தெடுக்கப்பட்ட உதவியாளர்கள் குடும்பத்துடன் நெருக்கமாகவும் மாறிவிடுவதுண்டு. பலர் உதவிக்கென்று இந்தியாவிலிருந்தும் ஆட்களை அழைத்து வருவார்கள்.

வார விடுமுறைகளில் காலை உணவை எடுத்துக்கொண்டு கடற்கரையில் சூரிய தரிசனம் தேடிப் பலர் வருவதுண்டு. பெரும்பாலான ஐக்கிய அரபு அமீரகத்தினரின் வைட்டமின் டி ஊட்டச்சத்து குறைபாட்டிற்கு மஞ்சள் வெயில்தான் மருத்துவர். பூங்காக்களில் மென்பொருள் நிறுவனங்கள் சார்பில் மராத்தான் ஓட்டப் போட்டிகளும் நடத்தப்படும். ஊழியர்களும் குடும்பத்துடன் பங்கேற்பார்கள். மாலை நேரத்தில் அமீரகத்தில் கார் நிறுத்துமிடங்கள் எல்லாம் சிறுவர் பூங்காவாக மாறி இருக்கும். பிள்ளைகளின் அம்மாக்கள் அரட்டைக் கச்சேரியுடன் கண்காணிப்பு அதிகாரியாகவும் பணியாற்றுவார்கள். அதிகாலைப் பள்ளிப் பேருந்துக்குக் காத்திருப்பது இங்கேயும் கூட வாடிக்கைதான். ஆள் இல்லாத தானியங்கி வண்டிகள் துபாயில் வெள்ளோட்டம் பார்க்கப்பட்டிருப்பது புதுத் தொழில்நுட்பத்திற்கு வழிவகுத்திருக்கின்றது.

27 மாய உலகம்

அமீரகத்தில் அனல் வெப்பத்தைச் சமாளிக்கப் பேருந்து நிறுத்தங்கள், கழிப்பறைகள் என எல்லா இடங்களுமே குளிரூட்டப்பட்டிருக்கும். ஏப்ரல் மாதம் உக்கிரமாய் இருக்கும் வெயில் நவம்பரில்தான் கொஞ்சம் தணியும். நவம்பர் முதல் மார்ச் வரையிலான குளிர் காலத்தில் சுற்றுலாப் பயணிகளின் வரத்தும் கூட அதிகரித்திருக்கும். புத்தாண்டுக் கொண்டாட்டத்தை முன்னிட்டு உலகமே பெட்டியைக் கட்டிக்கொண்டு வந்தாலும் வரவேற்க அமீரகம் தயாராய் தான் இருக்கும். சுற்றுலாப் பயணிகளுக்கான பொழுதுபோக்கு நிகழ்ச்சிகள் அந்த நேரத்தில் உலகக் கலைஞர்களைக் கொண்டு ஏற்பாடு செய்யப்பட்டிருக்கும்.

கேன்வாஸ் ஆர்ட் பெஃஸ்டிவல்

முப்பரிணாம முறை ஓவியங்களால் நீண்ட ஜுமைராத் தெரு நிறைந்திருந்தது. 2015 இல் இருந்து மார்ச் மாதத்தில் ஒரு பத்து நாட்களுக்கு நடைபெறும் இக்கண்காட்சியில் 30 உலகப் புகழ்பெற்ற ஓவியர்களே நாயகர்கள். வார இறுதி நாட்களில் எல்லா நேரமும் ஓவியங்களை இரசிக்க அனுமதி அளித்தார்கள். வார நாட்களில் 4.00 மணி முதல் 10.00 மணி வரை மட்டுமே அனுமதி கிடைத்தது. ஓவியர்களின் விவரம் சித்திரத்தின் அருகிலேயே ஒட்டப்பட்டு இருந்தது. தரையில் ஒட்டியிருந்த ஓவியத்தை விடச் சுவற்றில் ஒட்டியிருந்த ஓவியத்திற்கு ஆயுள் அதிகம்.

மக்கள் தீவிரமாய் ஒளிப்படம் எடுத்துக்கொள்ளும் துபாய் கேன்வாஸ் பெஃஸ்டிவல் நிகழ்ச்சியில் ஒளிப்படப் போட்டியும் நடந்தது. கூட்ட நேரத்தில் மக்கள் எறும்பாய் மாறி வரிசையில் நின்றார்கள். ஓவியத்தின் அருகே உள்ள குறியீட்டில் நின்றால் ஒளிப்படத்தின் பரிமாணத்தைச் சிறைபடுத்த முடிந்தது. உணவுத் திருவிழாக்களும் ஓர் ஓரமாய் நடந்துகொண்டுதான் இருந்தது. உணவு வண்டிகள் அணிவகுத்து நின்றாலும் புது உணவுகளை ருசித்துப் பார்க்கும் ஆசை விலைப் பட்டியலால் நிறைவேறாமல் போனது. முப்பரிமாணத்தைச் சிறைப்படுத்தும் வகையில் ஓவியத்திற்கு ஒத்துழைப்பு கொடுத்து, ஒளிப்படம் எடுக்க ஒரு தனித்திறமை தேவைப்பட்டது. கை கால் வலியுடன் அலைபேசியின் நினைவுத் திறமும் நிரம்பி வழிந்தது.

பாதாளத்தில் விழுந்து, ஒட்டகச் சிவிஞ்கிக்குப் புல் கொடுத்து என்று பலர் ஆசையாய் ஒளிப்படங்கள் எடுத்துக்கொண்டார்கள். இதே போன்று கராமா சாலையின் இருபக்க அரசுக் கட்டிடங்களிலும் வண்ணங்களால் ஓவியம் தீட்டப்பட்டிருந்தது. ஆடல், பாடல், ஓவியம், உணவு, வித்தியாச ஒப்பனையுடன் வந்த கலைஞர்கள் என ஸ்ட்ரீட் ஆர்ட் பெஃஸ்டிவல் அமீரகத் தெருக்களை அலங்கரித்தன. ஜுமைரா கடற்கரையில் சொகுசு மெத்தையில் படுத்துக்கொண்டே பிரசித்தி பெற்ற திரைப்படங்களைத் திறந்த வெளி திரையரங்குகளில் பார்க்கக் கட்டணம் வசூலிக்கப்படவில்லை.விடுமுறை நாட்களில் 5 நிமிட தொடர் வாணவேடிக்கைக்காக ஒரு மணிநேரம் மெட்ரோ, டிராம் வழிப் பயணம் செய்து சென்றிருக்கின்றோம். குழந்தைகளுக்கு வேடிக்கை காட்ட என்று கூறினாலும் அதை இரசிப்பவர்கள் நாங்களாய்த்தான் இருந்தோம். எந்த வாண வேடிக்கையை இரசிக்க என்ற குழப்பத்தின் மத்தியில், நம் மேலே விழுந்துவிடுமோ என்ற பயமும் உண்டானது. பட்டாம்பூச்சியாய்ப் பட்டாசுகளை இரசிக்காமல் புலிக்குப் பயந்த பூனைக்குட்டியாய் மாறி அழுத பிள்ளைகளைச் சமாளிப்பது கொஞ்சம் கடினமாய்த்தான் இருந்தது. அட்லாண்டிஸ் நட்சத்திர விடுதி ஜுமைராக் கடற்கரையில்தான் நானும் இருக்கிறேன் என்று ஒளிவடிவில் உணர்த்தியது.

3D ஆர்ட் பெஃஸ்டிவல்

ஐக்கியா

ஹெலிக்காப்டர் சவாரி தளத்தால் மட்டுமல்ல ஐக்கியா கடையாலும் துபாய் பெஃஸ்டிவல் சிட்டி மால் பிரபலம்.

நிறுவனர், அவரது பெயருடன் அவர் வசித்த கிராமப் பெயரையும் சேர்த்தே கடைக்கு ஐக்கியா என்று பெயர் சூட்டியிருக்கின்றார். ஸ்வீடன் நாட்டினர் தொடங்கிய உலகின் மிகப்பெரிய வீட்டுச் சாமான் கடையின் சேமிப்புக் கிடங்கைப் பார்க்கவே பலரும் வந்திருந்தார்கள். கூட்டத்திற்கு, அங்கு விலைக்கேற்ப விற்கப்பட்ட உணவுகளும் ஒரு காரணமாய்ச் சொல்லப்பட்டது. உலகளவில் 400 கடைகளை கொண்டிருக்கும் ஐக்கியாவிற்கு அபுதாபியிலும் கிளைகள் உண்டு. சலுகை என்ற மஞ்சள் பதாகை எல்லோரையும் ஒரு பொருளையாவது வாங்க வைத்தது. தரம் அதிகம் என்பதால் கூட்டமும் அலைமோதியது.

காட்சிப்படுத்தப்பட்டிருந்த விதவிதமான சமையலறை, படுக்கையறைகளைப் பார்த்தவுடன் ஏக்கப் பெருமூச்சுதான் ஏற்பட்டது. கத்திகளின் கூர்மை சிறப்பாய் இருந்ததால் ஊரிலிருந்து வாங்கி வரச் சொல்லியிருந்தார்கள். இவர்கள் உற்பத்தி செய்த கூர்மையான முனையையுடைய மரச்சாமான்களால் குழந்தைகளுக்கு ஆபத்து ஏற்பட்டிருக்கிறது, உலகெங்கிலும் முக்கியமான இடங்களில் தங்கள் நிறுவனத்தை அமைத்திருக்கிறார்கள் என்று இவர்கள் மேல் பல குற்றங்கள் சுமத்தப்பட்டிருக்கின்றன. ஆனால் அதையெல்லாம் தன் தொண்டுச் செயல்களாலும் தள்ளுபடிகளாலும் தகர்த்து மக்களைத் தன் பக்கம் கவர்ந்திருக்கிறார்கள். நம் நாட்டில் ஐக்கியாவைப் பார்க்க வேண்டுமென்றால் ஹைதராபாத்திற்குத்தான் செல்ல வேண்டும்.

ஹோம் சென்டர் இந்த வகை என்றாலும் அதன் இருப்பு அமீரகப் பேரங்காடி. இங்கிருக்கும் பொருட்களின் தரத்தை உணர்ந்தவர்கள் தாய்நாட்டிலுள்ள சொந்த வீட்டை இங்குள்ள பொருட்களால் அலங்கரித்திருந்தார்கள். துபாயிலிருந்து நிரந்தரமாகத் தங்கள் சொந்த நாட்டிற்குச் செல்பவர்களுக்கு அவர்களது அலுவலகத்திலிருந்து கப்பலில் பொருட்களை எடுத்துச்செல்ல சலுகைகள் வழங்கப்படும். எடைச் சலுகைகள் இந்த வகை வீட்டுப் பொருட்களாலேயே நிறைந்திருக்கும் என்பது குறிப்பிடத்தக்கது.

துபாய் ஃப்ரேம் துணைக்கால் கட்டிடம்

2018 புத்தாண்டு அன்று, சபீல் பூங்காவில் துபாய் ஃபெரேம் கட்டிடம் திறக்கப்பட்டது. உலகின் மிகப்பெரிய சட்டக வடிவக் கட்டடம் என்று பலர் கொண்டாடினார்கள். சிலர் தொலைந்துபோன கட்டிடம் என்று கேலி செய்தார்கள். துபாயின் புதுமைக் கட்டிடத்தை

அறிமுகப்படுத்துவதற்காக நடத்தப்பட்ட போட்டியில் 926 கட்டிட வடிவங்களில் இருந்து இந்தக் கட்டிடம் தேர்ந்தெடுக்கப்பட்டிருந்தது. 150 மீட்டர் உயரமும் 93 மீட்டர் அகலமும் உடைய 50 மாடிக் கட்டிடத்தின் கட்டுமானப் பணி 2013இல் தொடங்கப்பட்டது. இந்தக் கட்டிடத்தின் வழி ஒரு பக்கம் தொன்மையான துபாயையும், மறுபக்கம் நாகரிக வளர்ச்சி அடைந்திருக்கும் துபாயையும் பார்க்க முடியும் என்று கட்டட வடிவமைப்பாளர் பெர்ணான்டோ டோனிஸ் குறிப்பிடுகின்றார்.

புர்ஜ் கலிஃபா, எமிரேட்ஸ் டவர், துபாய்மால் என்று நவீன துபாயை ஒரு பக்கத்திலும் தேரா, கராமா, உம் குரைர், பர் துபாய், துபாய் க்ரீக் என்ற பழமையான துபாயை மறுபக்கத்திலும் பார்வையிடலாம். 2000 டன் ஸ்டீலால் கட்டப்பட்டுள்ள கட்டிடத்தில் ஒரு மணி நேரத்திற்கு 200 சுற்றுலாப் பயணிகளை மட்டுமே அனுமதிக்கின்றார்கள்.

துபாய் ஃப்ரேம் துணைக்கால் கட்டிடம்

எக்ஸ்போ 2020 இன் லோகோவின் டிசைனை மையமாகக் கொண்டு தங்க நிறத்தில் கட்டிடம் பளபளக்கின்றது. அரபியில் 'அல் பெர்வாஸ் துபாய்' என்று அழைக்கப்படும் டவரில் அருங்காட்சியகம், துபாயின் கடந்த காலம், எதிர்காலத்தைப் பிரதிபலிக்கும் ஆர்ட் கேலரிகளைப் பார்வையிடுவதுடன் துபாய் ஃப்ரேமின் சிறிய மாதிரிகளை நினைவுப் பொருளாய் வாங்கிச் செல்லலாம். இரண்டு கட்டிடத்தை இணைக்கும் கண்ணாடிப் பாலத்தில் நடக்கும்பொழுது கால்கள் நடுங்குவதைத் தவிர்க்கமுடியாது. டைம் மிசினில் பயணம் செய்வதுபோல மீன்பிடி மற்றும் முத்து வணிகம் செய்ததில் இருந்து 50 வருடங்களுக்குப் பிறகு நவீன மாநகரமாக துபாய் உருமாற்றம்

பெறப்போகும் கதையை விர்சுவல் ரியாலிட்டி முப்பரிமாண முறையில் சிறப்பு ஒலி, வாசனை மற்றும் விஷுவல் எஃபெக்ட்சுடன் பார்த்துவிட்டு வரலாம். கண்ணாடி, எஃகு, அலுமினியம் மற்றும் வலுவூட்டப்பட்ட கான்கிரீட்டால் கட்டப்பட்டிருக்கும் கட்டிடம் சர்ச்சைகளில் சிக்கினாலும் அதன் தனித்துவத்தால் நிமிர்ந்து நிற்கின்றது.

3D ப்ரிண்டர் பில்டிங்

20 அடி உயரமும், 40 அடி அகலமும், 120 அடி நீளமுள்ள முப்பரிமாண அச்சு இயந்திரம் சிறப்பு வகையான சிமிண்டை உட்கொண்டு உலகின் முதல் முழுமையான முப்பரிமாண அச்சுக் கட்டடத்தை துபாயில் உருவாக்கி இருந்தது. அச்சுப்பொறி அச்சிடும் செயல்பாட்டைச் செயல்படுத்துவதற்கு அதனுடன் அமைந்திருந்த தானியங்கி உதவி செய்தது. சாதாரணக் கட்டிடத்தை விடக் குறைந்த செலவிலும் நேரத்திலும் உருவாகும் இந்த வகையான கட்டடங்களுக்கு வருங்காலத்தில் நல்ல வரவேற்பு இருக்கும் என்று எதிர்பார்க்கப்படுகின்றது. இந்தத் தொழில்நுட்பத்தைக் கொண்டு 17 நாட்களில் ஒரு கட்டடத்தை உருவாக்கிவிடலாம். இவ்வகையான கட்டடத்தினால் 50 சதவிகிதத்திற்கும் அதிகமான தொழிலாளர்களுக்கான செலவுகள் குறைக்கப்படுகின்றன. அச்சுப்பொறியின் செயல்பாட்டைக் கண்காணிக்க ஒரு பணியாளர், கட்டடத் தொகுதிகளைச் சரியான முறையில் அமைப்பதற்கு ஏழு நபர்கள் கொண்ட குழு, கட்டடத்தின் மெக்கானிக்கல் மற்றும் எலக்டிரிக்கல் தேவையைப் பூர்த்திசெய்ய பத்து எலக்ட்ரீசியன் மற்றும் ஸ்பெஷலிஸ்ட்டுகள் ஒரு கட்டிடத்தைத் தயார்செய்யப் போதுமானவர்களாக இருக்கின்றார்கள்.

3D ப்ரிண்டர்
பில்டிங் மற்றும் அதன்
உருவாக்கம்

அமீரகத்தில் தமிழ்

அமீரகத்தின் பெரும்பாலான கல்வி நிறுவனங்களின் வேர்கள் இந்தியர்களுடையதாக இருக்கின்றது. பல நாட்டுப் பாடத்திட்டத்தை மையமாகக்கொண்டு பள்ளிகள் இயங்கிக்கொண்டு இருக்கின்றன. இந்தியப் பள்ளிகள் மலையாளம், இந்தியை மூன்றாவது மொழியாகக் கற்பித்து தமிழைக் கைவிட்டு இருந்தார்கள். தமிழ் கற்பிக்கும் பள்ளிகளைத் தேடிக் குழந்தைகளைச் சேர்க்கும் பெற்றோரும் மிகவும் சொற்பம். அரபி எழுதி வாசிக்கும் தமிழ்ப்பிள்ளைகளுக்குத் தமிழ் தடுமாறியது வருத்தம் அளித்தது.

அமீரகத்தில் சங்கம் வைத்துத் தமிழ் வளர்ப்பதற்கான நடைமுறைகள் கொஞ்சம் அழுத்தம் கொடுக்கக்கூடியவை. விதிமுறைகள், கட்டுப்பாடுகள் போன்ற பூட்டுக்களை வாழ்வின் சிறப்பான நாட்களான பிறந்த நாள், திருமண நாட்களைச் சாவியாய்க் கொண்டு திறந்தோம். பிறந்தநாள், திருமண நாள் கொண்டாட்டம் என்று விடுதிகளில் நிகழ்ச்சிக்கு ஹாலை வாடகைக்கு எடுத்தோம். மின்னஞ்சல், பகிரி வழி நல்ல தலைப்புகளைப் பகிர்ந்தோம். ஐக்கிய அரபு அமீரகத்தின் தமிழ் ஆர்வலர்கள் அனைவரையும் மாதத்திற்கு ஒரு முறையேனும் ஒன்று சேர்த்துக் கவிதை வாசித்தோம். பேசுவதற்கான வாய்ப்பை ஏற்படுத்திக்கொண்டோம். எழுத்தாளர்கள், கவிஞர்கள் தங்கள் புத்தகங்களை வெளியிட்டார்கள். மற்ற அமீரகத்தில் இருந்து பல தூரம் பயணித்து வந்தவர்கள் தமிழுக்காக நேரம் செலவழிப்பதில் பெருமைகொண்டிருந்தார்கள். நிகழ்ச்சிக்கான செலவை அனைவரும் பகிர்ந்துகொண்டது கூடுதல் சிறப்பு.

அமீரகச் சாலையும் பயணமும்

நம் ஊரில் கேட்பதைப்போல நெடுஞ்சாலைகளில் வண்டியை நிறுத்தி 'அண்ணே எந்த வழியில போகனும்?' என்று யாரிடமும் வழி கேட்க முடியாது. கூகுள் மேப்தான் துணை. ஒரு திருப்பத்தைத் தவறவிட்டால் பல மைல் தூரம் சுற்றித்தான் திரும்புவதற்கான வழியைக் காண முடியும். ஒருவழிப்பதைகள், போக்குவரத்துச் சமிக்ஞைகளை உதாசீனம் செய்தால் நினைத்துப்பார்க்க முடியாத அளவிற்கு அபராதம் காட்டுவதுடன் சிறைத் தண்டனையையும் அனுபவிக்க நேரிடும். குறிப்பிட்ட வேகத்தைவிட அதிகமாகவோ, குறைவாகவோ சென்றால் சென்சார் மூலம் கண்டுபிடித்து அபாரதத் தொகையைக் குறுஞ்செய்தி அனுப்பிவிடுவார்கள். டோல் கேட் எனப்படும் சாலிக் போஸ்ட்டைக் கடக்கும்பொழுது,

வண்டியில் ஒட்டப்பட்டிருக்கும் ஆர்.எஃப்.ஐ.டி அட்டை மூலம் தேவையான பணத்தைக் கழித்துக்கொள்வார்கள். அமீரகச் சாலையில் ஜிபிஎஸ் உதவியுடன் சென்றாலும் பலர் வழிகளைத் தவறவிட்டிருக்கின்றார்கள். புது வழிகளைக் கண்டுபிடித்து, சரியான பயண இலக்கைச் சென்றடைவோமா என்றே தெரியாமல் செல்லுவதும் சிலருக்கு வாடிக்கையாக இருந்திருக்கின்றது. சாலை வழிகளை ஞாபகம் வைத்துச் சரியான இலக்கை அடைய ஓட்டுநர்களுக்கு அவர்களது இணையர்களும், நண்பர்களும் துணை நிற்பதுண்டு. அமீரகத்தின் கடுமையான சாலைப் போக்குவரத்து விதிமுறைகள் ஒவ்வொரு சாலையிலும் ஒவ்வொரு வேகத்துடன் செல்ல வைக்கும்.

பாதசாரிகள், முதியவர்கள், குழுந்தையின் இழுபெட்டியுடன் சாலையைக் கடக்க முற்படுபவர்களுக்கே முக்கியத்துவம் கொடுக்கப்படும். அவர்களுக்கு வழிவிட்டபின்னேயே எல்லா வண்டிகளும் முன்னோக்கிச் செல்வார்கள். வேகமாக வண்டிகளில் பயணம் செய்பவர்கள் கூட, சாலையைக் கடக்க பொத்தானை அழுத்திக் காத்திருக்கும் பாதசாரிகளுக்காகச் சாலையில் நின்று வழிவிடுவார்கள். சம்பாதிக்கும் பணத்தையெல்லாம் அபராதமாகக் கட்டும் சாமான்ய மனிதர்களின் நிலை பரிதாபமாக இருக்கும். நான்கு சக்கர வாகனத்தை ஓட்டப் பெரும் கட்டணம் செலவழித்து, ஓட்டுநர் பயிற்சி பெற்று, பரீட்சையில் வெற்றி பெறுவது பெண்களுக்கு மட்டுமல்ல ஆண்களுக்கும் இமாலய இலக்குதான். ஓட்டுநர் உரிமத் தேர்வில் பலர் தொடர் தோல்விகள் அடைந்தாலும் முயற்சி செய்துகொண்டே இருப்பார்கள். சிலர் முதல் முறையிலேயே வெற்றி பெற்றுவிடுவார்கள். பாகிஸ்தானி, பங்களாதேஷ் ஓட்டுநர்களிடம் பயிற்சி பெற்றவர்கள் கில்லாடிகளாக வலம் வருவதுண்டு. வண்டி ஓட்டத் தெரிந்தவர்களை விட, புதிதாய் ஐக்கிய அரபு அமீரகத்தில் ஓட்டுநர் பயிற்சி மேற்கொண்டவர்கள்தான் சிறந்த ஓட்டுநர்களாகவும், ஓட்டுநர் தேர்வின் முதல் முறை வெற்றியாளராகவும் இருந்தார்கள். விலை உயர்ந்த அதிவேக வண்டிகளில் பெண்கள் சர்வ சாதாரணமாக வலம் வந்தார்கள்.

வாகன எரிபொருள் நிரப்பும் இடங்களிலுள்ள கழிப்பறைகளும், சாலையோர ஓய்வு விடுதியின் கழிப்பிட வசதிகளும் பயணம் செய்பவர்களின் இயற்கை அழைப்புகளுக்கு இடம் கொடுக்கின்றன. வெள்ளி, சனி போன்ற வார இறுதி நாட்களிலும் மற்றும் பண்டிகை நாட்களிலும் இலவசமாக நம் வண்டிகளை நிறுத்திக்கொள்ள அனுமதி கொடுக்கப்பட்டு இருந்தது. வார நாட்களில் முதல்

இரண்டு மணி நேரம் மட்டுமே நம் வண்டியைக் கட்டணமில்லாமல் நிறுத்திக்கொள்ளலாம். அதற்குப் பின்பு இடத்திற்கு ஏற்றார் போல நேரத்தைக் கணித்து திராம்களை எந்திரத்தில் செலுத்த வேண்டும். நிறுத்தச் சீட்டைக் கருவியிலிருந்து எடுத்து வாகனத்தின் முகப்புக் கண்ணாடியில் சொருகி வைக்க வேண்டும். சராசரியாக 1/2 மணி நேரத்திற்கு 2 திராம்களை அரசுக் கட்டணமாக வசூலித்தார்கள். தவறினால், காவல் அதிகாரிகள் அபராதச் சீட்டைக் கண்ணாடியின் முகப்பில் வைத்துவிட்டுச்சென்று விடுவார்கள். எல்லாத் தகவல்களும் லிங்க் செய்யப்பட்டு இருப்பதால் ஏமாற்றவே முடியாது.

மதுக்கொள்கை

மதுக் கடையைத் தாண்டிச் செல்லவே பயப்படும் பெண்களுக்கு உயர்ரக மதுக் குடுவைகள் அடுக்கி வைக்கப்பட்டிருக்கும் மதுக்கடையை உள்ளே சென்று பார்வையிட அனுமதி இருந்தது. குழந்தைகளை வைத்திருந்தவர்கள் மட்டும் தங்கள் குழந்தைகள் புட்டிகளை இழுத்துக் கீழே போட்டு, அதற்கான அபராதத்தைக் கட்ட நேரிடுமோ என்ற பயத்திலேயே இருந்தார்கள். துபாயில் மதுக் கடைகளில் மதுவாங்க சில விதிமுறைகள் இருக்கிறது. முதலில் வேலை பார்க்கும் அலுவலகத்திலிருந்து பணிபுரிபவர் மது அருந்துவதனால் ஆட்சேபனை எதுவுமில்லை என்றொரு சான்றிதழை வாங்கவேண்டும். அதனைக் காட்டிய பின்னரே மதுக் கடைகளில் மதுவை வாங்க முடியும். பெரிய அலுவலகங்களில் அனுமதிச் சான்றிதழைப் பெறுவதே கூடக் கடினமாக இருக்க, சிறு அலுவலகங்களில் மட்டும் சான்றிதழ் கிடைக்கும் வாய்ப்பு அதிகமாய் இருந்தது. மதுப் பிரியர்கள் பெரும்பாலும் ஊரிலிருந்து வரும் நண்பர்களிடம் விமான நிலையத்திலேயே ட்யூட்டி ப்ரீ (Duty free) கடைகளிலிருந்து மதுக்குடுவைகளை வாங்கிவரச் செய்திடுவார்கள்.

உம் அல் குவைன் போன்ற கெடுபடி இல்லாத சிறுநகரத்தில் நிறைய மதுபானங்களைப் பலர் வாங்கிச் செல்வதுண்டு. அந்த வண்டிகளை நோட்டம்விட்டுக் கெடுபிடி உள்ள நகருக்குள் செல்லும் வரை சிலர் பின்தொடர்ந்து காத்திருப்பார்கள். அவர்கள் ஆள் அரவமற்ற இடத்தில் செல்லும்பொழுது, வண்டியை இடித்தோ மறித்தோ தடுத்துப் பணம் பறிக்க முயற்சி செய்வார்கள். காவல்துறை அதிகாரிகளிடம் நிறைய மதுபானம் வைத்திருப்பதைத் தெரிவித்துவிடுவோம் என்று மர்ம நபர்கள் மிரட்டுவார்கள். நிறைய மதுபானம் வாங்கிக்கொண்டு வந்தவருக்குத் திருடனுக்குத் தேள் கடித்தது போல ஆகிவிடும். காவல் துறை அதிகாரிகளின் உதவியையும் நாடமுடியாமல்,

மிரட்டும் நபர்களுக்குப் பணமும் தர விருப்பமில்லாமல் குழம்பித் தவிப்பார்கள். தேவையான ஆவணங்கள் வைத்திருந்தால் மட்டுமே மது வியாபாரம் செய்யவும் அனுமதி கிடைக்கும். வீட்டில் அமர்ந்து மது அருந்துவதற்கும் பிரத்யேக லைசன்ஸ் வாங்கியாக வேண்டும்.

அமீரகத்தின் கொடி

நவம்பர் மாதம் மூன்றாம் தேதி, கொடி நாள் என்று தனியாகக் கொண்டாடப்பபடுவதால் ஐக்கிய அரபு அமீரகத்தின் தேசியக் கொடிகளின் விற்பனை அமோகமாக இருக்கும். நம் நாட்டில் நம் தேசியக்கொடியை வேறு பொருட்களில் பிரசுரிக்கக் கூடாது என்ற வரைமுறை உண்டு. ஆனால் அங்கு நாட்டுப் பற்றை வெளிப்படுத்தும் விதமாக நான்கு சக்கர வாகனத்தின் முன்பக்கம், துண்டு என்று ஐக்கிய அரபு அமீரகத்தின் தேசியக்கொடியானது பல இடங்களில் பதிக்கப்பட்டு இருக்கும். கொடியின் கருப்பு நிறம் மிகுந்திருக்கும் எண்ணெய் வளத்துடன், எதிரிகளின் வீழ்ச்சி, முன்னோர்கள் எதிர்கொண்ட கடுமையான சவால்களைக் குறிப்பிடுகின்றது. வெள்ளை நிறம் அந்நாட்டு மக்களின் அமைதி, நேர்மையைக் குறிப்பால் உணர்த்துமாறு இருக்கும். சிவப்பு நிறம் பல தடைகளைத் தாண்டி வந்த மக்களின் தைரியம், துணிவு போன்றவற்றைக் குறிப்பிடுகின்றது. பச்சை நிறம் ஐக்கிய அரபு அமீரகத்தின் மகிழ்ச்சி, தொலைநோக்குப் பார்வைக்குச் சான்று. ஐக்கிய அமீரகத்திற்கு என்று தனியாக ஒரு கொடி இருந்தாலும் அதிலிருக்கும் அனைத்து நாடுகளும் தங்களுக்கென்று பிரத்யேகமான தனிக்கொடிகளை வைத்திருந்தார்கள்.

ஆர்.டி.ஏ வாகனங்கள்

பணக்கார வீடுகளில் வாகன ஓட்டுநராகப் பணிபுரிபவர்கள் சாலையில் யாரேனும் வாடகை வண்டிக்காக நின்றுகொண்டிருந்தால் கொடுப்பதைக் கொடுங்கள் என்று கூறி அவர்களை ஏற்றிச் செல்வார்கள். ஒரு சில நேரம் அரசு வாகன வண்டிகளில் ஓட்டுநருக்குக் கொடுப்பதை விடக் கட்டணம் குறைவாகக் கொடுக்கவேண்டியிருக்கும். வேறு நேரங்களில் ஓட்டுநர் அதிகக் காசு கேட்டால் பயணிகளுக்குப் பிரச்சனை ஆகிவிடும். இது போன்று அனுமதி பெறாத வண்டிகள் பயணிகளை ஏற்றிச்செல்ல அனுமதி இல்லை. இந்த முறை ஐக்கிய அரபு அமீரகத்தின் விதிமுறைக்கும் எதிரானது. பயணிகள் ஆர்.டி.ஏ அனுமதிபெற்ற அரசு வாடகை வண்டியில் மட்டுமே பயணம் செய்வது பாதுகாப்பானது. செலவும்

பெரிதாய் ஆகாது. பயண தூரத்தைக்கொண்டே பயணக் கட்டணம் கணக்கிடப்படும்.

மாய உலகம்

பெரிய அரண்மனையைப் போன்ற வீட்டை மட்டுமல்ல அடுக்குமாடிக் குடியிருப்பின் ஓர் அறையைக் கூட வாடகைக்கு எடுத்துக்கொண்டு பல குடும்பங்கள் பகிர்ந்து வசிப்பது வாடிக்கை. வேலைக்காகக் குடும்பத்தைப் பிரிந்து வசித்தவர்கள் அடுக்குப் படுக்கைகளில் தங்கள் இருப்பை அடக்கிக்கொள்வார்கள். உணவு, இருப்பிடத்திற்கு மட்டுமே அதிகம் செலவாகும் வெளிநாடுகளின் நட்பு அழைப்புகளை மறுக்காமல் ஏற்கவேண்டும். திரைகடல் ஓடியும் திரவியம் தேட அமீரகத்தின் எல்லைக்குள் நுழைந்தவர்களில் திரும்பிப் போகும் ஆசை ஒரு சிலருக்கு மட்டுமே ஏற்படும். சொந்த ஊருக்குச் செல்லும் நிறைவு சந்தோஷத் தராசை சமன் செய்தாலும் அமீரக நாட்களின் நினைவுகள் தராசு முள்ளாய் மனதை வருடிக்கொண்டேதான் இருக்கும். தாய் நாட்டின் மேல் தீராத காதல் இருந்தாலும் திறமைகளைத் திராம்களாய் மாற்றி ஆடம்பர வாழ்க்கையைப் பரிசளிக்கும் அமீரகம் ஒரு மாய உலகம்தான்.

சான்றாதாரம்

http://www.fujairahtourism.ae
https://www.planetware.com
https://en.rasalkhaimah.ae
https://outandaboutuae.net
https://www.timeoutdubai.com
மணல் பூத்த காடு முகம்மது யூசுப்
The origins of the United Arab Emirates by Rosemarie Said Zahlan
City of Gold: Dubai and the Dream of Capitalism by Jim Krane
Arabian sands by Wilfred Thesiger
From Rags to Riches: A Story of Abu Dhabi by Mohammed Al Fahim